சித்திரம் பேசேல்

சித்திரம் பேசேல்

மீனா

எதிர்
வெளியீடு

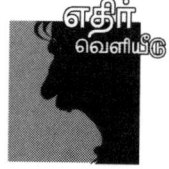

சித்திரம் பேசேல்
ஆசிரியர்: மீனா
© மீனா

முதல் பதிப்பு: ஆகஸ்டு 2013
எதிர்வெளியீடு,
96, நியூ ஸ்கீம் ரோடு, பொள்ளாச்சி - 642002.
தொலைபேசி: 04259 - 226012, 98650 05084.

வடிவமைப்பு: ஜீவமணி

விலை: ரூ. 215

cittiram pēcēl

Author: Meena
© Meena

First Edition: August 2013

Layout: Jeevamani

Published by
Ethir Veliyedu, 96, New Scheme Road. Pollachi - 2.
email: ethirveliyedu@gmail.com
www.ethirveliyedu.in

Price: ₹ 215

தோழர். அ. மார்க்ஸிற்கு...

உள்ளே...

கட்டுரைகள்

1. சித்திரம் பேசேல் 9
2. திருக்குறளும் சமணமும் 15
3. வ.வே.சு: ஒற்றை வரலாறுகளுக்கிடையே
   உருப்பெறும் பன்முகம் 22
4. சமச்சீர் கல்வியும் பாடநூல்களும் 34
5. பாலியல் கலகம்: நொறுங்கும் கலாச்சாரம் 46
6. ராதிகா சாந்தவனம்: பெண்ணுடலும்
   பாலியல் வேட்கையும் – ஒரு முன்மாதிரி 57
7. நார்வே தாக்குதல்: நடந்தது என்ன? 68

விமர்சனங்கள்

8. மரண தண்டனையும் இந்திய சனநாயகமும் 77
9. பயங்கரவாதத்தின் வேர்கள்: காஷ்மீரும் உலக அரசியலும் 86
10. அமெரிக்க அங்கிளிடம் அரசியல் கலகம்:
    மண்ட்டோவின் கடிதங்கள் 102
11. யாருக்குள்ளும் எரியாத
    நெருப்பொன்றின்மேல் புலம்பும் கவிதைகள் 108
12. ஆனந்தி ஏன் கொலை செய்யப்பட்டாள்?:
    நாடகத்தை முன்வைத்து 116
13. 'அட்டகத்தி': தமிழ் சினிமா வரலாற்றில் ஒரு திருப்பம் 123
14. ஈழம்: யுத்தப்பாதையில் ஒரு மீள் பயணம் 128
15. டேவிட்: தமிழ் சினிமா வரலாற்றில் இன்னொரு திருப்பம் 133

16. பொதிகைச்சித்தர்: வரலாற்றின் மீது
ஒற்றைப் பார்வையும் வஞ்சகத்திரிபுகளும் 144

17. அம்பை: இரண்டு திருப்பதி லட்டும்
இந்துத்துவ அதிகாரமும் 155

18. வாசந்தி: இந்தியப் பெண்ணியம் என்ற போர்வையில்
இந்துப் பெண்ணியம் 160

ஊடக அவதானிப்புகள்

19. கல்பாக்கம் அணு உலை:
இந்து நாளிதழ் அடக்கி வாசித்த கதை 168

20. மரண தண்டனைக் கைதிகள் மன்னிப்பு:
கொச்சைப்படுத்தும் தினமணி 174

21. கவுஹாத்தி சம்பவம் முன்நிறுத்தும்
ஊடக அறம் குறித்த ஒரு கேள்வி 179

22. இலங்கைப் பயணிகள்
விரட்டப்பட்டதும் ஊடகப்பதிவுகளும் 187

23. கூடங்குளப் போராட்டமும்
ஊடக இருட்டடிப்புகளும் 193

24. நக்சலைட்டுகள் கைது:
நடுநிலை தவறும் ஊடகங்கள் 201

25. அபசல்குரு: இரண்டாவது முறை
தூக்கிலிட்ட நாளிதழ்கள் 210

26. அப்சல் குருவின் தூக்கு தண்டனையும்
'இந்து' நாளிதழின் அணுகல்முறையும் 221

27. குமுதம் ரிப்போர்ட்டரின் பழிதீர்க்கும் படலம் 229

சித்திரம் பேசேல்

இந்நூல் எனது முதல் கட்டுரைத் தொகுப்பு. தீராநதி, உயிர் எழுத்து உள்ளிட்ட இதழ்களிலும் இணையப் பக்கங்களிலும் எழுதிய கட்டுரைகள் இங்கே தொகுக்கப்பட்டுள்ளன. 'சித்திரம் பேசேல்' என்பது அவ்வையின் ஆத்திசூடி. பொய் மொழிகளை மெய் போலத் தோன்றும் வண்ணம் பேசாதே என்பது அதன் பொருள். நானும் கூட இக்கட்டுரைகளில் மனதிற்பட்ட உண்மைகளைப் பேச முயன்றிருக்கிறேன்.மொத்தமாக ஒருமுறை படித்துப் பார்க்கும் போது கடந்தகால நினைவுகள் நிழலாடுவதைத் தவிர்க்க முடியவில்லை. அது 2000 ஆம் ஆண்டு. ஒரு உள்ளார்ந்த விருப்பத்துடன் தான் இளங்கலைத் தமிழிலக்கியத்தைத் தேர்ந்தெடுத்தேன் என்றாலும் நிச்சயமாக அது இலக்கியத்தின் மீதான விருப்பம் அன்று. ஏணி வைத்தாலும் இலக்கியம் எட்டாது என்பதை நவீன கவிதைகளைப் புரட்டிய போதும் கருத்தரங்க விவாதங்களில் மண்டை பிளக்கப் பரிதவித்த போதும் அறிந்துகொண்டேன். முதுகலை பயின்றபோது ஒருநாள், நூலகத்தில் மாணவி ஒருவர் அருகில் வந்து ரொம்பவும் சன்னமான குரலில் கேட்டார்: "இங்க செந்தமிழ்ச் செல்வி இருக்கா?". நான் திருப்பிக் கேட்டேன்: "செந்தமிழ்ச் செல்வியா? அவங்க எந்த டிபார்ட்மெண்ட்?". 'செந்தமிழ்ச் செல்வி' ஒரு இலக்கிய ஆய்விதழ் என்பதை அதற்குப் பின்புதான் அறிந்துகொண்டேன். அன்று அந்தப்பெண் வாயடைத்துப் போனாள். இலக்கியம் மற்றும் இலக்கிய ஆய்வு குறித்த எனது அறிவு இந்த அளவில்தான் இருந்தது.

பதின்பருவக் கனவுகளைப் போல, வாழ்க்கை என்பது அறையின் மஞ்சள் வெளிச்சத்தோடும் இளையராஜாவின் இசையோடும் பயணித்து முடிந்துவிடுவதல்ல என்ற நிதர்சனத்தை உணர்ந்தபோது அல்லது சமூக, ஆணாதிக்க வன்முறைகளால் நிலைகுலைந்து நின்றபோது, இலக்கியம் ஒரு புதிய பிரபஞ்சத்தின் திறவுகோலானது. கிட்டத்தட்ட நான்கு ஆண்டுகளுக்கு முன்பு, இலக்கியப் பரப்பிற்குள் நுழைந்தவேளையில், பெண்களின் இயங்குதளம் குறித்துப் பல்வேறு விமர்சனங்களை எதிர்கொண்டேன். "பெண்கள் கவிதைகளைத்

தாண்டி வேறொன்றும் எழுதமாட்டார்கள்" "உடல், காமம், வேட்கை இவைகளைக் கடந்து எதுவும் பேசமாட்டார்கள்" "அரசியல், விமர்சனம் என இயங்கிக் கொண்டிருந்த பெண்களும் இப்போது தேங்கிப் போய்விட்டார்கள்" என்பதாகவே அவை இருந்தன. வாழ்க்கையே ஒரு சவாலாகிப் போனபின்பு இந்த விமர்சனங்களையும் ஒரு சவாலாகவே எடுத்துக்கொண்டேன். எப்படியேனும் முட்டிமோதி கவிதை எழுதிவிடலாம் என்ற நம்பிக்கை இருந்தபோதும் அதனைக் கைவிட்டு விமர்சனக் கட்டுரைகளின் மீது கவனம் குவிக்கத் தொடங்கினேன். பேராசிரியர் வே. நெடுஞ்செழியன் அவர்களின் 'முச்சந்தி' இலக்கிய வட்டம் இதற்குப் பெரிதும் உதவியது.

தோழர். அ. மார்க்ஸின் அறிமுகம் கிடைப்பதற்கு முன்பாகவே அவரது எழுத்து எனக்கு அறிமுகமாகியிருந்தது. அ.மா.வின் எழுத்தும் இயக்கமும் அவை முன்வைத்த அரசியலும் இலக்கியத்தை வெகு எளிதாக வசப்படுத்திக் கொடுத்தன. இத்தொகுப்பில் உள்ள ஒவ்வொரு கட்டுரையும் ஏதேனும் ஒரு வகையில் மையங்களைக் குலைப்பதாகவும் விளிம்புகளைக் கொண்டாடுவதாகவும் அமைந்திருப்பதன் பின்புலமாக அ.மா.வின் அரசியல் விளங்குவதை அவரது வாசகர்கள் உணரக்கூடும்.

'திருக்குறளும் சமணமும்' 'மண்ட்டோவின் கடிதங்கள்' 'ஈழம்: யுத்தப் பாதையில் ஒரு மீள்பயணம்' ஆகிய கட்டுரைகள் ரொம்பவும் ஆரம்பகட்டத்தில் ஒரு எழுத்துப் பயிற்சிக்கென வலிந்து எழுதியவை 'யாருக்குள்ளும் எரியாத நெருப்பொன்றின் மேல் புலம்பும் கவிதைகள் மதுரையில் 'புனைவு' அமைப்பு நடத்திய கவிதை விமர்சன அரங்கில் வாசித்தது. 'கல்பாக்கம் அணு உலை' பற்றிய கட்டுரை ஊடக விமர்சனம் குறித்த பயிற்சிக்காக மொழிபெயர்க்கப்பட்டது. மற்றபடி, நூலில் உள்ள பெரும்பான்மைக் கட்டுரைகள் எழுதித் தீர்க்கும்வரை எனது இரவுகளைப் பிடித்தாட்டியவைதான்.

வரலாற்றை மிகை எளிமைப்படுத்துவதன் அபத்தத்தையும் வரலாற்று மனிதர்கள் மீது Positive அல்லது Negative என்ற இரண்டே இரண்டு முத்திரைகளில் ஒன்றைக் குத்திவிடுவதன் அநீதியையும் குறித்து வ.வே.சு.வின் கட்டுரை விவாதிக்கிறது. பொதிகைச் சித்தருக்குக்கான (பொதியவெற்பன்) எதிர்வினை ரொம்பவும் ஆயாசமாய் எழுதப்பட்ட ஒன்று. முனைவர் பட்ட ஆய்விற்காக இலக்கியத் திறனாய்வு வரலாற்றைப் புரட்டிக்கொண்டிருந்த போதுதான் வ.வே.சு. அகப்பட்டார். ஆய்வை அப்படியே கிடப்பில் போட்டுவிட்டு வ.வே.சு.வைத் தேடி அலைந்தேன். ஒரு மே மாத

விடுமுறை முழுக்க, அக்கா வீட்டில் தங்கி, காலையில் சாப்பாடு கட்டிக்கொண்டு, ரோஜா முத்தையா நூலகத்தில் வ.வே.சு.வைக் கலைத்துப் போட்டது நினைவிற்கு வருகிறது.

'பாலியல் கலகம்' 'ராதிகா சாந்தவனம்' ஆகிய கட்டுரைகள் பாலியல் குறித்த ஒரு உரையாடலை முன்வைப்பவை. மனித மனங்களின் பாலியல் தேர்வுகள் அல்லது விருப்பங்களைக் கலாச்சாரம் ஒருபோதும் தீர்மானித்துவிட முடியாது. இறுக்கமான வரையறைகள் காலந்தோறும் அத்துமீறப்படுவதை அது தடுத்துவிடவும் முடியாது. ஒருபால் உறவு, மாற்றுப்பால் உறவு என்கிற அடையாளங்களை எல்லாம் கடந்து மாற்று உடல் மீதான வேட்கை நம்மில் பலரிடமும் பொதிந்திருக்கிறது. அந்தவகையில் ஒருபால் உறவு மீதான ஆர்வம் மட்டுமல்ல அப்படியான அனுபவமும் பலருக்கும் வாய்த்திருக்கக்கூடியது தான். ஆனால் இவற்றை மூடிமறைத்து ஒருபால் உறவு என்பது ஏதோ 'லெஸ்பியன்' அல்லது 'கே' பிரிவினருக்கு மட்டுமே உரியதைப் போன்றும் ஒரு நோய்க்குறியைப் போன்றும் அணுகுவது நியாயமற்றது. இந்தக் கள்ள மவுனங்களை உடைத்து ஒரு வெளிப்படையான உரையாடலுக்கு வித்திடுகிறது 'பாலியல் கலகம்' கட்டுரை. தீராநதியில் அக்கட்டுரை வெளிவந்தபோது வாசித்துவிட்டுத் தங்களுக்கும் அப்படியான அனுபவம் இருந்ததை ஓரிரு நண்பர்கள் பகிர்ந்துகொண்டனர். என்ன இருந்தாலும் கலாச்சாரத்தை அத்துமீறும் எனது தொடக்ககால கட்டுரை என்ற வகையில் பெரும் பதட்டத்தோடு கைகள் நடுங்க இந்தக் கட்டுரையை எழுதியது கண்முன் நிற்கிறது.

தேவதாசி மரபில் வந்த முத்துப்பழனியால் ஒரு வழிநூலாக இயற்றப்பட்ட "ராதிகா சாந்தவனம்" ராதை - கண்ணனின் காதலை அடிப்படையாகக் கொண்டது. கலாச்சாரத்தைக் கொட்டிக்கவிழ்த்த அந்தப் பெண்ணிய கலகத்தைப் புரட்டப்புரட்ட அப்படியே ஆடிப்போய் நின்றதும் அதிர்ச்சியில் உறைந்ததும் மறக்க முடியாதவை. பெண்ணின் வேட்கைக்காக மட்டுமின்றி பாலியல் சுயமரியாதைக்காகவும் குரலுயர்த்திய அப்பெண்ணியப் பிரதி தமிழில் முழுமையாகப் பெயர்க்கப்பட வேண்டிய ஒன்று.

'நார்வே தாக்குதல்' 'பயங்கரவாதத்தின் வேர்கள்' ஆகிய கட்டுரைகள் முஸ்லிம் சிறுபான்மையினர் மீது உலக அளவில் கட்டமைக்கப்பட்டுள்ள பிம்பத்தையும் அப்சல்குரு வழக்கில் இந்திய சனநாயகம் குழிதோண்டிப் புதைக்கப்பட்ட அவலத்தையும் பேசுகின்றன. ஆளும்வர்க்க லாபங்களுக்காய் அப்சல் தூக்கிலிடப்பட்டுவிட்ட இந்நாளில் இந்தக் கட்டுரை கண்களைப் பனிக்கச்செய்கிறது. அம்பை, வாசந்திக்கு எழுதப்பட்ட

எதிர்வினைகள் அவர்களிடம் புடமிட்டிருக்கும் இந்துத்துவ மனங்களை அம்பலப்படுத்துகிறது. பெண்ணியவாதிகள் எப்படி 'பெண்ணியமாமிகளாக' இயங்குகிறார்கள் என்பதை எடுத்துரைக்கிறது. வாசந்திக்கு எழுதிய எதிர்வினை இதழில் வெளிவரவில்லை. அந்த ஜூன் மாத இதழில், எதிர்வினைக்கு இத்தனை பக்கங்களை ஒதுக்கமுடியவில்லையென்றும் ஓரிரு பக்கங்களில் சுருக்கித் தரும்படியும் 'தீராநதி' மணிகண்டன் சொன்னார். இதற்கு மேலும் சுருக்குவது கட்டுரையை நீர்த்துப்போகச் செய்யும் என்பதால் அனுப்பாமலே விட்டுவிட்டேன்.

'அட்டகத்தி' வணிக சினிமாவின் எல்லைக்குள் நின்று இதுகாறும் புறக்கணிக்கப்பட்டு வந்த தலித் வாழ்வியலை ஆவணப்படுத்தியதோடு காதல் குறித்த புனித மதிப்பீடுகளை உடைத்தெறிந்த வகையில் தமிழ் சினிமாவை நோக்கி எனது கவனத்தை ஈர்த்த ஒரு திரைப்படம். 'டேவிட்' வெகுஜன சினிமா தளத்திற்குள் இந்துத்துவ அரசியலை ரொம்பவும் துணிச்சலாக அம்பலப்படுத்தியும் கலாச்சாரங்களைக் கொட்டிக் கவிழ்த்தும் மாற்றுகளை முன்னெடுத்த வகையில் என்னை ஈர்த்த மற்றுமொரு திரைப்படம்.

'ஊடக அவதானிப்புகளில்' உள்ள கட்டுரைகள் தமிழகத்தின் முக்கிய தமிழ் மற்றும் ஆங்கில நாளிதழ்களின் ஊடகச் செயல்பாடுகள் குறித்து விவாதிக்கின்றன. சென்ற ஆண்டு தோழர் உதயகுமாரின் தலைமையில் கூடங்குளம் போராட்டம் அரச அதிகாரங்களை எதிர்த்து வெகுஎழுச்சியோடு நடைபெற்றுக் கொண்டிருந்தபோது அதை விமர்சித்த தினமலர், 'உ. குமார் கும்பல்' என்று தொடர்ச்சியாக எழுதி போராட்டக் குழுவை கொச்சைப்படுத்தியதோடு உதயகுமாரின் கைப்பேசி எண்ணையும் வீட்டு முகவரியையும் வெளியிட்டு ஆள்காட்டிக் கொடுத்தது. ஊடகத்தின் மீது பெரும் அதிருப்தியை ஏற்படுத்திய இந்நிகழ்வை ஒட்டி, தோழர்கள் அ. மார்க்ஸ், ஞாநி ஆகியோரின் ஆலோசனைகளுடன் 'கவனிக்கிறோம்' என்ற பெயரில் ஊடக விமர்சனக் குழு ஒன்று உருவாக்கப்பட்டது. ஊடக அரசியல், ஊடக அறம் ஆகியவை குறித்து ஒரு விமர்சனத்தையும் விழிப்புணர்வையும் ஏற்படுத்தும் நோக்கில் உருவாக்கப்பட்ட இக்குழு அதன் ஆரம்பகட்டத்தில் இருக்கிறது. அதில் எனது பங்களிப்பாக எழுதப்பட்டவை இக்கட்டுரைகள்.

தொகுப்பில் உள்ள பல்வேறு கட்டுரைகள் அவை எழுதப்பட்ட நேரத்தில் மிகுந்த வரவேற்பைப் பெற்றவை. 'பாலியல் கலகம்' 'வ.வே.சு' 'ராதிகா சாந்தவனம்' ஆகிய கட்டுரைகள் குறிப்பிட்டுச்

சொல்லத்தக்கவை. ‘பாலியல் கலகம்’ கட்டுரை எனக்குப் பெரிய அளவிலான அறிமுகத்தைப் பெற்றுத் தந்தது. பின்னிரு கட்டுரைகளும் சர்ச்சையையும் பாராட்டையும் ஒருங்கே பெற்றன. இக்கட்டுரைகளை வெளியிட்ட இதழ்களுக்கும், இவற்றைத் தொகுத்து வெளியிடும் ‘எதிர் வெளியீடு’ தோழர்களுக்கும் நெஞ்சார்ந்த நன்றிகள்.

திருவண்ணாமலை,
02.01.2013.

மீனா.
writermeena@gmail.com.

திருக்குறளும் சமணமும்

இலக்கியக்களத்தில் மையங்களைப் பீடத்தில் ஏற்றி விளிம்புகளைப் புறக்கணித்துக் கொண்டிருந்த நிலையும் பிரதிகளைப் புனிதப் பொருட்களாக்கி பூசித்துக் கொண்டிருந்த நிலையும் காலாவதியாகிவிட்டது. எல்லாக் காலத்திற்கும் பொருந்தக் கூடியவையாகக் கருதப்பட்ட இலக்கிய மதிப்பீடுகள் எல்லாம் மறுமதிப்பீடுகளைப் பெற்றுக்கொண்டுள்ளன. இத்தகைய சூழலில், புனிதத் தொகுப்பாகவும் வழிபடு பிம்பமாகவும் நிலைநிறுத்தப்பட்ட திருக்குறளையும் திருவள்ளுவரையும் ஆய்வுப் பொருளாக்கி வெளிவந்துள்ளது "சமண முனிவர்கள் எழுதியது திருக்குறள்" என்னும் ஆய்வுநூல். (விழிகள் வெளியீடு, விலை: ரூ 150) குறள் மற்றும் குறளாசிரியர் பற்றிய மாற்று உண்மைகள் திட்டமிட்டு மறைக்கப்படும் நிலையில் அவற்றின் மீது கவனத்தை ஈர்க்கிறார் நூலாசிரியர் துளசி. இராமசாமி.

திருக்குறள் ஒரு சமண நூல் என்பதையும் அதில் நிரம்பியிருக்கும் சமணக் கருத்துகளையும் பொருத்தமான தரவுகளுடன் முன்வைப்பதோடு திருக்குறள் ஒரு தனி மனிதரால் எழுதப்பட்ட இலக்கியமன்று, சமண முனிவர்கள் பலரால் எழுதப்பட்ட ஒரு தொகுப்பு நூல் என்றும் அதிரடிக்கிறார். சமண மதத்தின் கொள்கைகளையும் தமிழகத்தில் சமணத்தின் தோற்றம் வீழ்ச்சியையும் திருக்குறளில் சமணமுனிவர்கள் சமணக்கொள்கை வழிநின்று நீதி உரைத்துள்ள பாங்கையும் தகுந்த சான்றுகளுடன் விளக்குகிறார்.

சமணம் என்கிற அருள்நெறி விருஷப தேவரால் தோற்றுவிக்கப்பட்டது. இவருக்கு 'ஜினன்' 'அருகன்' முதலிய வேறு பெயர்களும் உள்ளன. ஜினனை வழிபடுபவர்கள் ஜைனர்கள் எனப்பட்டனர். 'ஆதிபகவன்' 'வாலறிவன்' 'மலர்மிசை ஏகினான்' என கடவுள் வாழ்த்தில் மட்டுமின்றி திருக்குறளின் பெரும்பாலான

இடங்களில் போற்றப்படுகிற ஒப்பற்ற தலைவன் இந்த விருஷப தேவரே. சமண சமயம் போற்றும் நான்கு சரணங்கள், சமண முனிவர்களுக்கான ஐந்து மகாவிரதங்கள் உள்ளிட்ட சமணக் கொள்கைகள் திருக்குறளில் பொருந்தி உள்ளன என்பன போன்ற கருத்துக்களை இந்நூல் எடுத்தியம்புகிறது.

திருக்குறள் சமணநூல் என்பது ஆய்வுலகிற்குப் புதிய கருத்தன்று. ஏற்கனவே மயிலை. சீனி. வேங்கடசாமி, தி.ரு.வி.க, எஸ். வையாபுரிப்பிள்ளை, தி. அனந்தநாதர் உள்ளிட்ட அறிஞர்கள் இக்கருத்தை வலியுறுத்தியுள்ளனர். எனினும் இக்கருத்துக்கள் எல்லாம் மேலுக்கு வராமல், திருக்குறள் இந்து சமயநூல் என்பதாகவே நிலைநிறுத்தப்பட்டதில் பெரும்பங்கு பரிமேலழகரைச் சாரும். தமது வைணவச் சார்பையும் வைதீகப் பற்றையும் மிகத்தெளிவாக வெளிப்படுத்தி, அடியளந்தான் என்பதற்கு, 'தன் அடியளவானே எல்லா உலகையும் அளந்த இறைவன்' (அடியளந்த பெருமாள்) என்றும் அறமாவது 'மனு முதலிய நூல்களில் விதித்தன செய்தலும் விலக்கியன ஒழிதலுமாம்' என்றும் கூறியதோடு திருக்குறளை வைதீகத்தோடு பொருத்திக்காட்டி உரை வகுத்தார். இத்தகைய பரிமேலழகரின் உரையை 'பரித்த உரை எல்லாம் பரிமேலழகன் தெரித்த உரையாமோ தெளி' என்று போற்றிப் புகழ்ந்து திருக்குறளைத் தன்பிடிக்குள் தக்கவைத்துக் கொண்டது இந்துசமயம்.

பரிமேலழகர் உரையையும் அவரோடு மாறுபடுகிறவர்களின் உரையையும் தொகுத்துத் 'திருக்குறள் ஆராய்ச்சிப் பதிப்புரை' வெளியிட்ட கி.வ. ஜகந்நாதன் அந்நூலில், "இவருடைய (திருவள்ளுவர்) சமயம் சைனம் என்று வாதித்துச் சிலர் எழுதியிருக்கிறார்கள். வேதம், வேள்வி, வினைக்கு ஏற்ப வகுக்கும் கடவுள் ஆகியவற்றை உடம்பாட்டு வகையில் எடுத்தாள்வதனால், இவர் சைனர் என்று சொல்வதற்கில்லை. ஆயினும், சைனர்களுடன் பழகியவராதலின் அவர்கள் அருகனுக்கு வழங்கும் பெயர்கள் சிலவற்றைக் கடவுள் வாழ்த்தில் அமைத்தார்" என்று கூறுகிறார்.

வேதம், வேள்வி, கடவுள் ஆகியவற்றை உடம்பாட்டு வகையில் அதாவது வைதீகத்தோடு பொருந்தும் வகையில் எடுத்தாள்வதால் குறளை இயற்றியவர் சமணராக இருக்கமுடியாது என்கிறார் கி.வ.ஜ. அப்படியானால், "பிறப்பொக்கும் எல்லா உயிர்க்கும் சிறப்பொவ்வா செய்தொழில் வேற்றுமை யான்" என்று சொல்லி, வருணபேதங்களை, சாதிய ஏற்றத்தாழ்வுகளைக் களைந்து திருக்குறள் சமத்துவ முழக்கமிட்டது எப்படி? "அவிசொரிந்து

ஆயிரம் வேட்டலின் ஒன்றன் உயிர்செகுத்து உண்ணாமை நன்று" (நெய் முதலிய உணவுகளைத் தீயில் சொரிந்து ஆயிரம் வேள்விகள் செய்வதைவிட ஒன்றன் உயிரைப் போக்கி அதன் உடம்பைத் தின்னாமை நல்லதாம்) என்று கூறி வேள்விகளை, உயிர்க்கொலைகளை மறுத்துப் பிரச்சாரம் செய்ததன் பொருள் என்ன?

திருக்குறளின் சமணப் பின்புலத்தை விளங்கிக்கொள்ள இதுவரை பொருட்படுத்தாது விடப்பட்ட சமண உரைகளைச் சற்றுப் புரட்டிப் பார்க்க வேண்டும். சமண உரைகளுள் கவிராஜ பண்டிதரின் உரை குறிப்பிடத்தக்கது. குறளில் பொதிந்து கிடக்கும் சமணக் கருத்துகளை எளிமையான அழகோடு எடுத்துரைக்கும் பாங்கு படித்து அறியத்தக்கது.

"ஐந்தவித்தான் ஆற்றல் அகல்விசும்பு ளார்கோமான் இந்திரனே சாலும் கரி" என்னும் குறளுக்கு, புலன்களில் செல்கின்ற அவா ஐந்தினையும் அடக்கினானது வலிக்கு, அகன்ற வானத்து உள்ளார் இறைவனாகிய இந்திரனே அமையும் சான்று என பரிமேலழகர் உரைவகுக்க, ஐம்புலன்களையும் ஆசையின் வழியே போகாமல் அடக்கின ஜினனுடைய பெருமைக்கு இந்திரனே சான்று என்பார் கவிராஜபண்டிதர். ஐம்புல இன்பங்களில் ஒன்றாகிய உடல் இன்பத்தை ரம்பை, மேனகை, ஊர்வசிகளோடு இந்திரன் கொண்டாடியதும், துறவறமே முக்திக்கு வழி என்பதை வலியுறுத்திய ஜினன் துறவறம் பூண்டு உடலின்பத்தை மறுத்ததும் எண்ணத்தக்கது.

"கொல்லான் புலாலை மறுத்தானைக் கைகூப்பி எல்லா உயிருந் தொழும்" எனும் குறளுக்கு ஓர் உயிரையும் கொல்லாதவனுமாய்ப் புலாலையும் உண்ணாதவனை எல்லா உயிரும் கைகுவித்துத் தொழும் என்று பரிமேலழகர் கூற, 'கொல்லான் புலாலை மறுத்தவன்' ஜினன் என்று கூறி ஜினனை எல்லா உயிரும் தொழும் என்பார் கவிராஜ பண்டிதர்.

சமணத்தைப் போல உயிர்க் கொலையைக் காத்திரமாய் மறுதலித்த பிற மதத்தைக் காண்பதரிது. பிற உயிர்களை நேசிக்க வேண்டும் என்று கூறிய பவுத்தம் கூட கொல்லப்பட்ட விலங்குகளின் இறைச்சியை உண்பதற்கு அனுமதிக்கிறது. ஆனால், சமணம் பிற உயிர்களைப் புசிப்பதை எந்நிலையிலும் அனுமதிப்பதில்லை. இவ்வாறிருக்க, கடவுளின் பெயரால் உயிர்ப்பலிகள் அங்கீகரிக்கப்பட்ட சமூகத்தில், பிற உயிர்களைப் புசிப்பது குறித்த உணர்வற்றுக் கிடந்த சமூகத்தில்

‘கொல்லான் புலாலை மறுத்தவன்’ ஜினன் அன்றி வேறு யாராக இருக்கக்கூடும்?

திருக்குறளில் சமண சமயக் கருத்துகளை விளக்கிக்கூறிய துளசி. இராமசாமி, குறளுக்கான உரைகளைப் பயன்படுத்துமிடத்தில் மேலும் கவனம் குவித்திருக்கலாம். ‘ஐந்தவித்தான் ஆற்றல்’ ‘கொல்லான் புலாலை’ ஆகிய குறட்பாக்களுக்குப் பொருத்தமான சமண உரைகள் இருக்க அவற்றை விடுத்துப் பொதுவான உரைகளைக் கையாண்டிருப்பது குறையாகவே உள்ளது. எனினும் திருக்குறள் சமணக்கொள்கை வழிநின்று நீதி உரைக்கும் நூல் என்ற கருதுகோளைச் சரியான தரவுகளின் மூலம் விளக்கியுள்ளார்.

நூலில் முன்வைக்கப்பட்டுள்ள இன்னொரு கூற்று, திருக்குறள் ஒருவரால் எழுதப்பட்டதன்று; பலரால் எழுதப்பட்ட ஒரு தொகுப்பு நூல் என்பது. இதுவும் தமிழாய்வுலகில் ஏற்கனவே பேசப்பட்டதுதான். திருக்குறள் தனிப்பாடல்களாகப் பலரால் பாடப்பட்டு, பின்னால் அதிகாரங்களாத் தொகுக்கப்பட்டதோ என்று ஐயப்படுவோருக்குத் திருக்குறள் பொருட்பாலைக் கொண்டு தெ.பொ.மீ விளக்கமளித்துள்ளார்: “திருக்குறளின் பொருட்பால் “படைகுடி கூழ் அமைச்சு நட்பரண் ஆறும் உடையான் அரசருள் ஏறு” என்று தொடங்கி அவற்றுள் ஒவ்வொன்றையும் ஆராய்கிறது. எனவே, பொருட்பால் குறள்கள் தனித்தனியாகக் கிடைத்திருக்குமென எண்ண இயலாது” என்கிறார்.

திருக்குறள் பலரால் எழுதப்பட்டது என்னும் மாற்றுக் கருத்தைப் போல, ம.து.ச. விமலானந்தம், தனது தமிழ் இலக்கிய வரலாறில், சமண முனிவர்கள் பலரால் இயற்றப்பட்டதாகக் கருதப்படும் நாலடியார் குறித்து இப்படிச் சொல்லியிருக்கிறார்: “சிலர் பலரால் பாடப்பட்டதன்று; ஒருவராலேயே உருவாக்கப்பட்ட நூல் என்றும் செப்புவர்”. இத்தகைய மாற்றுக் கருத்துக்களையும் ஒருங்கிணைத்து துளசி இராமசாமி அவர்களின் கூற்றை ஆராய்வது, திருக்குறள் நூலாசிரியர் குறித்த தெளிவினை அடைய வழிவகுக்கும்.

இந்நூல் வலியுறுத்தும் மூன்றாவது கருதுகோள், திருக்குறள் சமண முனிவர்களால் - துறவிகளால் இயற்றப்பட்டது என்பது. முனிவர்கள் எழுதியது என்பதற்கு ஆதாரமாக நீதிநூல்கள் பல, பலரால் தான் எழுதப்பெற்றுள்ளன. அதுவும் முனிவர்களே நீதி உரைத்திருக்கிறார்கள். எனவே, திருக்குறள் என்கிற நீதி நூலும் முனிவர்களால் எழுதப்பெற்றதே என்று நிறுவுகிறார் நூலாசிரியர்.

நீதிநூல்களில் பலரால் - முனிவர்களால் எழுதப்பட்டதாக அறியப்படுவது நாலடியார் மட்டுமே. எனவே நாலடியாரைத் திருக்குறளோடு ஒப்பிட்டுப் பார்க்க வேண்டியது அவசியமாகிறது. "ஈரடிகளால் வள்ளுவர் சுருக்கமாக உரைத்துள்ள கருத்துகளை நான்கடி வெண்பாக்களால் எடுத்துக்காட்டுடன் விளக்கிக் கூறுவது நாலடியார்", "வடிவாலும் கருத்தாலும் குறளின் விரிவாக்கமாகத் திகழும் இதனைத் திருக்குறளின் விளக்கம் என்றே கொள்ளலாம்" என்றெல்லாம் திருக்குறளுக்கும் நாலடியாருக்கும் ஒற்றுமைகள் கற்பிக்கப்பட்டுள்ளதை நாமறிவோம். இத்தகைய முன்முடிவுகளின்றி இவ்விரு நூல்களையும் அணுகினால் நூல் கருத்துகளில் பல்வேறு முரண்கள் தொக்கியுள்ளதை அறியலாம்.

சமண முனிவர்களால் எழுதப்பெற்ற நாலடியார் செல்வம் நிலையாமை, இளமை நிலையாமை, யாக்கை நிலையாமை ஆகியவற்றை முன்னிறுத்தி சமணத்தின் உயரிய கொள்கையாகக் கருதப்படும் துறவறத்தைக் காத்திரமாய் வலியுறுத்துகிறது. "இல்செறிந்து காம நெறிபடரும் கண்ணினார்க்கு இல்லையே ஏம நெறிபடரு மாறு" (இல்வாழ்க்கையில் புகுந்து ஆசையின் வழியில் செல்பவர்களுக்கு சுகமான வழியில் செல்லும் பேறு இல்லை) என்று சொல்லி இல்வாழ்க்கையைப் புறந்தள்ளுகிறது. "வேல்கண்ணள் என்றிவளை வெஃகன்மின் மற்றிவளும் கோல்கண்ண ளாகும் குனிந்து" (வேலைப் போன்ற கண்களை உடையவள் என்று எண்ணி மயங்காதீர்கள், இந்த இளமை உடைய இப்பெண்ணும் பின்னாளில் வளைந்த கோலாகிய கண்ணை உடையவளாவள்) என்று சொல்லி இளமையைத் தூற்றுகிறது.

"ஊறி உவர்த்தக்க" என்னும் செய்யுளில், மலங்கள் ஊறி வெறுக்கத்தக்க ஒன்பது துளைகள் கொண்ட உறுப்புகளும் அசுத்தக் குழம்புகளும் மோதப்பெற்ற உடம்பை, மேலே போர்த்தப்பட்டிருக்கும் அழகான தோலை மட்டுமே கண்டு பெருந்தோளை உடையவளே! வளைகளை இடப்பெற்றவளே! என்று அறிவில்லாதவன் சொல்வான்" என்று கூறி பெண்ணுடலை வெறுக்கிறது.

ஆனால் திருக்குறள் இப்படியாக துறவை முன்னிறுத்தி வாழ்வின்பங்களை மறுப்பதில்லை. "ஆற்றின் ஒழுக்கி அறனிழுக்கா இல்வாழ்க்கை நோற்பாரின் நோன்மை உடைத்து" (பிறரையும் அறநெறியில் நடக்கச் செய்து, தானும் தன் அறத்தினின்று தவறாத இல்வாழ்க்கையானது தவம் செய்பவரைவிட மிக்க வலிமையுடையதாகும்) என்று இல்வாழ்க்கையைப் போற்றுகிறது.

“இல்லாரை எல்லாரும் எள்ளுவர் செல்வரை எல்லாரும் செய்வர் சிறப்பு” என்று சொல்லி இல்வாழ்விற்கு செல்வத்தின் அவசியத்தை வலியுறுத்துகிறது. பெண்ணடிமைத்தனத்தை வலியுறுத்திய போதும் திருக்குறள் எந்நிலையிலும் பெண்மையை - பெண்ணுடலை வெறுக்கவில்லை.

நாலடியாரின் 400 பாடல்களில் 30 பாடல்கள் மட்டுமே காமத்துப்பாலில் இடம்பெற்றுள்ளன. இவற்றுள் முதல் பத்து பாடல்கள் பொதுமகளிர் பற்றியும் அடுத்த பத்து பாடல்கள் கற்புடை மகளிர் பற்றியும் பேசுகிறது. இறுதி பத்துப் பாடல்களிலும் பெரும்பான்மை பிரிவுத்துயரும், வழியிடைத் துன்பமும் பேசப்பட, காமச்சிறப்பிற்கு, காமக்கொண்டாட்டங்களுக்கு இடமளிக்காமலேயே நாலடியாரின் காமத்துப்பால் முடிவுறுகிறது. ஆனால் திருக்குறளின் காமத்துப்பால் முழுவதிலும் பெண்ணுடலும் வேட்கைகளும் காமச்சிறப்புகளும் களிநடம் புரிகின்றன.

“பாலொடு தேன்கலந் தற்றே பணிமொழி வாலெயிறு ஊறிய நீர்” (இம் மென்மொழியாளின் வெண்பற்களில் ஊறிய நீர் பாலும் தேனும் கலந்த அமுதம் போன்றது) என்று திருக்குறள் பெண்ணுடலில் திளைக்கிறது.

“வருகமன் கொண்கன் ஒருநாள் பருகுவன் பைதல்நோய் எல்லாம் கெட” (நீண்ட நாட்களாக வராத என் காதலர் தவறாது ஒருநாள் என்னிடம் வருவாராக. வந்தால், என்னைத் துன்புறுத்துகிற இக்காம நோய் அடியோடு நீங்குமாறு அவர் உடம்பாகிய அமிழ்தத்தை என் ஐம்புலன்களாலும் ஆசைதீரப் பருகி இன்புறுவேன்) என்று சொல்லி காமத்தில் தகிக்கிறது.

“உள்ளக் களித்தலும் காண மகிழ்தலும் கள்ளுக்கில் காமத்திற்கு உண்டு” என்று காதற் சிறப்புரைக்கிறது.

திருக்குறளில் காணப்படும் இக்காதற் களியாட்டங்களை நாலடியாரில் காணமுடிவதில்லை. திருக்குறளின் கவிமனம் காமமெனும் கரைகாணாக் கடலில் மூழ்கித் திளைக்க, நாலடியாரின் துறவுமனமோ அதை வெறுத்து ஒதுக்குகிறது. இந்த முரண்பாடுகளைக் கண்டுகொள்ளாமல் நாலடியார் முனிவர்களால் இயற்றப்பட்டுள்ளதால் திருக்குறளும் முனிவர்களாலே இயற்றப்பட்டது என்று ஊகிப்பது படுஅபத்தம்.

முனிவர்களால் எழுதப்பெற்றது என்பதற்குப் பிறிதொரு ஆதாரமாக, “காமத்துப் பாலில் அகத்துறை விஷயங்கள் இல்வாழ்க்கையில் உள்ள லேசான சண்டை போட்டுச் சேர்ந்து

கொள்ளும் கணவன் மனைவி பற்றியதாகத்தான் பெரும்பாலும் உள்ளன. ஒருவனுக்கு ஒருத்தி என்பதும் மற்றபேர் உன்னை நினைத்துவிடுவார்களே என்கின்ற பொறாமையும் தான் ஆதாரக் கருத்தாக உள்ளன. சங்ககாலத்து அகத்துறைப் பாடல்களிலிருந்து மிகவும் வேறுபடுகின்றன" என்னும் சுஜாதாவின் கருத்தை மேற்கோள்காட்டி, "துறவிகள் - முனிவர்கள் அகத்துறையில் ஆழ்ந்த கவனம் செலுத்தமாட்டார்கள். ஆனால் கணவன் மனைவி இல்லற வாழ்க்கையில் சுமுகமாக இருக்க அறிவுரை சொல்வார்கள். இப்பகுதி, குறள் சமண முனிவர்கள் தாம் எழுதியது என்பதற்கு வலு சேர்க்கிறது" என்று முடிக்கிறார் நூலாசிரியர்.

ஆய்வுக்கருத்தை நிலைநிறுத்த "இல்லற வாழ்க்கைக்கு அறிவுரை கூறுவது" என்கிற ஒற்றைப் பொருளில் காமத்துப்பாலை சுருக்கியுள்ளதே இந்நூலின் முதற்பெருங்குறை. காமத்துப்பால் கூறுவது வெறும் கணவன், மனைவி சமாச்சாரம் அல்ல என்பதை உரையின் துணையின்றி குறட்பாக்களை மட்டுமே புரட்டினால் கூட அறிந்துகொள்ளலாம். இதைப்போலவே, சங்க அகப்பாடல்களோடு காமத்துப்பாலை ஒப்பிட இவை பெரிதும் வேறுபடாததை எளிதில் அறியலாம்.

ஆனால், இதற்கென கொஞ்சமும் மெனக்கெடாமல், காமத்துப் பாலிற்குப் பொருந்தாத மேற்கோளை எடுத்துரைத்து, துறவிகள் அகத்துறையில் ஆழ்ந்த கவனம் செலுத்தமாட்டார்கள் என்று வலிந்துரைப்பது ஆய்வாளருக்கு அழகன்று.

நூலின் பல இடங்களில் மேற்கோள் எது? நூலாசிரியரின் கூற்று எது? என்று பிரித்தறியவே முடியாதபடி தடுமாற்றம் ஏற்படுகிறது. சில இடங்களில் மேற்கோள்கள் நூலாசிரியரின் சொந்த கருத்தைப் போல பயன்படுத்தப்பட்டுள்ளன. இதனைத் தவிர்த்திருக்கலாம்.

நூற்கருத்துக்களோடு உடன்பட்டும் மாறுபட்டும் பல விமர்சனங்கள் உள்ள போதிலும் இந்நூலை வாசித்து முடிக்கையில் திருக்குறளைத் தமிழ் 'மறை' ஆக்கி, திருவள்ளுவருக்குப் பூணூல் அணிவித்தும், பட்டை தீட்டியும் கட்டமைக்கப்பட்ட இந்துத்துவ பிம்பத்தை இந்நூல் அசைத்துப் பார்த்திருப்பதை உணரமுடிகிறது. மறைக்கப்பட்ட உண்மைகளின் மீது கவனம் ஈர்த்த நூலாசிரியரின் துணிவு பாராட்டுதலுக்குரியது. உலகப்பொதுவாக நீதியுரைத்த ஒரு நூல் குறித்து பல்வேறு ஐயங்களை எழுப்பும் இந்நூல் அனைவரும் வாசித்துப் பார்க்க வேண்டிய ஒன்று.

□ உழைப்பவர் ஆயுதம், ஏப்ரல் – மே, 2009.

வ.வே.சு: ஒற்றை வரலாறுகளுக்கிடையே உருப்பெறும் பன்முகம்

சேரமாதேவி குருகுலப்பிரச்சினையை ஒட்டி கடும் விமர்சனங்களுக்கும் கண்டனங்களுக்கும் ஆளானவர் வ.வே. சுப்பிரமணியர். எனினும் தமிழ்த் திறனாய்வுகளுக்கு வ.வே.சு அளித்த பங்களிப்புகளைக் கொண்டு அவரை 'நவீன தமிழ்த் திறனாய்வின் முன்னோடி' என்று கைலாசபதி குறிப்பிட்டார். தமிழ், ஆங்கிலம், பிரெஞ்சு, கிரேக்கம், இலத்தீன் எனப் பன்மொழிப் புலமையாளராகத் திகழ்ந்த வ.வே.சு ஆங்கில விமர்சன முறையையும் உத்திகளையும் தமிழுக்கு அளித்ததோடு தமிழ் இலக்கியத்தைப் பிறமொழி இலக்கியங்களுடன் ஒப்புநோக்கிய வகையில் ஒப்பிலக்கிய முன்னோடியாகத் திகழ்வதாகவும் கைலாசபதி கூறினார்.

தமது 'பாலபாரதி' இதழில் 'புஸ்தக விமரிசனம்' எனும் தலைப்பில் திறனாய்வுகளையும் 'Review of books' என்னும் தலைப்பில் ஆங்கில மதிப்புரைகளையும் வ.வே.சு எழுதிவந்தார்.அவைகளுள் 'தாருல் இஸ்லாம்' பத்திரிக்கையின் ஆசிரியரும் நபிமொழிகள், திருக்குரான் ஆகியவற்றிற்கு முன்னோடி மொழிபெயர்ப்புகளைச் செய்தவருமான பா. தாவுத் ஷாவின் வெளியீடுகள் குறித்த ஒரு மதிப்பீடு அறியத்தக்கது:

> "தாருல் இஸ்லாம் பத்திராதிபரான பா. தாவுத் ஷா அவர்களால் எழுதப்பட்ட அரிய புத்தகங்களை வரவேற்கிறோம்.
>
> நாயக வாக்கியங்கள்: ரசூலல்லாவின் 451 வாக்குகள் அடங்கியது. படிக்கப்படிக்க மனத்திற்குச் சாந்தமளிக்கக்கூடியது. நாயக வாக்கியங்கள் இரண்டு பாகங்களும் வெகுசிரத்தையுடன் தயாரிக்கப்பட்டிருக்கின்றன. இவ்விரண்டும் ஒவ்வொரு தமிழர்களிடமும் அவசியம் இருக்க வேண்டியது.

ஜீவாஹிருல் புர்கான்: திருக்குரானின் தமிழ்மொழிபெயர்ப்பு. இதன் இரண்டு பாகங்களும் தமிழுலகிற்குப் புதிதாய் அளிக்கப்பட்ட ரத்னங்களாகும். குரான் திருவாக்குகளைத் தெள்ளிய தமிழில் மொழிபெயர்த்து அதற்கு விரிவான வியாக்கியானமும் விடுத்து இந்நூல் எழுதிய பெரியாரை அன்புடன் ஆதரிக்கத் தமிழ்நாட்டார் அனைவரும் கடமைப்பட்டிருக்கிறார்கள்"

'வருணாசிரமத்தை நிலைநாட்டிய சனாதனி' என்பதாகவே நமது வரலாறுகளில் பதியப்பெற்றிருக்கும் வ.வே.சு இசுலாமிய சமயத்தின் மீது கொண்டிருக்கும் இத்தகைய மதிப்பையும் மரியாதையையும் அறிகிற போது ஒருகணம் அதிர்ந்துபோக நேர்கிறது. இன்றும் இஸ்லாமிய நூல்கள் பலவும் தமிழில் வந்து கொண்டுள்ளன. அவற்றைத் தமிழறிஞர்களோ, இலக்கியவாதிகளோ பெரும்பாலும் கண்டுகொள்வதில்லை. வ.வே.சு இதைத் தேடிப்படித்து மதிப்புரை எழுதியதோடன்றி "ஒவ்வொரு தமிழர்களிடமும் அவசியம் இருக்க வெண்டுமெனவும்" வலியுறுத்துகிறார். இவ்வகையில், இம்மதிப்புரை வெறும் அதிர்ச்சியை மட்டுமல்ல, அவர் மீது கொண்டிருந்த முன்முடிவுகளை சற்று பலமாகவே அசைத்தும் பார்க்கிறது.

மொழிபெயர்ப்புகள், புதிய இலக்கண முயற்சிகள், சிறுகதை, திறனாய்வு என்று தமிழ் இலக்கியத்திற்குப் பல்வேறு பங்களிப்புகளை வ.வே.சு செய்திருக்கிறார். தீரமிக்க விடுதலைப் போராளியாய் சளைக்காமல் இயங்கியிருக்கிறார். இத்தகைய பங்களிப்புகளின் அடிப்படையில் அவருக்கான இடம் தமிழ்ச்சூழலில் நிறுவப்பட்டிருக்கிறது. 'தமிழ் மரபின் காவலர்' என்று வ.வே.சு.வை விதந்தோதிய ம.பொ.சி அவர்களின் பெருமுயற்சியால் அன்றைய [1981] அ.தி.மு.க ஆட்சியில் வ.வே.சு நூற்றாண்டு விழா கொண்டாடப்பட்டது. தி.மு.க ஆட்சிக்காலத்தில் வ.வே.சு.வின் நூல்கள் நாட்டுடைமையாக்கப்பட்டு கௌரவிக்கப்பட்டன. இன்னொருபுறம் விடுதலைப்போராட்ட வரலாற்றின் பக்கங்களில் தீவிரவாதப் போராளியாகவும் 'வீரவிளக்காகவும்' வ.வே.சு. போற்றப்படுகிறார். எனினும் இத்தகைய அங்கீகாரங்கள் எல்லாம் குறிப்பிட்ட சில அரசியல் நோக்கங்களின் அடிப்படையிலும் வரையறுக்கப்பட்ட சில பார்வைகளின் அடிப்படையிலும் அளிக்கப்பட்டவை. இவற்றைக் கடந்து வ.வே.சு.வை ஒரு திறந்தநிலை வாசிப்புக்கு ஆட்படுத்த வேண்டியது வரலாற்றுத்தேவை.

வ.வே.சு வின் இயக்கவாழ்வை இரண்டு கட்டங்களாகப் பிரிக்கலாம்.

முதற்கட்டம்:

பாரிஸ்டர் பட்டம் பெற்று தமது வழக்கறிஞர் பதவியை மேம்படுத்துவதற்காக லண்டன் மாநகரை [1907] அடைகிறார். அங்கு ஷியாம்ஜி கிருஷ்ணவர்மாவால் நடத்தப்பெறும் 'இந்தியா விடுதி' [India house] அயல்நாட்டில் முதல்முறையாக 'இந்திய தேசியப்புரட்சி இயக்கத்தை' உருவாக்கித் தீவிரமாக செயல்பட்டுக் கொண்டிருக்கிறது. வெறும் மரக்கறி [சைவ] உணவிற்காக இந்தியா விடுதியை நாடுகிற வ.வே.சு, அங்கு தம்மைப் போலவே பாரிஸ்டர் பட்டம் பெறுவதற்காக வந்துள்ள சாவர்க்கரை முதல்முறையாய்ச் சந்திக்கிறார். வாழ்க்கை தடம் புரளுகிறது. ஆங்கிலேய நடனம், இசை ஆகியவற்றின் மீது மோகம் கொண்ட ஒரு சாமான்ய இளைஞனாக லண்டன் நகருக்குள் நுழைந்த வ.வே.சு, சாவர்க்கர் காட்டிய பாதையில் மிகத்தீவிரமான ஆயுதப் புரட்சியாளராகக் கிளர்ந்தெழுகிறார்.

கடைவீதியில் உள்ள 'குறிவைத்துச் சுடும்' பந்தயக் கூடங்களில் அதிக செலவு செய்து துப்பாக்கிப் பயிற்சி எடுக்கிறார். இளைஞர்களுக்கு ஆயுதப் பயிற்சி அளிப்பதைத் தமது குறிக்கோளாகக் கொண்டு சிலருக்குப் பயிற்சியும் அளிக்கிறார். மணியாச்சியில் ஆஷ்துரையைச் சுட்டுக்கொன்ற வாஞ்சிநாதனுக்குப் பயிற்சியளித்தவர் வ.வே.சு.வே எனச் சொல்லப்படுகிறது. மேடம் காமா தமக்கு அனுப்பிய பிரௌனிங் பிஸ்டலை வாஞ்சிநாதனுக்கு அளித்ததாகவும் ஒரு குறிப்பு உள்ளது. ஆயுதப்புரட்சியின் மூலமாகவே இந்திய விடுதலை சாத்தியமாகும் என்று நம்பிய வ.வே.சு, 'தனிநபர் பயங்கரவாதம் புரட்சியின் முதற்கட்டம்' என்று அறிவித்தார். இவ்வாறு ஒரு தீவிரவாதப் போராளியாக இயங்கிய இந்தக் காலகட்டம் சாவர்க்கரைச் சந்தித்த 1907 ஆம் ஆண்டில் துவங்கி புதுச்சேரியை அடைந்த பிறகு 1915 வரை நீடித்தது.

இரண்டாம்கட்டம்:

முதல்பகுதிக்கு முற்றிலும் நேரெதிரான நிலைப்பாடு இங்கு மேற்கொள்ளப்படுகிறது. சாவர்க்கரின் பாதையில் இருந்து முழுமையாக விலகி காந்தியப்பாதைக்குத் திரும்புகிறார் வ.வே.சு. ஒத்துழையாமை இயக்கம், இந்து-முஸ்லிம் ஒற்றுமையை வலியுறுத்தும் கிலாபத் இயக்கம் ஆகியவற்றில் வெகுசிரத்தையோடு

பங்கேற்கிறார். 1921 'தேசபக்தன்' இதழில் வெளிவந்த - தாம் எழுதாத ஒரு கட்டுரைக்காக - 'ராஜதுரோகக் குற்றம்' சுமத்தப்பட்டபோது தமது வாக்குமூலத்தில் இப்படிக் கூறினார்:

"எனது தேசம் சுயராஜ்யம் பெற இதுவரையில் செய்துவந்த பலவித கிளர்ச்சிகளும் பயனற்றுப் போய்விட்டதால், காங்கிரஸ் மகாசபையின் கட்டளையை அனுசரித்து அரசாங்கத்துடன் ஒத்துழையாமைத் தர்மத்தைக் கைக்கொண்டிருக்கிறேன். எனது தாய்நாடு விடுதலை பெற அதுவே மார்க்கமென்பது எனது நம்பிக்கை"

ஒத்துழையாமை இயக்கத்தில் ஈடுபட்டதன் காரணமாகத் தனது சார்பில் வழக்காடுவதற்கு செய்யப்பட்ட ஏற்பாடுகளையும் மறுத்துவிட்டார். வ.வே.சு.விடம் ஏற்பட்ட இந்தத் தலைகீழ்மாற்றம் புதுச்சேரியில் காந்தியைச் சந்தித்து [1915] உரையாடியதிலிருந்து துவங்குகிறது. இந்தச் சந்திப்பு குறித்து ரா.அ. பத்மநாபன் சொல்கிறார்:

"ஐயர் அப்போதும் பலாத்காரவாதியே தான். அவர்கள் என்ன பேசினார்களோ தெரியவில்லை. ஆனால் ஐயர் அடியோடு மனம்மாறிவிட்டார். பரிபூரண காந்தியவாதி ஆகிவிட்டார். துப்பாக்கி எடுத்த கை தக்ளி எடுத்தது. கொலைக்கு அஞ்சாத ஐயர் சாந்த ஸ்வரூபியானார்"

இச்சந்திப்பு காந்தியுடனான இரண்டாவது சந்திப்பு. உண்மையில் முதல் சந்திப்பிலேயே அவர் காந்தியின் வசம் ஈர்க்கப்பட்டுவிடுகிறார். இந்தியா விடுதியில் 1909 ஆம் ஆண்டு விஜயதசமி பண்டிகையை ஒரு விழாவாகக் கொண்டாட ஏற்பாடு செய்கிறார்கள். தென்னாப்பிரிக்க அறப்போரில் வெற்றிகண்ட காந்தி அப்போது லண்டன் வந்திருக்கிறார். விழாவிற்குத் தலைமையேற்குமாறு காந்தியை அழைப்பதற்காக சாவர்க்கரும் வ.வே.சு.வும் செல்கிறார்கள். காந்தியைச் சந்தித்த அந்நிகழ்வைப் பற்றி புதுச்சேரியில் இரண்டாம்முறை சந்தித்துவிட்டு வந்த பின்பு சுத்தானந்த பாரதியிடம் நினைவுகூர்கிறார்:

"தென்னாப்பிரிக்காவில் காந்தி பெற்ற வெற்றியைக் கண்டேன். அப்போதே அவரிடம் பற்றிருந்தது. லண்டனில் அவரைப் பார்த்தபோது சத்தியவான், தேஜஸ்வி என்று நினைத்தேன். அப்போது கத்தியில் நம்பிக்கையிருந்த காலம். அதற்குமேல் ஆத்ம சக்தியொன்று உண்டென்று மகாத்மா விளக்கினார். தமது சாத்விக எதிர்ப்பைப் பற்றியும் யோசிக்கத் தூண்டினார். அதில் நம்பிக்கைவரப் பத்தாண்டுகள் ஆயின. மகாத்மாவின்

வழியால் ரத்தம் சிந்தாது நமது காரியம் முன்னேறும் எனத் தெரிந்ததும் மனம் அவரையே தலைவராகப் பின்பற்றியது”

காந்தியுடனான முதல்சந்திப்பு வ.வே.சு.விடம் அஹிம்சைக்கான சில விதைகளைத் தூவி இருந்தது. இச்சந்திப்பு சாவர்க்கரின் மனதில் எதுவித சலனத்தையும் ஏற்படுத்தவில்லை, மாறாக நேர் எதிரான ஒரு இறுகிய நிலைப்பாட்டிற்கே இட்டுச்சென்றது என்பது கவனிக்கத்தக்கது. 1915 முதல் அரசியல் போக்காக முளைவிடத்துவங்கிய வ.வே.சு.வின் காந்தியப்பற்று பிறகு வாழ்நாளெல்லாம் தொடர்ந்தது.

இவ்விடத்தில் ஒன்றை எண்ணிப்பார்க்க வேண்டும். சாவர்க்கர், காந்தி இருவரும் இந்திய தேசியத்தை ஒன்றுக்கொன்று முரண்பட்ட வரையறைகளால் கட்டமைத்தவர்கள். சாவர்க்கரைப் பொறுத்தமட்டில் ஆரம்பகால தேசியப்போராட்டத்தில் - அதாவது வ.வே.சு. இணைந்து செயல்பட்டுக்கொண்டிருந்த காலகட்டத்தில் - பின்னாளில் உருப்பெற்றிருந்ததைப்போல ஒரு இந்துத்துவ மனப்பாங்கு ஏற்பட்டிருக்கவில்லை. தன்னை ஒரு இந்துவாக உணர்ந்திருந்த போதும் இந்திய தேசத்தின் மற்றமைகளை - குறிப்பாக முஸ்லிம்களை - ‘எதிரிகளாக’ உணரவில்லை. 1923 இல் வெளிவந்த அவரது ‘இந்துத்துவம் அல்லது இந்து என்பவன் யார்?’ என்கிற நூலில்தான் இந்துத்துவத்திற்கான அரசியல் கோட்பாட்டை வகுத்தளித்தார். கலாச்சார தேசியத்தை முன்வைத்து இந்தியாவை ‘பித்ரு பூமியாக’ [தந்தையர் நாடு] மட்டுமின்றி புண்ணிய பூமியாகவும் கருதுபவர்களே - அதாவது இந்துக்களே - இந்தியர்கள் என்று முழங்கினார். இதற்கு மாறாக புவியியல் சார்ந்த தேசியத்தை முன்வைத்து இந்திய எல்லைக்குள் வாழ்பவர்கள் அனைவரும், அவர்கள் இந்துக்களாயினும் முஸ்லிம்களாயினும் அல்லது வேறு எந்த சமயத்தவராயினும் அவர்களும் இந்தியர்களே என்று வரையறுத்தார் காந்தி.

இந்த வரையறைகளின் பின்புலத்திலிருந்துதான் வ.வே.சு.வின் அரசியல் மாற்றத்தை நாம் புரிந்துகொள்ள வேண்டும். சாவர்க்கரிலிருந்து காந்தி என்கிற இந்த மாற்றம் வெறும் தலைமையின் மீது கொண்ட பற்றினால் ஏற்பட்டதல்ல. சொல்லப்போனால் காந்தியைவிடவும் சாவர்க்கரும் வ.வே.சு.வும் நெருங்கிய நண்பர்கள். பரஸ்பரம் அன்பு பூண்டவர்கள். சாவர்க்கரின் மீதான அன்பும் மரியாதையும் வாழ்நாளின் இறுதிவரையிலும் வ.வே.சு.விடம் நிலைத்திருந்தது. நீண்ட இடைவெளிக்குப்பிறகு

1925 ஜனவரி மாதம் மகாராஷ்டிரத்தில் சாவர்க்கர் - வ.வே.சு. சந்தித்தபோது ஒருவரையொருவர் ஆரத்தழுவி பழைய நாட்களை நினைவுகூர்ந்தார்கள். இனிமேல் தொடர்ந்து சந்திக்கவேண்டும் என்றும் முடிவெடுத்தார்கள். இத்தகைய நெருங்கிய நட்பு கொண்டிருந்தபோதும் சாவர்க்கரின் இந்துத்துவ அரசியலை எந்தநிலையிலும் ஆதரிக்காமல் காந்தியின் பாதையிலேயே வ.வே.சு. இறுதிவரை பயணித்தார். பாசிசத்தைப் புறக்கணித்துப் பன்மைத்துவத்தை அரசியலாக்கினார்.

வ.வே.சு.வின் பன்மைத்துவ மனப்பான்மையை மேலும் விளக்கவேண்டுமானால் முஸ்லிம் தோழர்களோடு அவருக்கிருந்த நல்லுறவைத்தான் கூறவேண்டும். 1921இல் தேசபக்தன் கட்டுரைக்காகக் கைது செய்யப்பட்டபோது ஒரு கூட்டம் அவர் பின்னால் தொடர்ந்து சென்றது. காவல்நிலையத்தின் முன்பு திரண்ட அக்கூட்டம் கைது நடவடிக்கையைக் கண்டித்து 'மகாத்மா - காந்திக்கு ஜே' 'அல்லா-ஹோ-அக்பர்' என்று முழக்கமிட்டது. இனி, அக்கூட்டத்தில் யாரெல்லாம் திரண்டிருந்தார்கள் என்பதும் அவர்களுக்கு வ.வே.சு.வின் மேல் எத்தகைய நன்மதிப்பு இருந்தது என்பதும் சொல்லாமலே விளங்கும்.

இந்துக்களும் முஸ்லிம்களும் ஒன்றுபட்டு வாழவேண்டியவர்கள் என்பதை வ.வே.சு. பல முகாந்தரங்களைக் காட்டித் தேசபக்தன் பத்திரிக்கையில் எழுதிவந்தார் எனவும் எங்கேனும் இந்து-முஸ்லிம் பிணக்கு எனும் புகை எழுந்தால் அதை உடனே சென்று அணைத்து வந்தார் எனவும் தேசபக்தனில் உதவியாசிரியராகப் பணியாற்றிய வெ. சாமிநாதசர்மா குறிப்பிடுகிறார். தேசபக்தன் கட்டுரைகள் கிடைக்கவில்லையென்றாலும் பாலபாரதியில் வ.வே.சு எழுதிய இரண்டு கட்டுரைகள் நமக்குக் கிடைக்கின்றன, ஒன்று 'முஸ்லிம் பண்டிதரும் சநாதன தர்மமும்' [நவம்பர், 1924] மற்றொன்று 'இஸ்லாமும் சாஸ்திர பரிசீலனையும் ' [மே, 1925].

1920களை ஒட்டி இங்கு விதைக்கப்பட்ட இந்துத்துவ பாசிசம் இசுலாமியர்களைப் பிரதான எதிரிகளாகக் கட்டமைத்தது. ஆனால் இதே காலகட்டத்தில் இந்து-முஸ்லிம் ஒற்றுமையை வலியுறுத்தி கிட்டத்தட்ட ஒரு நல்லெண்ணத் தூதராகவே வ.வே.சு. செயல்பட்டிருப்பதை இக்கட்டுரைகள் எடுத்துரைக்கின்றன.

மியான் அப்துல்லா அஜோதினி, மௌலானா ஷா அஜிஜ், அபுல் பஜல், அல்பரூனி முதலான முஸ்லிம் பண்டிதர்கள் சநாதன [இந்து]

தர்மத்தை மதித்துப் போற்றிய பாங்கு முதல் கட்டுரையிலும், லூயி பிகியே என்பவர் எழுதிய ‘மஹா பண்டிதரின் ஜீவ சரித்திரங்கள்’ என்னும் நூலிலிருந்து தேர்ந்தெடுக்கப்பட்ட முஸ்லிம் பண்டிதரின் சரித்திரங்கள் இரண்டாம் கட்டுரையிலும் விளக்கப்பட்டுள்ளன.

இக்கட்டுரை எழுதியதற்கான காரணமாக வ.வே.சு. குறிப்பிடும் கருத்து, ஒருமைப்பாடு கொண்ட இந்தியதேசத்தைக் காணவிரும்பும் அவரது வேட்கையை வெளிக்காட்டுகிறது:

> “இதனால் முஸல்மான்களும் தங்கள் ஆலிம்கள் கொண்டாடியிருக்கிற ஸநாதன தர்மத்தைக் கீழாக மதித்தல் தவறென்று நினைத்து அந்த உரிய தர்மத்தை ஆராயத் துவக்குவார்கள் என்றும் ஹிந்துக்களும், முஸ்லிம் கல்விமான்கள் தங்கள் தர்மத்தை ஆராய்ந்து பார்த்து அதை நன்கு மதிக்கிறார்கள் என்று கண்டு முஸ்லிம்களின் மீது அசூயை இருப்பின் அதை விட்டுவிடுவார்கள் என்றும் நம்புகிறோம்” [முஸ்லிம் பண்டிதரும் சநாதன தர்மமும்]

> “இங்கு அராபிய வித்துவான்களுள்ளும் சாஸ்திரக்ஞருள்ளும் சிலருடைய அரிய வேலைகளைப் பற்றி எழுதி அவர்களைப் பற்றி இன்னும் அதிகமாக அறியவேண்டும் என்கிற ஆசையை ஹிந்துக்களும் முகம்மதியரும் பிறருமாகிய நம் நேயர்களுக்கு உண்டாக்க விரும்புகிறோம்” [இஸ்லாமும் சாஸ்திர பரிசீலனையும்]

முஸ்லிம் மன்னர்கள் இந்துக்கோயில்களை அழித்தார்கள் என்பதைத் திரும்பத் திரும்பச் சொல்லி அதனடிப்படையில் முஸ்லிம்களுக்கு எதிராக மேற்கொள்ளப்படும் வன்முறைகளை நியாயப்படுத்துவது இந்துத்துவத்தின் முக்கிய அணுகல்முறைகளில் ஒன்று. படையெடுப்புகளின்போது மேற்கொள்ளப்படுகிற இத்தகைய வன்முறைகளை அரசர்கள் வழக்கமாக மேற்கொள்ளும் வன்முறைகளாகத்தான் பார்க்கவேண்டுமே ஒழிய அதை மதம் சார்ந்த வன்முறையாகப் பார்க்கக்கூடாது என இடதுசாரி வரலாற்றறிஞர்கள் தொடர்ந்து வலியுறுத்தி வருகின்றனர். சென்ற நூற்றாண்டின் தொடக்கத்திலேயே வ.வே.சு இத்தகைய ஒரு அணுகல்முறையைக் கைக்கொண்டிருந்தது உண்மையில் நம்மை வியக்கவைக்கிறது:

> “ஹிந்துக்கள் கஜனிமாமூதையும் கவுரி ஷஹாபுதீனையும் பாபரையும் ஔரங்கஜேபையும் இஸ்லாமிய தர்மத்தின் பிரதிநிதிகளாக பாவிக்கக்கூடாது. மற்று, அதிக்கிரமம் செய்த அன்னிய அரசர்களாகத்தான் அவர்களை எண்ண வேண்டியது”

இதைச் சொல்லியது மட்டுமல்ல,

"கஜனிமாமூதைப் பற்றி அவன் இந்தியாவைப் படையெடுத்துக் கோடிக்கணக்கான திரவியங்களைக் கொள்ளை கொண்டு போயினான்"

என்று மட்டுமே அறிந்திருந்த நம் இளைஞர்களுக்கு,

"சௌகரியத்துக்கும் பேராசைக்கும் அவன் எவ்வளவு பெயர் போயிருந்தானோ அவ்வளவுக்குக் கல்விக்காகவும் கற்றோரை ஆதரிக்கும் குணத்துக்காகவும் பெயர் போனவனாயிருந்தான்"

என்று எடுத்துரைத்தவர் இந்து சமூகத்தில் அனேகமாக வ.வே.சு ஒருவராகத்தான் இருப்பார்.

இவ்வாறு முஸ்லிம் சமூகத்தின் மீது நேசத்தைத் தூண்டுவதற்காகவும் இந்து-முஸ்லிம் ஒற்றுமையை நிலைநாட்டுவதற்காகவும் மனங்கசிந்த அவரது எழுத்துக்கள் அம்மட்டில் நின்றுவிடாது பிற எல்லா சமயங்களையுமே நேசத்துடன் அணுகியது.

'நிரதிசயமான ஆனந்தத்தை அனுபவிக்க வேண்டுமானால், குறுகிய இருதயங்கள் விரிய வேண்டுமானால், இருளடைந்த மனதில் கோடிசூர்யப் பிரகாசம் பிரவேசித்து அதை ஒளிபடுத்த வேண்டுமானால்' அதற்காக ஆரிய வேதங்கள், நம்மாழ்வார் வாக்கு, அப்பர் தேவாரம், குரு கோவிந்தசிங்கின் சண்டிஸ்தோத்திரம் ஆகியவற்றை மட்டுமின்றி யூதநூல்களில் யோப் [job], ஸுலெமானின் [Solomon] கானத்தையும், நான்கு சுவிஷேசங்களோடு [Testaments] பவிஷியத்தையும் [Revelation] முகமது நபியின் ஸுராக்களையும் ஐயன் புத்தனுடைய திரிபிடகத்தையும் உலககுரு வர்த்தமான மகாவீரனுடைய திருவாக்குகளையும் படித்தறிய வேண்டும் என்று பரிந்துரைத்தார். மேலும் ஜாரதுஷ்டிரனுடைய [zoraster] மணிகள் போன்ற வாக்குகளை ஆழ்ந்து படிக்க வேண்டும் என்றும் கூறியிருந்தது குறிப்பிடத்தக்கது.

சமயபேதத்தைக் கடந்ததோடு சாதிபேதங்கடந்தும் மனிதர்களை அரவணைக்க வ.வே.சு. விழைந்ததை இங்கு சுட்டிக்காட்ட வேண்டும். ஏட்டுப்படிப்புடன் தொழிற்கல்வியையும் கற்றுக் கொடுத்து நீக்ரோ மக்களின் முன்னேற்றத்திற்கு வழிவகுத்த 'புக்கர் வாஷிங்டனின்' வரலாற்றை 'நீக்ரோ மகான் புக்கர் வாஷிங்டன்' என்னும் குறுநூலில் விவரித்து எழுதினார். அந்நூலில் தலித்கள் மீதான அணுகுமுறையை ரொம்பவும் குற்றவுணர்வோடு எண்ணிப்பார்க்கிறார் வ.வே.சு:

“நம்நாட்டில் அறிவின்றி, சௌசமின்றி நல்ல சமர்க்கமின்றி ஆயுள் முழுவதும் இருந்துமடியும் ஹரிஜனங்களுக்கும் அறிவு புகட்டி அவர்களைக் கைதூக்கிவிடவேண்டும் என்ற எண்ணத்துடன் நம்மில் யாராவது முன்வருகிறோமோ? இல்லை அவர்களுக்குப் பசித்தால் அன்னம் இடுகிறோமா? தாகம் எடுத்தால் தண்ணீர் கொடுப்பது நிற்கட்டும். நம்முடைய கிணறுகளில் தண்ணீர் மொண்டு கொள்ள இடம் கொடுக்கிறோமா? பரோபகாரம்தான் உண்மையான ஈசுவரபக்தி. தன்னுயிரைப் போல் மண்ணுயிரைப் பார்த்தால்தான் நாம் பரம்பொருளிடத்தில் பக்தி செலுத்துவோராவோம்” என்று கூறுவதோடு, “இந்நூலை வாசிக்கும் நண்பர்களில் ஒருவருக்காகிலும் வாஷிங்டனுடைய பெருந்தகைமை ஏற்பட்டு தாழ்த்தப்பட்ட ஹரிஜனங்களிடையே உயர்ந்த கல்வியும் சுத்தமும் தொழில்வன்மையும்... வளருவதற்குக் கங்கணம் கட்டிக்கொண்டு உழைக்க ஆரம்பித்தால் இவ்வரலாற்றை எழுதியது வீணாகாது” என்றும் சொல்கிறார்.

இப்பணியைச் செய்வதற்குக் கங்கணம் கட்டிக்கொண்டு அவரே ஏன் களத்தில் இறங்கவில்லை என்கிற கேள்வி ஒருபுறம் இருப்பினும், ‘ஒதுக்குதலும் ஒதுங்குதலுமாகிய’ பார்ப்பனிய மனோபவத்திலிருந்து விலகி யாவருடனும் ஒருங்கிணையும் வ.வே.சு.வின் மனப்பாங்கு பாராட்டத்தக்கது என்பதில் ஐயமில்லை.

இவற்றையெல்லாம் புறக்கணித்து சேரமாதேவி குருகுலத்தில் வருணாசிரம தர்மம் கடைபிடிக்கப்பட்டதை மட்டுமே பூதாகரமாக்கிப் பார்தது வ.வே.சுவை மதிப்பிடக்கூடிய ஒரு வரலாற்றுச்சூழல் சென்ற நூற்றாண்டில் உருவாக நேர்ந்ததன் பின்னணியை நாம் அறிவோம்.எனினும் காலம் காலமான பார்ப்பனிய ஒதுக்கலுக்கு எதிராக எழுந்த சீற்றத்திற்கு வ.வே.சு. பலியாக நேர்ந்தது ரொம்பவும் சோகமானது.

சேரமாதேவி பிரச்சினையில் கூட ஒன்றைக் கவனிக்க வேண்டும். சுமார் 20 பேர் தங்கிப்பயின்ற பரத்துவாஜ குருகுலத்தில் இரண்டு மாணவர்கள் மட்டும் தனிப்பந்தியில் அமர்ந்து உண்டு வந்தார்கள். சமையல் வேலைகளுக்குப் பார்ப்பன மாணவர்கள் மட்டுமே அனுமதிக்கப்பட்டார்கள். இரண்டு மாணவர்களுக்காகக் கடைபிடிக்கப்பட்ட இந்த வர்ணாசிரம நெறி, நிதியை அள்ளிக் கொடுத்தும் தமது பிள்ளைகளைச் சேர்த்தும் குருகுலத்தை ஆதரித்து வந்த பார்ப்பனரல்லாதாரிடையே பெருங்கொந்தளிப்பை ஏற்படுத்தியது புரிந்துகொள்ளக்கூடியது தான். ஆனால் இந்தமுறையை வ.வே.சு.வே கட்டாயமாய்ப் புகுத்தியதைப் போன்ற

ஒரு கருத்து இங்கே கட்டமைக்கப்பட்டதில் தட்டையான வரலாறு எழுதுமுறையும் வரட்டுத்தனமான அரசியலணுகல் முறையும் பெரும்பங்கு வகித்துள்ளது.

இரண்டு மாணவர்களின் பெற்றோரும் தமது பிள்ளைகளை 'ஆச்சாரம் கெட்டுவிடாமல் பார்த்துக்கொள்ள வேண்டும்' என்கிற நிபந்தனையின் அடிப்படையிலேயே பள்ளியில் சேர்க்கிறார்கள். பிரிட்டிஷ் அரசை எதிர்க்கும் ஒரு போராளி நடத்தக்கூடிய மாற்றுப்பள்ளியில் மாணவர்களின் சேர்க்கை எந்த அளவில் இருக்கும் என்பது ஊகிக்கக் கூடியதுதான். வ.வே.சு. வீடுகளைத் தேடிச்சென்று பிள்ளைகளை அனுப்பும்படி வேண்டினார். 'வாவில்லா' குடும்பத்தாரின் நிபந்தனைகளை ஏற்று அவர்களின் பிள்ளைகள் இருவரையும் தனியே அமர்த்தி உணவிட்டார். அவர்கள் இருவரையும் தவிர்த்து வ.வே.சு மற்றும் அதே பள்ளியில் பயின்ற அவரது மகன் வ.வே.சு. கிருஷ்ணமூர்த்தி உட்பட அனைவருமே உடனுண்ணல் [சமபந்தி] முறையிலேயே உணவு உண்டார்கள் என்பது நினைவிற்குரியது.

குருகுலப் பிரச்சினை பெரும் போராட்டமாக கொந்தளித்தபோதும் பெற்றோருக்கு அளித்த சத்தியத்தை மீறமுடியாததால் அந்த மாணவர்களை இறுதிவரையில் சமபந்திக்குக் கட்டாயப்படுத்தவில்லை. எனினும், 'குருகுலத்தில் இனி எந்த ஒரு மாணவருக்கும் தனிப்பந்தி முறையை அனுமதிக்க முடியாது' என்று 'இந்து' நாளிதழில் செய்திக்குறிப்பு மூலம் வ.வே.சு அறிவித்தார். இருந்தபோதும், இரண்டு மாணவர்களுக்கு அளிக்கப்பட்ட சலுகை எந்த ஒரு நியாயத்தின் பேரிலும் ஏற்க இயலாதது தான்; கண்டனத்திற்குரியது தான்.

இன்னொன்றையும் சொல்லவேண்டும். ஏற்றத்தாழ்வற்ற சமத்துவ சமூகத்தை விரும்பிய வ.வே.சு, அதேவேளையில் இப்படியும் சொன்னார்: 'ஸ்திரிகளை சம்பாதிக்கும்படி விடுவது முடிவில் நல்ல பலனைத் தராது என்று தோன்றுகிறது... ஐரோப்பிய ஸ்திரிகளில் பெரும்பாலோர் தற்காப்புக்காக ஏதாவது ஒரு தொழில் செய்ய வேண்டியிருப்பதில், அங்கே பெண்மைக்குரிய குணங்கள் குறைந்து வருகின்றன. மனிதனுக்கு நட்பையும், அன்பையும் ஆறுதலையும் தந்து அதற்குக் கைமாறாக முரட்டு வேலைகளிலும் கூலிக்குச் செய்வதானால் சுமை அற்ற வேலைகளிலும் இறங்காமல் காக்கப்பட வேண்டியது ஸ்திரிகளின் உரிமை என்பது என் தாழ்ந்த அபிப்பிராயம்'

‘முரட்டு வேலைகளிலும்’ ‘சுமை அற்ற வேலைகளிலும்’ இறங்காமல் காப்பதற்காகப் ‘பெண்ணுரிமை’ பேசுகிற இவ்வாசகங்களெல்லாம் ஆணாதிக்கத் தந்திரங்கள் என்பது விளங்கக்கூடியதே.

ஆனால் இப்படியான விமர்சனக் கூறுகளை மட்டுமே வைத்துக் கொண்டு ஒரு ஆளுமையை நிர்ணயிப்பது ஒருதலைப்பட்சமானது. நவீன சிந்தனைகளைக் கொண்ட கல்வியாளர், ஆழங்கால்பட்ட தமிழறிஞர், பரந்துபட்ட வாசிப்புடைய இலக்கியவாதி, சிறந்த மொழிபெயர்ப்பாளர், நாடகக் கலைஞர், என்பதாகப் பல்வேறு துறைகளிலும் விரியும் அவரது தனித்துவங்களை விரிவஞ்சி இங்கு தவிர்க்க நேர்கிறது. வ.வே.சு.வின் ஆக்கங்களைத் தோழர்கள் அவசியம் படித்துப்பார்க்க வேண்டும். [பெ.சு. மணி: வ.வே.சு. ஐயரின் கட்டுரைக்களஞ்சியம், பூங்கொடி பதிப்பகம், மயிலாப்பூர்; வ.வே.சு. ஐயர் அரசியல் இலக்கியப் பணிகள், உலகத் தமிழாராய்ச்சி நிறுவனம், சென்னை.] இறுதியாக, வ.வே.சு.வின் மரணத்தை ஒட்டி எழுதப்பட்ட ஒரு இரங்கல் கட்டுரையிலிருந்து சில வரிகள்:

> “சாதி, மத பேதங்கடந்த பெரியார் ஆவர் நமது ஐயர். மக்கள் யாவரும் நிகரெனும் கொள்கையுடையவர். சமூக வாழ்க்கையைக் குலைத்துப் பெருங்கேடு விளைவித்துவரும் கொடிய வழக்கங்களை அறவே ஒழிக்க வேண்டுமென்ற சீரிய எண்ணமுடையவர். மனைவி, உற்றார் முதலானோர்களின் வற்புறுத்தல்களையெல்லாம் புறக்கணித்துப் பால்ய விவாகம் கொடிதெனக் கூறித் தமது உயிரனைய மகள் சுபத்திரா தேவிக்குப் பதினான்கு ஆண்டுகள் நிரம்பியும் மணம் செய்விக்க மறுத்துவிட்டனர். இதுகாலை நடைபெற்றுவரும் குருகுலப்போர் இவரது சமூகக் கொள்கைகளின்மீது மக்களுக்குள் ஒருவித ஐயத்தை உண்டாக்கிவிட்டதெனினும், அவ்வையப்பாட்டிற்கு ஒரு சிறிதும் ஆதாரமில்லை. உடனுண்ணலையும் வேறு சாதியார் இல்லங்களில் உணவெடுத்தலையும் இவர் கைக்கொண்டிருந்த உண்மையை யாமறிவோம்”

இப்படிச் சொல்லியது வேறுயாருமல்ல, குருகுலத்தில் தாங்கள் பாரபட்சமாய் நடத்தப்படுவதாய் ஓமந்தூர் ராமசாமியின் மகன் வந்து முறையிட்டபோது கொதித்தெழுந்து, குருகுலத்தின் ஆணிவேரையே ஆட்டம் காணச்செய்த நமது ஈ.வெ.ரா பெரியார் தான். பிரச்சினைகளைப் பன்முகப் பரிமாணங்களுடன் பார்க்கும் பண்பும், விமர்சனங்களுக்காகப் பங்களிப்புகளை புறக்கணித்துவிடாத நடுநிலைமையும் பெரியாரிடம் இருந்தது எண்ணத்தக்கது.

‘பானை சோற்றுக்கு ஒரு சோறு பதம்’ என்கிற அடிப்படையிலேயே, நிலவுகிற பார்ப்பனியச் சகதிக்குள் வைத்து வ.வே.சு முத்திரை குத்தப்பட்டார். வு.வே.சு.வின் பணிகளைச் சீர்தூக்கிப் பார்த்து அவற்றிற்கான இடத்தை நிறுவிய போதும், “ஐயரின் ஹிந்து தீவிரவாதம், தூய்மைவாதம் முதலியனவும் ஆங்காங்குப் புலப்படுகின்றன. சமூகச் சீர்திருத்தத்தில் ஐயர் அத்துணை ஈடுபாடு கொண்டிருக்கவில்லை” என மேம்போக்காகப் பார்த்துவிட்டு ஆகப்பெரும் அறிஞராகிய கைலாசபதியும் கூட முத்திரை குத்தியது வருந்தத்தக்கது.

வரலாறு என்பது சோற்றுப்பானை அல்ல. புறக்கணிக்கப்பட்டும் இருட்டடிப்பு செய்யப்பட்டும் கிடக்கும் அதன் பக்கங்களில் வெளிச்சமிட்டுக்காட்டுவதும் முன்முடிவுகளைக் கைவிட்டு சனநாயக வாசிப்பைச் சாத்தியப்படுத்துவதுமே நமக்குரித்தான பணிகள். தொடர்ந்து பக்கங்களைப் புரட்டுவோம்.

☐ உயிர் எழுத்து, செப்டம்பர், 2011.

சமச்சீர் கல்வியும் பாடநூல்களும்

தமிழகத்தில் 'சமச்சீர் கல்வி முறை' அமல்படுத்தப்படும் என்று தனது தேர்தல் அறிக்கையில் தி.மு.க அரசு உறுதியளித்திருந்தது. C.B.S.E பள்ளிகளைத் தவிர்த்து மாநிலப் பள்ளிகள், பதின்மப் [மெட்ரிக்]பள்ளிகள், ஆங்கிலோ இந்தியன் பள்ளிகள், கீழ்த்திசைப் [ஓரியண்டல்] பள்ளிகள் என 4 வகையான கல்வி வாரியங்கள் தமிழகத்தில் இயங்குகின்றன. இவற்றின் கல்விச் சூழலும் [கட்டிட வசதி, ஆசிரியர் மாணவர் விகிதாச்சாரம் என்பன...] பாடத்திட்டங்களும் [syllabus] ஒன்றுக்கொன்று மாறுபட்டவை என்றாலும் இந்தப் பாகுபாடுகளால் பெரும் பின்னடைவை எதிர்கொள்பவர்கள் அரசுப் பள்ளி மாணவர்கள் தான். இந்த ஏற்றத்தாழ்வுகளைக் களைந்து அனைவருக்கும் சமச்சீரான கல்வியை அளிப்பதற்கான முயற்சிகளை ஆட்சிப் பொறுப்பு ஏற்றதில் இருந்தே தி.மு.க அரசு மேற்கொண்டு வந்தது.

இதன்படி தமிழகத்தில் சமச்சீர் கல்வி குறித்து ஆராயவும், கருத்துகளை அறியவும் பாரதிதாசன் பல்கலைக்கழக முன்னாள் துணைவேந்தர் ச. முத்துக்குமரன் தலைமையிலான குழுவொன்று கடந்த 2006 ஆம் ஆண்டு அமைக்கப்பட்டது. மற்ற மாநிலங்களின் கல்விநிலை குறித்து ஆராய அனைவருக்கும் கல்வித்திட்ட இயக்கத்தின் முன்னாள் திட்ட இயக்குநர் எம்.பி. விஜயகுமார் தலைமையிலான குழுவொன்றும் ஏற்படுத்தப்பட்டது. சமச்சீர் கல்வி முறைக்கென 'தமிழ்நாடு ஒரேமாதிரியான பள்ளிக்கல்விமுறைச் சட்டம்' [Tamilnadu Uniform System of School Education Ordinance] இயற்றப்பட்டதோடு நான்கு கல்வி வாரியங்களுக்கும் பொதுவாக 'மாநில பொதுக் கல்வி வாரியம்' அமைக்கப்பட்டது.

குழுவினரின் கருத்துக்களோடு கல்வியாளர்கள், சமூக ஆர்வலர்கள் ஆகியோரது கருத்துக்களையும் கணக்கில் கொண்டு நான்கு கல்வி வாரியங்களுக்கும் பொதுவான - ஒரே மாதிரியான

பாடத்திட்டமும், பாடப் புத்தகங்களும் உருவாக்கப்பட்டன. இவ்வாறு உருவாக்கப்பட்ட பொதுப் பாடத்திட்ட முறையானது தமிழகமெங்கும் இந்தக் கல்வியாண்டில் [2010-2011] 1 மற்றும் 6 ஆம் வகுப்புகளில் அமல்படுத்தப்பட்டிருக்கிறது. அடுத்த கல்வியாண்டு துவக்கம் இரண்டு முதல் பத்தாம் வகுப்பு வரை இத்திட்டம் செயற்படும். தனியார் பள்ளிகளின் பலத்த எதிர்ப்புகளுக்கிடையே கல்விக்கூடங்களில் சமத்துவத்தை நிலைநாட்டியிருக்கிற இந்த முயற்சியை மனமுவந்து வரவேற்கும் அதேவேளையில் ஒன்றை நாம் எண்ணிப் பார்க்க வேண்டும்.

ஊடகங்களாலும் ஒரு வகையில் அரசுதரப்பாலும் கூட ‘சமச்சீர் கல்வி’ என்பதாகவே விளிக்கப்படும் இந்தத் திட்டத்தால் உண்மையில் நமது பிள்ளைகளுக்குக் கிட்டுவது சமச்சீர் கல்வி தானா? கொழிக்கிற லாபத்தில் வசதி வாய்ப்புகளைப் பன்மடங்காக்கும் தனியார் பள்ளிகள் ஒருபுறம், குறைந்தபட்சம் கழிப்பறை வசதிகளுக்கே திண்டாடும் [பெரும்பான்மை] அரசுப் பள்ளிகள் மறுபுறம் என முரண்பட்டுக் கிடக்கிற சூழலில் பொதுப் பாடத்திட்ட [Common syllabus & text book] அமலாக்கத்தால் மட்டுமே சமச்சீர் கல்வி சாத்தியமாகிவிடுமா? கற்றல் சூழல், கற்றல் செயல்பாடுகள், ஆசிரியர்-மாணவர் விகிதாசாரம் என அனைத்திலும் - அனைத்துப் பள்ளிகளையும் சமத்துவப்படுத்தாமல் ‘சமச்சீர் கல்வி’ நமக்கு வாய்த்துவிடுமா?

இந்தப் புரிதல்களின் பின்புலத்தோடு தமிழக அரசின் திட்டத்தை அணுகினால் ஒன்றைத் தெளிவாக்கிக் கொள்ளலாம். தற்போது அமல்படுத்தப்பட்டிருப்பது சமச்சீர் கல்வி அன்று. சமச்சீர் கல்விக்கான முன்நிபந்தனை மட்டுமே. வசதி படைத்தவர்கள் தரமான கல்விச்சூழலை விலைக்கு வாங்குவதும், வசதியற்றவர்கள் தரம் குறைந்த கல்விச்சூழலில் உழன்று கிடப்பதுமான பாகுபாடுகள் ஒழிக்கப்பட்டு உண்மையிலேயே அனைவருக்கும் சமச்சீரான கல்வியை அளிக்க வேண்டுமானால் அதற்கான ஒரே வழி “அருகாமைப் பள்ளிகள்” [Neighbourhood Schools] தான்.

சமூக ஏற்றத்தாழ்வைக் களைவதற்கும், ஒருமைப்பாட்டை வலியுறுத்துவதற்குமான வழியாக “அருகாமைப் பள்ளிகள்” என்கிற முறையைக் கோத்தாரிக் கல்விக்குழு [1964-66] முதன் முதலில் பரிந்துரைத்தது. வெவ்வேறு சாதி, வகுப்பு, இனம், மதம், பொருளாதார நிலை, சமுதாய அந்தஸ்து ஆகியவைகளைக் கொண்ட அனைத்து குழந்தைகளும் அவர்களுக்கு மிக அருகில்

உள்ள பள்ளியில் சேர்ந்து பயில வேண்டும் என்பதே அருகாமைப் பள்ளிகள் என்பதன் அடிப்படைக் கருத்து.

பணக்காரக் குழந்தைகளும், அதிகார வர்க்கத்திலுள்ளோரின் குழந்தைகளும் படிப்பதால் தமது பிள்ளைகளின் நலன் நோக்கில் கல்வித் தரத்தையும், பள்ளித் தரத்தையும் உயர்த்திட அவர்களின் பெற்றோர் முனைவர். இதனூடாக அப்பள்ளியில் பயில்கிற அடித்தட்டு வர்க்க மாணவர்களுக்கும் தரமான கல்வி கிடைக்கும். ஆனால் இப்படி இல்லாமல் வசதி படைத்தவர்களும், வசதியற்றவர்களும் பிளவுபட்டிருந்தால் கல்வி பிரிவினைகளை அதிகரிக்கவும், வர்க்க, சமூக வேறுபாடுகளைத் தொடர வைக்கவும் பயன்படுகிற கருவியாகி விடும் என்று கோத்தாரிக் கல்விக் குழு எச்சரித்தது.

அருகாமைப் பள்ளித் திட்டத்தை கட்டாயப்படுத்தாத வரையில் எந்த சட்டங்களாலும் எல்லோருக்குமான சமச்சீர் கல்வியை அளித்து விடமுடியாது என்பதே நிதர்சனம். இந்த வகையில் தமிழக அரசின் சட்டமும் சமச்சீர் கல்வியை சாத்தியப்படுத்தவில்லை என்றாலும் நான்கு கல்வி வாரியங்களுக்குமான பாடத்திட்டத்தை [Syllabus & Text books] சமச்சீராக்கியதில் வெற்றி பெற்றிருந்தது. இந்த அடிப்படையிலேனும் சமத்துவம் நிலவுகிறதே என்று நாமும் மகிழ்ந்திருந்த வேளையில் அதற்கும் உலை வைத்துவிட்டன கொழுத்திருக்கும் தனியார் பள்ளிகள்.

சமச்சீர் கல்வி முறைக்கென உருவாக்கப்பட்ட 'தமிழ்நாடு ஒரே மாதிரியான பள்ளிக்கல்விமுறைச் சட்டத்தை' நீக்கக் கோரி பல்வேறு தனியார் பள்ளிகளும் உயர்நீதிமன்றத்தில் வழக்கு தொடுத்தன. அதனை விசாரித்த நீதிபதிகள் இப்படித் தீர்ப்பு வழங்கியுள்ளனர்: பொதுப் பாடத்திட்டத்தைக் கொண்டுவருவதற்கான உரிமை அரசாங்கத்திற்கு உண்டு. அதேவேளையில் பாடப்பகுதிகளைத் தேர்வு செய்யும் உரிமையை பள்ளிகளுக்கு அளிக்க வேண்டும். வரும் கல்வியாண்டு முதல் [2011-2012] பாடப் புத்தகங்களைத் தனியார் பள்ளிகளே தயார் செய்து கொள்ளலாம்.

அதாவது இனி தமிழகம் முழுவதிலும் பாடத்திட்டம் [syllabus] ஒன்று தான். ஆனால் பாடப் புத்தகங்களின் உள்ளடக்கங்கள் அரசுப்பள்ளிகளுக்கும் தனியார் பள்ளிகளுக்கும் வேறுபடும். உதாரணமாக 'சீர்திருத்தவாதிகள்' என்ற பாடத்திட்டத்தின் கீழ் அரசுப் பள்ளிகள் பெரியாரையோ, ஜோதிபா புலேவையோ

முன்னிறுத்தினால் தனியார் பள்ளிகள் ராஜாராம் மோகன்ராயையோ, தயானந்த சரஸ்வதியையோ நிறுத்திக் கொள்ளலாம். மீளவும் இப்படித் துவங்குகிற பாகுபாடு இப்படியாக மட்டுமே முடிந்து விடாது. அரசுப் பள்ளிகளுக்கும், தனியார் பள்ளிகளுக்குமான தர வேறுபாட்டிற்கும், ஏற்றத்தாழ்விற்கும் தான் மறுபடி இட்டுச் செல்லும்.

கல்வியில் சமத்துவம் என்பதாகத் தொடங்கி இறுதியில் பாடநூற்களில் கூட சமத்துவம் சாத்தியமற்றுப் போய்விட்டது. ஆனாலும் மூன்று ஆண்டுகளுக்கும் மேலான தமிழக அரசின் சமச்சீர் கல்வித் திட்ட முயற்சி விழலுக்கு இரைத்த நீராய் வீணாகவில்லை என்பதையும் குறிப்பிட வேண்டும். இந்த முயற்சியினூடாய் நமக்குக் கைமேல் கிட்டியிருக்கும் பெரும்பலன் தான் புதிய பாடநூற்களின் வரவு.

நிற்க. "கல்வி கற்பிப்பதைவிடக் கல்வியின் லட்சியத்தையும் போதனையின் தன்மையையும் மாற்ற வேண்டியது இந்தியாவுக்கு மிகவும் அவசியமானதாகும்" என்று இந்தியக் கல்வியமைப்பில் செய்ய வேண்டிய சீர்திருத்தம் குறித்து மிகத்துல்லியமாகவே அவதானித்திருந்தார் நமது பெரியார். இந்தச் சிந்தனைகளை எல்லாம் ஒதுக்கித் தள்ளியதால் கல்விக் கூடங்களில் ஆக்ரமித்துக் கிடக்கும் பாசிசக் கூறுகளும், பிற்போக்குத்தனங்களும் நாம் அறியாததல்ல என்பதோடு சொல்லியும் மாளாதது. 'வெள்ளைக் காகம் பறக்கிறது' என்று சொன்னால் அதைக்கூட மனனம் செய்யும் 'திறனைத்தான்' கல்விக் கூடங்கள் வளர்க்கின்றனவே ஒழிய ஏதொன்றையும் சந்தேகிக்க வேண்டிய 'அறிவை' அவைகள் வளர்ப்பதில்லை.

இப்படியான கல்விச்சூழலில் நம் கண்களை நாமே நம்ப இயலாத படிக்கு மரபுகளைக் கொட்டிக் கவிழ்த்திருக்கின்றன தற்போதைய பொதுப்பாடத் திட்ட புத்தகங்கள் [1 மற்றும் 6 ஆம் வகுப்பு]. இதுகாறும் சொற்பொழிவுக் குப்பைகளின் தாங்கிகளாகக் கிடந்த புத்தகங்கள் முதல்முறையாய் உரையாடலுக்கான களங்களாக உருமாறியுள்ளன. ஆசிரியரை எல்லாம் அறிந்த போதனையாளராகவும், மாணவர்களை நிரம்ப வேண்டிய கலன்களாகவும் எதிர் நிறுத்திய அதிகார முரண் தகர்க்கப்பட்டு ஆசிரியரோடு மாணவரும், மாணவரோடு ஆசிரியரும் இணைந்து கற்கும் சனநாயகச் சூழல் சாத்தியமாகியுள்ளது.

பக்கத்திற்குப் பக்கம் வண்ணமயம், பெரிய அளவிலான எழுத்துக்கள், நேர்த்தியான அச்சு, தேசிய கல்வித் திட்டத்தில் பரிந்துரைக்கப்பட்ட 'குறைந்த அளவு கற்றல்' முறையைத் தழுவி தயாரிக்கப்பட்டுள்ள பாடப்பகுதிகள் என கையளிக்கப்பட்டிருக்கும் தரம் வாய்ந்த புத்தகங்களால் குழந்தைகளின் காட்டில் அடைமழைதான். புத்தகங்களின் வடிவமைப்பிலும், உள்ளடக்கத்திலும் அதிரடியான மாற்றங்களை நிகழ்த்தியிருக்கிற சமச்சீர் பாடநூற்களின் வரவேற்கத்தக்க அம்சங்களையும், விமர்சிக்கத்தக்கக் கூறுளையும் சுருக்கமாய்க் காண்போம்.

ஒன்றாம் வகுப்பிற்கு நான்கு பாடங்கள்: தமிழ், ஆங்கிலம், கணிதம், சூழ்நிலையியல். வண்ணமயமான பக்கங்கள், எளிய பாடத்திட்டம் என்பதெல்லாம் ஒன்றாம் வகுப்பிற்குப் புதிதில்லை என்றாலும் குழந்தைகளை மையப்படுத்திய கல்வி - 'என்னால் முடியும்' என குழந்தைகளின் நம்பிக்கையைத் தூண்டுகிற கல்வி என்கிற வகையில் தற்போதைய பாடத்திட்டம் முக்கியவத்துவம் பெறுகிறது.

பாரதிதாசனின் ஆத்திச்சூடி, செயல்வழிக்கற்றல் முறைக்கு ஏற்ப அமைக்கப்பட்டுள்ள பாடப் பகுதிகள், கற்றலில் குழந்தைகளின் சுயபங்களிப்பை மிகுதிப்படுத்தியிருத்தல் என பல்வேறு புதுமைகளோடு திகழ்கிறது தமிழ்ப் பாடநூல். அறிந்தவற்றில் இருந்து அறியாதவைகளுக்கு இட்டுச் செல்லுதல் என்ற முறையில் எழுத்துக்கள் இயல்பாகப் பயிற்றுவிக்கப்படுகின்றன. எனினும் ஒன்றைச் சுட்டிக்காட்ட வேண்டும். 'இப்படி இருந்தால்' என்ற தலைப்பின் கீழ் 'மரத்துக்குக் கால்கள் இருந்தால்' எனும் கற்பனை இவ்வாறு காட்சிப்படுத்தப்பட்டுள்ளது: பெருமரம் ஒன்று கைகால்களை ஆக்ரோஷமாய் வீசியபடி கிரிக்கெட் விளையாடும் சிறுவனை நோக்கி கடுங்கோபத்தோடு வருகிறது. சிறுவன் பயந்து நடுங்குகிறான்.

இந்த 'விபரீத கற்பனை' மரங்கள் பற்றிய எதிர்மறையான கருத்தைத் தான் குழந்தைகள் மனதில் ஏற்படுத்தும். மரங்களோடு குழந்தைகள் ஓடிப்பிடித்து விளையாடுவது, மரங்கள் நடந்து சென்று வெயிலில் தவிக்கும் மக்களுக்கு நிழலளிப்பது இப்படியான ஆரோக்கியமான கற்பனைகளைக் குழந்தைகளிடம் முன்வைத்திருக்க வேண்டும்.

ஆங்கிலத்தைப் பொறுத்தமட்டில் பிறமொழிப்பாடம் என்கிற பிரமிப்பையோ, சோர்வையோ ஏற்படுத்தாமல் கற்றலில் மகிழ்ச்சி அளிக்கும் படியாக பாடப்பகுதிகள் அமைக்கப்பட்டுள்ளன. அறிந்தவற்றில் இருந்து அறியாதவை என்பதாகவே இங்கும் எழுத்துக்கள் அறிமுகப்படுத்தப்படுகின்றன. இவற்றோடு Days of the week, Months of the year, குழந்தைளிடம் மிகவும் பிரபலமான Rain Rain Go away, Butterfly Butterfly come to me ஆகிய பாடல்கள் போன்ற எளிய பாடங்களையும் அறிமுகப்படுத்தியிருக்க வேண்டும்.

படைப்பாற்றல் திறனை மேம்படுத்துகிற 'சூழ்நிலையியல்' பாடம் சூழல்களை அறிமுகம் செய்வதோடு 'மரங்களுக்குள் ஒளிந்திருக்கும் நண்பர்களைக் கண்டுபிடியுங்கள்' 'வாருங்கள் சிட்டுகளே பூனை அண்ணனை வரையலாம்' என்று சக உயிர்களின் மீதான நேசத்தையும் ஊட்டுகிறது. ஆனால் சூழல்களின் அறிமுகம் என்கிற அளவில் மட்டுமே தன்னை சுருக்கிக் கொண்டதால் சுற்றுச்சூழல் குறித்த விழிப்புணர்வை ஏற்படுத்தத் தவறியுள்ளது. பொருட்களை [இலை, காய், கனி, மரம், செடி...] தெளிவாக அறிந்து கொள்ள முடியாதபடி குழப்பத்தை விளைவிக்கும் படங்களும் சூழ்நிலையியல் பாடத்தின் பெருங்குறை.

படக்கதைகள், பாடல்கள், எண் விளையாட்டுகள் ஆகியவற்றின் மூலம் கணிதப் பாடமும் கற்றல் என்பதை மகிழ்ச்சிக்குரியதாக்குகிறது. இறங்கு வரிசையை அறியும் திறனுக்கு மேலும் கவனம் செலுத்தியிருக்க வேண்டும்.

குழந்தை மையக்கல்வி என்கிற அளவில் ஒன்றுபடுகிற நான்கு பாடங்களும் பல்வேறு இன, மத, மொழிகள் நிறைந்த சமூகத்தில் 'இந்துக்களை' மட்டுமே முன்னிறுத்துதல் - முதன்மைப் படுத்துதல் என்ற அம்சத்திலும் ஒன்றுபடுகின்றன. தமிழ்ப் பாடத்தில் வருகிற 'என் குடும்பம்' இந்துக் குடும்பமாகவே இருக்கிறது.ஆங்கிலப் பாடத்தில் துள்ளி விளையாடும் பிள்ளைகள் எல்லாம் Ravi, Rani, Ponni, Somu, Kala... க்கள் தான். இந்தியா ஒரு பன்மைத்துவ சமூகம் என்பதை உணர்த்துவதற்கான எந்த ஒரு கூறும் எந்த பாடத்திலும் இடம்பெறவில்லை.

ஆறாம் வகுப்பில் ஐந்து பாடங்கள்: தமிழ், ஆங்கிலம், கணிதம், அறிவியல், சமூகஅறிவியல். இதனைப் பொறுத்தமட்டில் அனைத்துப் பாடப்பகுதிகளும் வழமையான - கெட்டித்துப் போன பத்திகளாக இல்லாமல் மாணவர்களுடனான கலந்துரையாடலாக

வடிவமைக்கப்பட்டுள்ளன. அவற்றிலும் குறிப்பிட்டுச்சொல்ல வேண்டியது தமிழ்ப்பாடநூல் குறித்துத்தான்.

செய்யுள், உரைநடை, இலக்கணம், துணைப்பாடம் என தனித்தனிப் பிரிவுகளாக இருந்த முறை மாற்றப்பட்டு நான்கு பிரிவுகளில் இருந்தும் ஒரு பாடம் என்கிறவீதம் இயல்களாகப் பகுக்கப்பட்டுள்ளது. பிற பாடப் பகுதியோடு இணைப்பதன் மூலம் இலக்கணத்தின் மீதான சோர்வைப் போக்குவதோடு நான்கு பிரிவுகளின் மீதும் ஆசிரியர் சமகவனம் குவிப்பதற்கு இம்முறை வழிசெய்கிறது.

'கள்ள வேடம் புனையாதே - பல கங்கையிலே உன் கடம் நனையாதே' எனும் கடுவெளி சித்தர் பாடல், 'சாஸ்திரம் படிப்பது அந்தக் காலம் சரித்திரம் படிப்பது இந்தக் காலம்/ கோத்திரம் பார்ப்பது அந்தக் காலம் குணத்தைப் பார்ப்பது இந்தக் காலம்' எனும் உடுமலை நாராயண கவியின் பாடல், பகுத்தறிவைத் தூண்டும் 'தங்க மாம்பழமும் சூட்டுக் கோலும்' கதை, பொதுவுடைமைச் சிந்தனையைத் தூண்டும் 'எது பெரிய உண்மை' கதை இப்படியாக முற்போக்கு அம்சங்களால் நிரம்பியிருக்கிறது தமிழ்ப் பாடநூல். வேறெந்த பாடங்களை விடவும் மதத்தின் கறைகளால் பாழ்ப்பட்டுக் கிடந்த தமிழ்ப்பாட நூலை முதல்முறையாய் இப்படிக் காண்கிற போது உண்மையிலேயே நமக்கு சொல்லத் தோன்றுகிறது: "இந்துத்துவம் வீழ்த்தப்பட்டிருக்கிறது"

இவ்விடத்தில் ஒன்றைச் சொல்ல வேண்டும். தற்போதைய பத்தாம் வகுப்புத் தமிழ்ப் பாடப் புத்தகத்தில் உள்ள ஒரு பாடம்: "இவர் தான் பெரியார்" [ஆசிரியர்: நெ.து. சுந்தரவடிவேல்]. பெரியாரை வைக்கம் வீரனாகக் கூட அடையாளப்படுத்தாமல் ரொம்பவும் எளிமைப்படுத்தியும், பொத்தாம் பொதுவாகவும் ஓரிரு பக்கங்களில் நீட்டி முழக்குகிற பாடப் பகுதியை வாசித்து முடிக்கையில் இந்த ஏக்கப் பெருமூச்சு ஒன்றே நமக்கு மிஞ்சும்: இவரா பெரியார்!!

ஆறாம் வகுப்பு புத்தகத்தில் உள்ள புதிய பாடம்: "இளமையில் பெரியார் கேட்ட கேள்வி". யார் எதைச் சொன்னாலும் ஏன்? எதற்கு? எப்படி? என்று கேள்வி எழுப்பிய அந்தச் சுட்டிப் பையன் ராமசாமி, மூடநம்பிக்கைகளைக் கேலிக்குள்ளாக்கியும், வகுக்கப்பட்ட விதிகளை அத்துமீறியும், பெண்விடுதலை பேசியும் புரிந்த கலகங்களை படம் பிடித்துக் காட்டுகிற இந்தப் பாடம்

அதோடு மட்டும் நின்றுவிடவில்லை. உலக மக்கள் உண்டு என்பதை இல்லை என்றும், சரி என்பதைத் தப்பு என்றும், தேவை என்பதைத் தேவையில்லை என்றும் மறுதலித்த அந்த புரட்சிக்காரனிடம் இருந்து 'மறுத்தல் திறனைப்' பிஞ்சு மனங்களுக்கு இப்படிப் பாய்ச்சுகிறது.

- மறுத்தல் என்பது அகம்பாவம் இல்லை
- மறுத்தல் என்பது பணியாமை அன்று
- மூடநம்பிக்கைகளை மறுப்பது முன்னேற்றம்
- மறுப்பது பெண்ணுக்குப் பாதுகாப்பு
- மறுத்தல் அரைகுறையாக இருந்து பயனில்லை. உறுதியாக இருக்க வேண்டும்.

இது பெரியாரை உள்ளபடியே அறிமுகப்படுத்துவது மட்டுமன்று. பணிதல், மதித்தல், அடங்கி நடத்தல் என 'ஒழுக்க போதனைகளால்' அடிமைத் தன்னிலைகளை உருவாக்கிய அதிகாரத்தின் பிடியிலிருந்து நமது கல்வி முறையை மீட்டெடுத்திருக்கிற வரலாற்றுச் சாதனை.

இப்படி வாய்பிளக்க வைக்கும் மாற்றங்கள் ஒருபுறம் என்றால் மாறாது கிடக்கிற மறுபுறமும் இருக்கத்தான் செய்கிறது.சென்ற ஆண்டின் பாடப்பகுதிகள் அனைத்தும் அடியோடு மாற்றப்பட்டுள்ள போதும் 'பசும்பொன் முத்துராமலிங்கத் தேவர்' [சென்ற ஆண்டின் ஆறாம் வகுப்புத் தமிழ்ப் பாடம்] பாடத்தை மட்டும் 'தேசியம் காத்த செம்மல்' என்பதாகத் தலைப்பை மட்டும் மாற்றி ஒரு வரி கூட பிசகாமல் இந்த ஆண்டின் பாடத்தில் சேர்த்திருப்பதன் நோக்கம் விளங்கவில்லை. புதிய பாடத் திட்டத்தில் சேர்ப்பதற்காக தயாரிக்கப்பட்ட ப. ஜீவானந்தம் [எளிமையின் பிறப்பிடங்களாகத் திகழ்ந்த காமராஜர் - ஜீவாவின் புகழ்பெற்ற சந்திப்பையும், உரையாடலையும் உள்ளடக்கியிருந்தது] குறித்த பாடப் பகுதியை நீக்கிவிட்டு மீண்டும் முத்துராமலிங்கத் தேவரையே இணைத்திருப்பதாகவும் அறிகிறோம்.

கடிதப் பகுதியில் இடம்பெற்றுள்ள 'காதர் மொய்தீன்' 'விக்டோரியா' என்ற பெயர்களையும், 'கல்லிலே கலைவண்ணம்' உரைநடைப் பகுதியையும் கடந்து வேறெங்கிலும் சமூகப் பன்மைத் தன்மைகளுக்கு இடமளிக்கப்படவில்லை. வாழ்த்துப் பாடல் எப்போதும் போல பழைய பல்லவியே தான்: வள்ளலாரின் திருவருட்பா. 'ஊர்த்திருவிழா' என்கிற உரைநடைப் பகுதியும் கூட இந்துக்களின் திருவிழாவை மட்டுமே முன்னிறுத்துகிறது. பார்த்த

மாத்திரத்திலேயே தென்படுகிற எழுத்துப் பிழைகளும் தமிழ்ப் பாடத்தில் சுட்டிக்காட்ட வேண்டிய குறை.

சமூக அறிவியல் பாடத்தில் குறிப்பிடத் தக்கவையாக டாக்டர். முத்துலட்சுமியின் அறிமுகம், சமண-பௌத்த மதங்களின் அறிமுகம், அசோகப் பேரரசின் ஆட்சிச் சிறப்புகளை விளக்கியுள்ள தன்மை ஆகியவற்றைச் சொல்லலாம். இவற்றோடு சமூக அறிவியல் பாடம் 'கட்டமைத்துள்ள' வரலாற்றைப் பார்க்கும் முன் இதை நினைவுபடுத்திக் கொள்வோம். தேசியம், இந்துத்துவம் போன்றவையின் வரலாற்றுக் கதையாடலுக்கும், ஆணாதிக்க வரலாற்றின் கதையாடலுக்குமான முக்கிய வேறுபாடு இதுதான்: முன்னவைகள் தனக்கான வரலாற்றில் எதிரியைக் 'கண்டுபிடிக்கும்' ஆணாதிக்கம் எதிரியை 'காணமலடிக்கும்'. ஆதிச் சமூகம் குறித்த வரலாற்றுப் பாடத்தின் கதையாடல் இப்படித் துவங்குகிறது:

> "மனிதன் ஒரே இடத்தில் நிலையாகத் தங்கி வாழவில்லை; காடுகளில் வாழ்ந்தான். மரக்கிளைகளிலும், மரப் பொந்துகளிலும், குகைகளிலும் தங்கினான். ஆதிமனிதன் சிக்கிமுக்கிக் கற்களைப் பயன்படுத்தி நெருப்பை உண்டாக்கினான். ஆதிமனிதன் இடி, மின்னல் முதலியவற்றிற்குப் பயந்தான்; அவற்றை வணங்கினான்..."

கேட்கிறவர்கள் கேனைகளாய் இருந்தால் கேப்பையில் நெய் வடியுமாம்!! ஆதித்தாய்களின் பொதுவுடைமைச் சமூகத்தை அப்பட்டமாய் மூடி மறைக்கும் இந்த ஈன வரலாற்றைக் காலங்காலமாய் தூக்கி நிறுத்துகிற ஆணாதிக்கத்தின் அயோக்கியத்தனம் இங்கேயும் ஒழிந்தபாடில்லை. மதத்தின் பிடியிலிருந்து - அதிகாரத்தின் பிடியிலிருந்து விட்டு விடுதலையாகிய நமது கல்விமுறை ஆணாதிக்கத்தின் கோரப்பிடியில் நொறுங்கும் அவலத்தின் மீது பெண்ணியவாதிகள் கவனம் குவிக்கவேண்டும்.

"சிந்துவெளி நாகரிகம்" என்கிற பாடப்பகுதி சமயம் குறித்து இப்படிச் சொல்கிறது: "மொகஞ்சதாரோவில் கண்டெடுக்கப்பட்ட பொருட்கள் அங்கு வாழ்ந்த மக்களின் சமயக் கோட்பாடுகளையும், சமயப் பற்றினையும் அறிவிக்கின்றன. பசுபதி என்ற சிவனையும், பெண் கடவுளையும், லிங்கம், சூலம், மரம் முதலியவற்றையும் வணங்கினர்"

இந்திய நாகரிகத்தின் தொடக்கமாகக் கருதப்படும் சிந்துவெளி நாகரிகத்தை 'இந்துத்துவ நாகரிகமாகவே' புரட்டிப் போடும் பார்ப்பன நரித்தனம் தான் பசுபதி, லிங்கம், சூலம் என்பதாக இங்கு

வெளிப்படுகிறது. அகழ்வாய்வில் கண்டுபிடிக்கப்பட்ட பொருட்கள் இந்துத்துவ கடவுளரின் உருவங்கள் என வரலாற்றாய்வாளர்கள் இதுவரையில் உறுதிப்படுத்தாத போதும் ஆதாரப் பூர்வமற்ற கருத்து வரலாறாக்கப்பட்டுள்ளது.

முற்பட்ட வேதகாலம் அல்லது ரிக் வேதகாலத்தின் சமயச் சடங்கு குறித்து இப்படி விளக்கப்படுகிறது: "அவர்கள் நடத்திய யாகத்தீயில் பால், நெய், தானியம், பட்டு ஆகியவற்றையும் இட்டனர். அஸ்வமேதம், இராஜசூயம், வாஜபேயம் ஆகிய யாகங்கள் நடத்தப்பட்டன"

இந்த யாகங்களில் குதிரைகளும், பிற உயிர்களும் கொல்லப்பட்டதையோ இந்த சடங்குகளால் மக்களின் பொருளாதாரம் பாதிக்கப்பட்டதையோ விளக்காமல் பாடப் பகுதிகள் கள்ள மௌனம் சாதிக்கின்றன. இப்படியான, வசதியாக மறைக்கப்பட்ட கருத்துகளும் - ஆதாரப்பூர்வமற்ற கருத்துகளும் BJP ஆட்சிக் காலத்தில் NCERT 'உருவாக்கிய' வரலாற்றுப் பாடநூல்களில் இடம்பெற்றிருந்தது எண்ணத்தக்கது. [பார்க்க: வெறுப்பை விதைக்கும் வரலாற்றுப் பாடங்கள், அ. மார்க்ஸ், சுயமரியாதை இயக்க வெளியீடு]

மௌரிய, குஷான, குப்த, ஹர்ஷப் பேரரசுகளின் ஆட்சிச் சிறப்புகளைச் சிலாகிக்கும் வரலாற்றுப் பாடம் முகலாயப் பேரரசின் சிறப்புகள் குறித்து ஏதொன்றும் வாய்திறக்கவில்லை. டாக்டர். முத்துலட்சுமி குறித்த பாடம் தேவதாசி ஒழிப்புச் சட்டத்தை எதிர்த்தவர்கள் பற்றி 'பழமைவாதிகள்' 'மதவாதிகள்' என்று மட்டும் குறிப்பிட்டு சத்தியமூர்த்தி அய்யர் என்ற பெயரைக் கூட உச்சரிக்காமல் விசுவாசம் காட்டுகிறது. இவைகளன்றி தகவற் பிழையும் சமூக அறிவியலில் இடம்பெற்றுள்ளது. 'பண்டைத் தமிழகம்' பாடப் பகுதியில் "வடவேங்கம் தென்குமரி ஆயிடைத் தமிழ் கூறும் நல்லுலகம்" என்னும் அடிகள் நன்னூல் ஆசிரியர் பவணந்தி முனிவர் இயற்றியதாகக் குறிப்பிடப்பட்டுள்ளது. தொல்காப்பியப் பாயிரத்தில் வரும் இவ்வடிகள் பனம்பாரனரால் இயற்றப்பட்டது.

அறிவியல் பாடத்தைப் பொறுத்தமட்டில் மாணவர்களின் ஆர்வத்தைத் தூண்டும் வகையிலான பாடங்கள், வாழ்வியல் சூழலிலிருந்து கற்பதின் மூலம் கற்றலை எளிமையாக்குதல் ஆகியவற்றைச் சொல்லலாம் என்றாலும் அறிவியலை வெறும்

பாடமாக போதிக்கிற வகையில் வழமையான கல்விமுறை மேலோங்கி விடுகிறது. சூரிய கிரகணம், சந்திர கிரகணம் பற்றிய பாடத்தில் மூடநம்பிக்கையைக் கேள்விக்குள்ளாக்கும் சிந்தனை தூண்டப்பட்டிருப்பது போல் எல்லாவற்றையும் அறிவியல் பூர்வமாய் அணுகவேண்டிய சிந்தனையை மாணவர்களிடம் ஏற்படுத்துவதில் அறிவியல் பாடம் கூடுதல் கவனம் செலுத்தவேண்டும். மதவாதங்களின் கட்டுக்கதைகளைத் தோலுரிக்க உலகின் தோற்றம் - உயிர்களின் தோற்றம், டார்வினின் கோட்பாடு ஆகியவற்றை விரிவாக விளக்கவேண்டும். தமிழ்ப்பாடத்தில் தூண்டப்படும் அறிவியல் சிந்தனைகள் கூட அறிவியல் பாடத்தில் இல்லாமல் இருப்பது ஆகப்பெரும் குறை.

கணிதப் பாடம் ஆர்வத்தைக் கூட்டும் வகையில் அமைக்கப்பட்டுள்ளது. அனைத்துப் பாடங்களிலும் மாணவர்களின் பாடச் சுமை குறைக்கப்பட்டு கற்றல் எளிமையாக்கப்பட்டுள்ள போது ஆங்கிலப் பாடம் மட்டும் கூடுதல் சுமையாக உள்ளது. தமிழ்வழிப் பள்ளி மாணவர்களுக்கு பெரும் கண்டமாக இருக்கும் ஆங்கிலப் பாடத்தை இன்னும் எளிமைப்படுத்தியும், ஆர்வமூட்டியும் கொடுக்க வேண்டும். ‘சுற்றுச்சூழல் கல்வியை’ தனிப் பாடமாக - மதிப்பெண்களில் சேர்க்கப்படாத பாடமாக ஒதுக்கி பயனற்றுப் போகச் செய்வதைத் தவிர்த்து அதனை அறிவியல் பாடத்தோடு இணைக்க வேண்டும். ‘அறிவியல் தமிழைத்’ தமிழ்ப்பாடத்தோடு இணைக்க வேண்டும்.

பாடப்பகுதியில் எவ்வளவு தான் சீர்திருத்தங்கள் புரிந்தாலும் அதன் பயனை அடைய வேண்டுமானால் தேர்வு முறையை - வினாத்தாள்களை சீர்திருத்துவது அவசியம். உதாரணமாக தமிழ்ப் பாடத்தில் [ஆறாம் வகுப்பு] கற்றல் மதிப்பீடுகள் வகுப்பறைத் திறன்கள் [பேச்சு, எழுத்து, படைப்புத்திறன்கள், குழுக்கல்வி] வாழ்க்கைத் திறன்கள் [பாடப்பகுதியின் மூலம் வாழ்விற்குக் கற்றுக் கொண்டவை] என்பதாகப் பகுக்கப்பட்டுள்ளன. இவற்றில் வாழ்க்கைத் திறன்களைப் புறக்கணித்து வகுப்பறைத் திறன்களை மட்டுமோ அல்லது வகுப்பறைத் திறன்களிலும் எழுத்துத் திறனை மட்டுமோ கணக்கிலெடுத்து வினாத்தாள் அமைத்தால் உருவாக்கப்பட்ட சீர்திருத்தங்களின் நிலை கேலிக்கூத்து தான். இவற்றை மனதில் கொண்டு வினாத்தாள்களை தயாரிக்க வேண்டும்.

இன்னமும் மாற்றங்களைப் புகுத்த வேண்டியிருக்கிற போதும் இறுகிக் கிடக்கும் நமது கல்வி வரலாற்றில் புதிய பாடநூற்கள் ஒரு

மாற்றத்திற்கு வித்திட்டுள்ளன என்பதை மறுக்க இயலாது. மாணவ சமத்துவத்தை எதிர்நோக்கிய நம் கல்விச் சூழலுக்கு ஆசிரிய-மாணவ சமத்துவத்தை அளித்திருக்கும் பாடநூல் தயாரிப்புக் குழுவினருக்கும், பள்ளிக் கல்வித்துறை அமைச்சர் தங்கம் தென்னரசுவிற்கும் நன்றிகளை உரித்தாக்க வேண்டும். மேலும், பொதுப் பாடத்திட்ட புத்தகங்களின் குறைகளை விமர்சித்து பல்வேறு பிற்போக்குக் கூறுகளைக் களைவதற்குக் காரணமாக இருந்த கல்வியாளர்கள், சிந்தனையாளர்கள், குறிப்பாகத் தொடர்ச்சியாய் கருத்துகளை வலியுறுத்தி வந்த 'பொதுப்பள்ளிக்கான மாநில மேடை' அமைப்பினர் ஆகியோருக்கும் நன்றி பாராட்ட வேண்டும்.

☐ தீராநதி, ஆகஸ்ட், 2010.

பாலியல் கலகம்: நொறுங்கும் கலாச்சாரம்

1

'மனிதரை உள்ளுணர்ச்சிகள் வழிநடத்த வேண்டும். அறநெறிகள் அல்ல'

– நீட்சே

'**அ**ற'நெறிகளால் மட்டுமே வழிநடத்தப்படும் இந்திய கலாச்சாரத்தை ஆட்டம் காண வைத்திருக்கிறது டில்லி உயர்நீதிமன்றத் தீர்ப்பு. பாலியல் தொழிலாளர்களுக்கு ஆதரவாக இயங்கும் 'நாஸ் பவுண்டேசன்' என்கிற தனியார் அமைப்பு, பாலின சிறுபான்மையினரின் உரிமைகளைப் பறிக்கும் இந்திய தண்டனைச் சட்டம் பிரிவு 377ஐ நீக்க வேண்டும் என்று டில்லி உயர்நீதிமன்றத்தில் கடந்த 2001 ஆம் ஆண்டு வழக்கு தொடுத்தது. [இ.த.ச. பிரிவு 377-இன் வரையறை: "இயற்கை நியதிக்கு மாறாக, தன் விருப்பத்துடன் ஒருபால் புணர்ச்சி, விலங்குப் புணர்ச்சிகளில் ஈடுபடுவோர் வாழ்நாள் அல்லது பத்து ஆண்டுகள் வரையிலான சிறை மற்றும் அபராதத்திற்கான தண்டனைக்கு உரியவராவார்] நீண்ட காலமாய் ஒத்திவைக்கப்பட்டு வந்த இவ்வழக்கிற்கு கடந்த ஜூலை 2 ஆம் தேதி நீதிபதி ஏ.பி. ஷா, எஸ். முரளிதர் ஆகியோர் அடங்கிய பென்ச் தமது தீர்ப்பை இவ்வாறு வழங்கியிருக்கிறது: "இந்திய அரசியலமைப்புச் சட்டத்தின் பிரிவு 21 [வாழ்க்கைப் பாதுகாப்பு மற்றும் தனிமனித சுதந்திரத்திற்கான உரிமை], 14 [சட்டத்தின் முன் அனைவரும் சமம்] மற்றும் 15 [மதம், இனம், சாதி, பாலினம், பிறப்பிடம் ஆகியவற்றின் அடிப்படையில் வேறுபடுத்தலைத் தடுத்தல்] ஆகியவற்றை மீறுகிற தண்டனைச் சட்டத்தின் 377 ஆவது பிரிவு மனிதரின் அடிப்படை உரிமையைப் பறிப்பதாக இருக்கிறது. வயது வந்தவர்கள் [18 வயது நிரம்பியவர்கள்] பரஸ்பரம் சம்மதத்துடன் ஓரினச் சேர்க்கையில் ஈடுபடத்தடை இல்லை."

நீதிமன்றங்களில் ஆயிரமாயிரம் வழக்குகள் விசாரிக்கப் படுகின்றன. அனைத்திற்கும் தீர்ப்பு கிடைக்கலாம். ஆனால் நீதி கிடைப்பதில்லை. சனாதன சமூகத்தில் நிகழ்ந்திருக்கிற இந்த பேரதிசயம் பாலியல் சிறுபான்மையினர் வரலாற்றில் ஆகப்பெரிய வெற்றி தான். ஆனால், இதற்கு முந்தைய வெற்றி ஒன்று இருக்கிறது. அது 'ஸ்டோன்வால் கலவர' நிகழ்வு. தம்மை ஒடுக்குகிற அதிகாரத்துவ சமூகத்தை எதிர்த்துத் தன்பால் புணர்ச்சியாளர்கள் நடத்திய முதல் போராட்டம் இதுவே. அமெரிக்காவில் 1950 மற்றும் 60களில் பாலின சிறுபான்மையினரை பாரபட்சமின்றி அங்கீகரித்த இடம் 'பார்கள்' மட்டுமே. மாபியாவுக்குச் சொந்தமான 'ஸ்டோன்வால்' கூட ஒருவகை பார் ஹோட்டல் தான். இது நியூயார்க்கின் அருகில் உள்ள கிரீன்விச்சில் அமைந்திருந்தது. பெண் உடைகளை அணியும் ஆண்கள், திருநங்கைகள், பாலியல் தொழிலாளிகள், ஆதரவற்ற இளைஞர்கள் ஆகியோருக்கான புகலிடமாக 'ஸ்டோன்வால்' இருந்தது.

1960களில் இங்கு போலிஸ் சோதனை செய்வது வழக்கமாகிப் போன போது, அதனை எதிர்த்து இவர்களால் கலவரம் வெடித்த நிலையில், எதிர்ப்புக் குரல்களை அடக்க இயலாமல் போலிஸ் திணறியது. இதுவே இவர்களது முதல் வெற்றி. வெகு விரைவிலேயே போலிஸின் அடக்குமுறைகளுக்கு அஞ்சாத வலுப்பெற்ற அமைப்பாக இவர்கள் உருவெடுத்தனர். ஆறு மாதங்களிற்குள் தன்பால் புணர்ச்சியாளர்களுக்கான அமைப்பு ஒன்று நியூயார்க்கில் நிறுவப்பட்டது. சமுதாயத்தில் தங்களின் உரிமைகளை வளர்த்தெடுக்க 'கே' மற்றும் 'லெஸ்பியன்'களுக்கான 3 பத்திரிக்கைகளை இந்த அமைப்பு துவக்கியது.

சில வருடங்களுக்குள்ளாக தன்பால் புணர்ச்சியாளர்களுக்கான அமைப்புகள் அமெரிக்கா மற்றும் உலகெங்கும் நிறுவப்பட்டன. 'ஸ்டோன்வால்' கலவரத்தின் முதலாம் ஆண்டு நிறைவின் போது முதல் முறையாக தன்பால் புணர்ச்சியாளர்களின் பேரணி லாஸ் ஏஞ்சலிஸ் மற்றும் நியூயார்க்கில் 1970 ஜூன் 28 ஆம் நாள் நடத்தப்பெற்றது. இதன் பிறகு, 1973 இல் APA [American Psychiatric Association] தன்பால் புணர்ச்சியை மனித உடலுறவின் இயல்பான மற்றொரு வகைமை என ஏற்றுக் கொண்டது. கலாச்சார அதிகாரங்களின் முன் அடங்கமறுக்கும் திராணியோடு உரிமைக்காக குரலுயர்த்திய 'ஸ்டோன்வால் கலவரத்தை' நினைவு கூறும் வகையில் ஒவ்வொரு வருடமும் ஜூன் மாத இறுதியில் தன்பால்

புணர்ச்சியாளர்களின் பேரணியும், நிகழ்வுகளும் உலகெங்கும் நடத்தப்படுகின்றன.

தென்னிந்தியாவிலேயே முதல் முறையாக சென்னையில் கடந்த ஜுன் மாதம் இத்தகைய பேரணி நடைபெற்றது. 200 LGBT [Lesbian Gay BI-sexual Transgender] உறுப்பினர்கள் அவர்களது நண்பர்கள், பெற்றோர்கள் இதில் கலந்து கொண்டனர். தம்மைக் குறித்த விழிப்புணர்வுகளை ஏற்படுத்தும் வகையில் பல்வேறு நிகழ்வுகளை ஜுன் மாதம் முதலிலிருந்தே துவக்கி, மாத இறுதியில் ‘பெருமைமிகு வானவில் பேரணியை’ மெரினா கடற்கரையில் நடத்தினார்கள்.

இந்திய தண்டனைச் சட்டம் பிரிவு 377 ஆங்கிலேய ஆட்சிக் காலத்தில் கொண்டுவரப்பட்டது. 148 ஆண்டுகால அதிகார வன்முறையை அதிரடியாக முடக்கிப் போட்டிருக்கிறது உயர்நீதிமன்றத் தீர்ப்பு. நீதிபதிகளை உளமாரப் பாராட்ட வேண்டும். தமது உறவுகளுக்குக் கிடைத்திருக்கும் சட்டஅங்கீகாரம் தன்பால் புணர்ச்சியாளர்களை மகிழ்ச்சிக் கடலில் ஆழ்த்தியிருக்கிறது. மனித உரிமை ஆர்வலர்கள் தீர்ப்பை பெரிதும் வரவேற்கிறார்கள். தேசிய எய்ட்ஸ் கட்டுப்பாட்டு வாரியத்தின் இயக்குனர் சுஜாதா ராவ், ‘இது ஒரு நல்ல தீர்ப்பு. பிரிவு 377ஐ நீக்க வேண்டும் என்பது தான் எங்களின் நீண்ட நாள் கோரிக்கை. தற்போது நிறைவேற்றப்பட்டிருப்பதின் மூலம் எச்.ஐ.வி/எய்ட்ஸ் பாதிக்கப்பட்டவர்களை அணுகுவதில் உள்ள சிரமம் பெருமளவு குறைநதுவிடும்’ என்று சொல்லி இருக்கிறார். ஐ.நா மற்றும் பல்வேறு உலக அமைப்புகளும் நீதிமன்றத் தீர்ப்பைப் பாராட்டி உள்ளன.

தீர்ப்புக்கு ஆதரவு ஒரு பக்கம் இருந்தாலும் இன்னொரு பக்கம் எதிர்ப்பும் வலுத்துக் கொண்டிருக்கிறது. அறிவிக்கப்பட்ட நாள் முதல் பல்வேறு போராட்டங்களின் மூலம் தமது எதிர்ப்பைத் தெரிவித்து வருகிற மதவாத-கலாச்சார அமைப்புகள் இதன் உச்சமாய் உயர்நீதிமன்றத் தீர்ப்பை நீக்கக் கோரி உச்சநீதிமன்றத்தில் வழக்கு தொடுத்துள்ளன. தமக்குச் சாதகமான தீர்ப்பு கிட்டும் என்று இவர்கள் இரண்டைப் பொருத்தமட்டில் நம்புகிறார்கள். ஒன்று உச்சநீதிமன்றம். மற்றொன்று மத்திய அரசு.

டில்லி உயர்நீதிமன்றத்தில் வழக்கு விசாரணை நடைபெற்றுக் கொண்டிருந்தபோது ‘ஓரினச் சேர்க்கைக்கு தண்டனை விதிக்கும் சட்டப்பிரிவை நீக்கக் கூடாது’ என்று தனது தரப்பில் மத்திய

அரசு கூறியது. 'இது ஒரு கிரிமினல் குற்றம், இதனை நாட்டில் அனுமதிக்க முடியாது' என்று கொதித்தெழுந்தார் சட்டத்துறை அமைச்சர் வீரப்ப மொய்லி. ஆனால் மத்திய அரசின் தற்போதைய நிலைப்பாடு 'கழுவுற மீனில் நழுவுற மீன்' என்கிற கதையாய் இருக்கிறது. சட்ட அமைச்சர் வீரப்ப மொய்லி, உள்துறை அமைச்சர் ப. சிதம்பரம், சுகாதாரத்துறை அமைச்சர் குலாம் நபி ஆசாத் ஆகிய மூவரின் தலைமையில் உயர்நீதிமன்றத் தீர்ப்பின் நன்மை தீமைகள் அலசி ஆராயப்பட்டு மத்திய அரசிடம் அளிக்கப்பட்டது. இதனைப் பரிசீலித்த பின், 'இதில் உச்சநீதிமன்றம் தான் முடிவெடுக்க வேண்டும்' என்று சொல்லிவிட்டது மத்திய அரசு. இனி கலாச்சாரவாதிகளின் நம்பிக்கை ஒன்றே ஒன்று தான். உச்சநீதிமன்றத்தில் வழக்கு விசாரணை அக்டோபர் மாதத்தில் துவங்குகிறது. தீர்ப்பைப் பொறுத்திருந்து பார்க்க வேண்டும்.

உயர்நீதிமன்றத் தீர்ப்பிற்கு எதிராகக் கலாச்சாரவாதம் பல்வேறு குற்றச்சாட்டுகளை அடுக்கிக் கொண்டு போகிறது என்றாலும் அவற்றுள் பிரதானமானது 'ஓரினச் சேர்க்கை இயற்கை ஒழுங்கிற்கு எதிரானது' என்பது தான். நன்மை X தீமை, நாம் X அவர்கள் உள்ளிட்ட எதிர்வுகளின் கதையாடல்கள் எல்லாம் கட்டுடைக்கப்பட்டுவிட்ட நிலையில் இந்த இயற்கை X செயற்கை நமக்கொன்றும் புதிதில்லை தான். ஆனபோதிலும் கலாச்சாரத்தைத் தோலுரித்துப் போடுவதை ஒருமுறை அல்ல ஒவ்வொரு முறையும் நிகழ்த்த வேண்டி இருப்பதால் வழமை தானே என எளிதாகக் கடந்துவிடுவதற்கில்லை.

'ஓரினச் சேர்க்கை இயற்கை ஒழுங்கிற்கு எதிரானது' அதாவது செயற்கையானது என்பது இவர்களின் வாதம். தன்பாலினரோடு கொள்கிற உறவு செயற்கையானது என்றால் எதிர்ப்பாலினரோடு கொள்கிற உறவு இயற்கையானதாக இருக்க வேண்டும். ஆனால் இயற்கை என்பதற்கு கலாச்சாரம் தருகிற பொருள்: 'எதிர்ப்பாலினர் என்பதற்காக அவர்கள் கொள்கிற கலவி எல்லாம் இயற்கையாகிவிடாது. யோனியும், குறியும் நேரடியாகக் கொள்கிற உறவு மட்டுமே பாலின்பத்தில் இயற்கையானது' என்பது தான். விரிவாகச் சொல்லவேண்டுமென்றால், பாலியல் இன்பத்துய்ப்பின் வேறு வகைமைகளான முன்னின்பம், வாய்வழிப் புணர்ச்சி, குதப் புணர்ச்சி உள்ளிட்ட அனைத்தும் செயற்கையானது. யோனி, குறியின் இணைவு மட்டுமே இயற்கையானது.

இதன்படி ஆணுக்குக் குறியும், பெண்ணுக்கு யோனியும் பாலியல் மையங்களாகக் கட்டமைக்கப்படுகின்றன. ஆணின் பாலியல் திருப்தி என்பது குறியைச் சார்ந்தது. மோக ஊற்றுகள் உடற்பரப்பு முழுவதிலும் பெருக்கெடுக்கும் பெண்ணுடலில் இது யோனியை மட்டும் சார்ந்ததில்லை. பெண்ணுடலின் இந்த அதியற்புதத்தை ஆதிக்க வரையறை திட்டமிட்டு ஒடுக்கியது. பாலின்பத்தில் முக்கிய பங்குவகிக்கும் மதனப் பகுதியை [வாய், குதம், தோற்பரப்பு...] முற்றிலுமாய் மறுதலித்து யோனியில் மட்டும் காமத்தை அனுமதித்தது. யோனியின் மீதான இந்த கரிசனத்திற்குக் காரணம் இது மட்டுமே இனப்பெருக்க உறுப்பு; தன் பிள்ளையை - தனக்கான வாரிசை அப்பழுக்கில்லாமல் ஈன்று தரப்போகும் அற்புத எந்திரம் என்பதன்றி வேறில்லை. இந்த 'யோனி மையவாதம்' தான் ஆதிக்கப்பாலியலின் முதல் காமசூத்திரம். பெண்ணுடலின் மீதான முதல் அதிகாரக் கட்டமைப்பு.

இவைகளை அத்துமீறக்கூடாதபடி கற்பிக்கப்பட்ட பெருங்கதையாடல் தான் 'இதுவே இயற்கை' என்பது. இந்த 'இயற்கை' கொட்டிக் கவிழ்க்கப்பட்டால் அது செயற்கை மட்டுமில்லை; பெருங்குற்றம்; தண்டிக்கப்பட வேண்டிய குற்றம். தண்டனையை வழங்கும் அரச அதிகாரம் 'பிரிவு 377'. இந்த அதிகாரத்தின் குறியீடு கலாச்சார ஒழுக்கவாதத்தை மிகத் துல்லியமாய் வரையறுத்திருக்கிறது. இந்த வரையறைப்படி தன்பால் புணர்ச்சி மட்டுமில்லை, வாரிசை உருவாக்காத எந்த ஒரு பாலியல் உறவும் [வாய்வழிப் புணர்ச்சி, குதப் புணர்ச்சி...] இயற்கை ஒழுங்கிற்கு எதிரானது. சட்டத்தால் தண்டிக்கப்பட வேண்டியது.

மொத்தத்தில் புணர்ச்சியின் பன்மைத் தன்மைகள் மறுக்கப்பட்டு 'வாரிசு உருவாக்கம்' என்கிற ஒற்றைத் தன்மை கட்டாயமாக்கப் படுகிறது. இந்த ஒற்றைத் தன்மை யாருக்காக? எதற்காக? என்பதையெல்லாம் சிந்தித்துப் பார்த்தால் ஆணாதிக்கத்தின் கயமைத்தனம் விளங்காமல் போகாது. பாலுணர்ச்சியில் இன்பத்தைப் புறக்கணித்துக் கட்டமைக்கப்பட்டிருக்கும் இந்த ஒழுக்கவாதம் ஒட்டுமொத்த மனித சமூகத்தை நெறிப்படுத்துவதற்கோ தண்டிப்பதற்கோ அல்ல, உண்மையில் இது பெண் சமூகத்தை நெறிப்படுத்தவும் தண்டிக்கவும் தான் உருவாக்கப்பட்டுள்ளது. 'எத்தனை பேர் நட்ட குழி' என்று எகத்தாளம் பேசிய இந்த கேடுகெட்ட சமூகம் 'எத்தனை பேரில் நட்ட குறி' என்று சொல்லியதில்லை. இவர்கள் 377-ற்காக தவம் கிடப்பதன் முக்கிய நோக்கமும் தன்பால் புணர்ச்சியாளர்களைத் தண்டிப்பது அல்ல.

லெஸ்பியன்களைத் தண்டிப்பது. லெஸ்பியன்களை மட்டுமல்ல கட்டமைப்புகளைக் கலைத்துப் போடுகிற பெண் சமூகத்தைத் தண்டிப்பது தான்.

குடும்ப அமைப்பு சிதையும் போதே பெண்ணின் மீதான ஒடுக்குமுறையில் பெரும்பான்மை சிதைந்து போகிறது. இனப்பெருக்க கட்டாயம் புறக்கணிக்கப்படுவதன் மூலம் யோனியின் மீதான ஒற்றைத்தன்மை அழிக்கப்படுகிறது. பிள்ளைப் பேறினூடான பொறுப்புகள், கவலைகள் தவிர்க்கப்படுவதால் உறவுச் சிக்கல்களின் சிரமம் குறைகிறது. சுருங்கச் சொல்வதானால், லெஸ்பியன் என்பதும் சுதந்திரம் என்பதும் வேறல்ல என்றாகிறது. ஒருபால் உறவை கலாச்சாரவாதிகள் வேரறுக்க நினைப்பதற்கான காரணமும் இதுவாகவே அமைந்து விடுகிறது. வேரறுப்பிற்கான சப்பைக்கட்டுகளாய் மேலும் முன்வைக்கப்படும் சில காரணங்கள்:

1. பால்வினை நோய்கள் பெருகுகின்றன.

பால்வினை நோய்கள் பாதுகாப்பற்ற உடலுறவால் ஏற்படுபவை. எதிர்ப்பாலினருக்கான உறவில் இதே பிரச்சனை எழும்போது 'உறைகள்' தானே தீர்வு. 'எச்.ஐ.வி உள்ளவர்களும் நம்மைப் போன்ற மனிதர்களே அவர்களுக்கும் வளர, வாழ, படிக்க, பழக உரிமை உண்டு - இனி ஒரு விதி செய்வோம்' என தமிழ்நாடு மாநில எய்ட்ஸ் கட்டுப்பாட்டு சங்கம், நம்பிக்கை மையம் போன்றவை தமிழகத்தைச் சபதமேற்கச் செய்து கொண்டிருக்கின்றன. அதற்கெல்லாம் கள்ள மௌனம் சாதிக்கிற கலாச்சாரவாதிகள் சிறுபான்மையினர் என்றால் மட்டும் வாயில் வயிற்றில் அடித்து கொள்வது ஏன்? இந்த உறவு மனித இனத்திற்கு கேடு என்றால் உலக சுகாதார நிறுவனம் [WHO] 1992 இல் தன்பால் புணர்ச்சியை அங்கீகரித்ததாக அறிவித்தது எப்படி?

2. இப்போது ஓரினப் புணர்ச்சியை ஆதரித்தால் பிறகு விலங்குப் புணர்ச்சியையும் ஆதரி என்பார்கள்.

ஆதிமன நிலையோடு தொடர்புடைய விலங்கு மோகம் என்பது பாலியல் இன்பத்துய்ப்பில் ஒருவகை. தமக்கு உதவிய வளர்ப்பு விலங்குகள் மீது மனிதருக்கு இருந்த மோகமே [அன்பு] விலங்குப் புணர்ச்சியாய் முடிந்தது. இன்றைக்கும் pet animals மீதான மோகமே விலங்குப் புணர்ச்சிக்கு அடிப்படையாய் இருப்பதை ஒப்பிட்டுப் பார்க்கலாம். தனது உடலோடு பாலியல் உறவு வைத்துக்கொள்ளும் புறநிலையைத் தேர்வு செய்வது தனிநபர் உரிமை. பெல்ஜியம்,

ஜெர்மனி, ரஷ்யா போன்ற நாடுகள் விதிகளுக்கு உட்பட்டு இதை அனுமதித்து இருக்கின்றன. விலங்குப் புணர்ச்சி பாலியலின் ஒரு வடிவம் இல்லையென்றால் காமக் கலைக் கோவிலில் [கஜுராஹோ] மனிதரும், விலங்கும் புணர்கிற சிற்பம் தத்ரூபமாய் வடிக்கப்பட்டிருப்பதன் பொருள் என்ன?

3. எதிர்பால் உறவில் மட்டுமே முழுத்திருப்தி அடைய முடியும்.

இதை விடவும் கடைந்தெடுத்த அயோக்கியத்தனம் வேறொன்று இருக்க முடியுமா? இந்த எதிர்பால் உறவில் பெண்ணுக்கு அளிக்கப்பட்டிருக்கும் இடம் என்ன? நிரப்பப்பட வேண்டிய பாத்திரம். அனுபவிக்க வேண்டிய பொருள் அவ்வளவே. உதட்டைக் கடித்தால் அந்தப்பக்கம் பத்து பெண்களும், உற்றுப்பார்த்தால் இந்தப்பக்கம் பத்து பெண்களும் மயங்கிச் சரிவதெல்லாம் நாறிப்போன தமிழ் சினிமாவில் மட்டுமே சாத்தியம். ஆதிக்கப் புணர்ச்சியில் பெண்ணுக்கு மிஞ்சுவது வெறுமை மட்டுமே.

4. வகுக்கப்பட்ட ஒழுக்கங்களை மீறுவது தான் அடிப்படை உரிமையா? உணவு, உடை, உறைவிடம் தான் ஒவ்வொரு மனிதரின் அடிப்படை உரிமை.

'பசி, நித்திரை, புணர்ச்சி ஜீவ சுபாவம்' என்று நமது பெரியார் சொல்லிக் கொடுத்து நூற்றாண்டு கடந்துவிட்டது. இன்னுமா ஒன்றாம் வகுப்புப் பாடத்தையே நம்பிக் கொண்டிருப்பது? பாலுணர்ச்சி பிறப்பிலேயே உற்பவித்த உணர்ச்சி. உடை, உறைவிடமெல்லாம் வெறும் கற்பித உணர்ச்சிகள் தானே!

கலாச்சாரத்தின் முகத்தில் அறைவதற்கு நம்மிடம் ஆயிரமாயிரம் எதிர்வினைகள் இருக்கின்றன. இறுதியாக ஒரே ஒரு உண்மை. "மனித சமூகத்தை உள்ளுணர்ச்சிகள் தான் வழிநடத்தும் அறநெறிகள் அல்ல".

2

அப்போது நாங்கள் கிராமத்தின் வாடகை வீடொன்றில் குடியிருந்தோம். எங்கள் ஊரில் கோடைக் காலமென்றால் பெரும்பாலும் வீட்டிற்குள் உறங்கமாட்டார்கள். ஒரு கோடைக்கால இரவு. வீட்டு முற்றத்தில் பாய் விரித்தோம். எங்களுடன் வீட்டு சொந்தக்காரர்களும். நானும் அந்த வீட்டின் கடைசி பெண்ணும் அருகருகில். எல்லோரும் கண்ணயர்ந்த நடுநிசி அவள் என்னை நெருங்கினாள். நான் விலகவில்லை. அவளும் அனுமதி

கோரவில்லை. தீண்டினாள். சுகித்தாள். காற்றில் மிதக்கும் பஞ்சானேன். அப்போது எனக்கு 6 அல்லது 7 வயது. அவளுக்கு 15 க்கும் மேல். சமீபத்தில் அவள் மரணித்தாள். மூளைக்குள் ரத்தம் கட்டி, இதயம் பலவீனம் அடைந்து உடல் முழுக்க பல நோய்கள் தாக்கியிருந்தன. இதன் அறிகுறிகளை ஆரம்ப நிலையிலேயே உணர்ந்திருக்க முடியும் என்றும், அப்போதே சொல்லி இருந்தால் காப்பாற்றி இருக்கலாம் என்றும் டாக்டர்கள் சொன்னார்கள். அவளுக்கு சொல்லத் தெரியாது. அவள் மனவளர்ச்சி குன்றியவள். உளநோய்க் குறிகளுக்கு குழந்தைப் பாலுமையின் பாதிப்புகள் முக்கிய காரணமாய் இருப்பதாக உளப்பகுப்பாய்வியல் கூறுவது நினைவிற்கு வருகிறது.

கிட்டத்தட்ட இதே வயது. நான்காம் வகுப்பில் படித்துக் கொண்டிருந்தேன். அவன் 5ஆம் வகுப்பு. அவன் என்னை 'சைட்' அடித்துக் கொண்டிருப்பது என் வகுப்பு அறிந்த கதை. நடந்து வருகையில் தனியாக சிக்கிக் கொண்ட நேரம் என்னை வழிமறித்தான். நிச்சயமாய் என் உயிர் என்னிடம் இல்லை. அப்போதெல்லாம் என்னைப் பொருத்தமட்டில் அவன் தமிழ் சினிமாவின் 'மன்சூரலிகான்'. அருகில் வந்தவன் சொன்னான் 'வாயேன் மீனா இப்பவே பூண்டிக்கு [பக்கத்து ஊர்] ஓடிப் போயிடலாம். அங்க என்னோட பெரியப்பா இருக்கார். ரொம்ப நல்லவர். நமக்கு கல்யாணம் பண்ணி வெச்சி சாப்பாடுலாம் போடுவார். அவர் வீட்லயே தங்கிக்கலாம்'. சொன்னதோடு மட்டுமில்லை, அவனை ஏறெடுத்தும் பார்க்காது இருந்த என் முகத்தில் இதழ் பதித்துவிட்டு ஓடிப்போனான். அந்த நிகழ்விலிருந்து அவன் மீதான வெறுப்பு பலமடங்கு கூடியது. அதை வெளிக்காட்டவும் செய்தேன். அவனை பார்த்த மாத்திரத்தில் முகத்தை அருவருப்பாக வைத்துக் கொள்வது, அவனை தூரத்தில் பார்த்ததும் உமிழ்நீரை சேகரித்து வைத்து அவனருகில் வந்ததும் த்த்த்தூதூ..... என்று காரி உமிழ்வது இப்படியாக... அவனது குமரப் பருவத்தில் அவன் மனநோயால் பாதிக்கப்பட்டான். உடனடியாய் அவனுக்குத் திருமணம் முடித்தார்கள். நான் உணர்ந்ததில்லை என்ற போதும் உண்மையில் அவன் மீது எனக்கு ஈர்ப்பு இருந்திருக்க வேண்டும்.

இதே வயதில், இதே வேட்கையோடு என்னை நெருங்கிய உடலை ஆலிங்கனித்து கொண்டாடிய என் பாலுமை இந்த உடலின் மீது மட்டும் அசூசையை உமிழ்ந்தது. காரணம் அங்கே 'பெண்' இங்கே 'ஆண்'. அவள் இதையெல்லாம் யாரிடமும்

சொல்லமாட்டாள் என்பது உறுதியாகத் தெரியும். ஆனால் நான் ஒப்புக் கொண்டிருந்தால் பள்ளி முழுக்க அவன் டமாரம் அடித்திருப்பான். ஒருவேளை அவள் சொல்லிவிட்டாலும் அம்மாவிடம் தர்ம அடியின் வலிகளோடு இது முடிந்து போகும். அவன் சொல்லிவிட்டால்...? அநேகமாய் என் எதிர்கால திருமண வாழ்வு குறித்துத் தான் நான் கவலைப்பட்டிருக்க வேண்டும். சிமோன் தி பொவாரின் வரிகள் நினைவுக்கு வருகின்றன. நானும் பிறக்கவில்லை உருவாக்கப்பட்டிருந்தேன்.

திருமணத்திற்கு முன் எனது உடல் தீண்டப்படாமல் [ஆணுடலால்] புனிதமாய் பாதுகாக்கப்பட வேண்டியது என்பதை இந்த கலாச்சார சமூகம் என் நனவு மனதிற்குள் அழிக்க இயலாதபடி எழுதி முடித்த கணம் எனக்குள் நனவிலி [unconscious] பிறந்திருக்க வேண்டும். சமூக விழுமியங்களுக்கு அஞ்சி உள்ளுக்குள் அமுக்கப்படும் [repression] உணர்ச்சிகளின் புதைவே 'நனவிலி'. எல்லா மனங்களும் ஏதேனும் ஒரு சமயத்தில் அஞ்சுபவையே. விருப்புகளை புதைத்துக் கொண்டிருப்பவையே.

மனித உளவியலைப் பகுத்தாய்ந்த சிக்மண்ட் ஃப்ராய்டின் கருத்துகளை இங்கு நினைவு கூர்தல் பொருத்தமாக இருக்கும். பாற்குறிகள் முதிர்ச்சி அடைந்த உடல்கள் மட்டுமே கலவிக்கு உரியவை, பருவமடைதலுக்குப் பிறகே பாலியல் உணர்ச்சிகள் எழுகின்றன, [இதனால் தான் கிராமப்புறங்களில் பருவமடைந்த பிறகு பெண்ணின் மீதான கண்காணிப்பு தீவிரமடைகிறது], எதிர்ப்பாலோடு கொள்கிற உடலுறவே 'இயற்கையானது' என்றெல்லாம் கலாச்சாரம் கட்டமைத்தவைகளில் 'பெரும்பான்மையைக்' கட்டுடைத்துப் போட்டது சிக்மண்ட் ஃப்ராய்டின் உளப்பகுப்பாய்வு அறிவியல்.

தன்பால் மோகத்தைக் குரங்கினத்தின் தொடர்ச்சி என்றும், தன்பால்மோகிகள் இயல்பு நிலையினின்று பிறழ்ந்த தனித்த பண்புடையவர்கள் இல்லை என்றும் சொல்கிற ஃப்ராய்ட் நனவிலியின் பாலியல் வேட்கைகளில் ஒன்றாக தன்பால்மோகம் இருப்பதாகவும் கூறுகிறார். ஃப்ராய்டின் உளப்பகுப்பாய்வில் குழந்தைப் பாலுமையே முக்கிய இடம் வகிக்கிறது. மனிதப் பிறப்பின் முதன்மைக் குறிக்கோள் பாலின்பத்தை அடைவது. மனிதரின் முதல் மோகப்பொருள் தாயின் மார்பகம். குழந்தை தனது உடலியல் தேவைகளைக் கொண்டு பாலின்பத்தை நிறைவேற்ற கற்றுக்கொள்கிறது. அதாவது, முதலில் குழந்தையின் உடற்பசியை போக்குவதற்கான தேவைப் பொருளாக இருந்த

மார்பகம் நாளடைவில் இன்பம் துய்ப்பதற்கான மோகப் பொருளாக மாறிவிடுகிறது. இந்நிலையில் பாலை உள்வாங்கிக் கொள்வதை விடவும் காம்பை சூப்புவதின் இன்பத்தை அடையவே குழந்தையின் மனம் விழைகிறது. வளர்ந்துவிட்ட நிலையில் தாய்ப்பால் மறுக்கப்படுகிறபோது தனக்கான மோகப் புறநிலையாக தன்னையே மாற்றிக் கொள்கிறது. மார்பகத்திற்கு பதிலாக கை அல்லது கால் விரல்களை சூப்பி இன்பம் அடைகிறது. இந்த நிலை தான் தன்மதனத்தின் - வேறு வார்த்தையில் சொல்வதானால் சுயஇன்பத்தின் துவக்கம். ஆக நாம் எல்லோருமே சுயஇன்ப மோகிகள் தான்.

அடுத்ததாக ஃப்ராய்ட் போட்டு உடைப்பது நமக்குள் இருப்பதாக நினைத்துக் கொண்டிருக்கும் ஒருபால் தன்மையை [mono-sexuality]. உள்ளத்தின் பாலுணர்ச்சியே இரட்டைப்பாலியல் இயல்பு [bisexual nature] கொண்டது. உளப்பகுப்பாய்வின்படி பெண்தன்மையும், ஆண்தன்மையும் எதிரானவை. அதனால் ஒரே மனதிற்குள் எதிரான இரு தன்மைகளும் அமைந்து விடுகின்றன. இந்த எதிர்நிலை காரணமாக ஒன்று மற்றதை வெல்வதற்காகவே போராடுகின்றது. நனவு மனநிலையில் இவற்றை அறியமுடியாவிட்டாலும் நனவிலிக்குள் இவை நடந்து கொண்டிருப்பதாகவே உளப்பகுப்பாய்வு சோதனைகளைக் கொண்டு நிறுவுகிறார் ஃப்ராய்ட். இவ்வாறு இருபால் தன்மைகளைக் கொண்டுள்ள இரட்டைப்பாலுமையை அகிலப்பண்பு [universal character] என்றே சொல்கிறார். ஆக, நாமெல்லோரும் அறிவித்துக் கொள்ளாத திருநங்கைகளே.

மோகத் திரிபுகளில் ஒன்றான மாற்றுடுப்பு மோகம் எதிர்ப்பாலின உடைகளை அணிந்து கொண்டு இன்பம் காண்கிற மனநிலையைக் குறிக்கிறது. (எ.கா) பெற்றோர் தம் பெண் குழந்தைக்கு ஆண் உடையும் ஆண் குழந்தைக்கு பெண் உடையும் அணிவித்து மகிழ்தல். இந்த மாற்றுடுப்பு மோகத்தின் உச்சகட்டமே மாற்றுப்பால் மோகம் [transexualism]. உச்சத்தை அடைந்த நிலையில் அறுவை சிகிச்சைகள் மூலம் பெண் ஆணாகவும், ஆண் பெண்ணாகவும் மாற்றமடைகின்றனர். இப்படி முற்றிலுமாக மாற்றமடைவது மட்டுமில்லை தமக்கான புனைப் பெயர்களில் பெண்கள் ஆணின் பெயரையும் ஆண்கள் பெண்ணின் பெயரையும் வைத்துக் கொள்வது அல்லது இணைத்துக் கொள்வது கூட மாற்றுப்பால் மோகமே என்கிறார் ஃபிராய்டு. இப்படியான மாற்றுப் புனைப்பெயர்களைப் பலரும் வைத்துக்கொண்டிருப்பது நாம் அறியாததல்ல.

என்னுடைய 12 ஆவது வயதில் முதல் முறையாக 'லெஸ்பியன்' என்கிற வார்த்தையையும், அதற்கான அர்த்ததையும் தமிழ் நாளிதழ்களின் மூலமாகத் தெரிந்து கொண்டேன். அப்போதெல்லாம் லெஸ்பியன் பற்றிய சர்ச்சைகளும், லெஸ்பியன் உறவு கொண்டவர்கள் சிக்கிக்கொண்டது குறித்த 'கிலுகிலுப்பூட்டும்' தகவல்களும் இதழ்களில் வந்த வண்ணம் இருந்தன. அவற்றில் பெரும்பாலானவை லெஸ்பியன்களை நக்கலடிப்பவையும், 'கலி முத்திப்போச்சு' என்கிற வறட்டுத்தனங்களுமே. இவற்றை வாசிக்கும் போதெல்லாம் அந்த கோடைக்கால இரவு நினைவில் நிழலாடும். அனிச்சையாய் குற்றவுணர்ச்சி பிடித்தாட்டும். என் கைகளில் விலங்கு பூட்டப்பட்டிருந்ததை நான் மட்டுமே உணர்ந்தேன். என்னை நானே வெறுத்தேன். சில வேளைகளில் மன உளைச்சலுக்கும் ஆளானேன். ஆனால் எந்தச் சூழலிலும் என்னுடைய நெருங்கிய தோழிகளிடம் கூட நான் இதைப் பகிர்ந்து கொண்டதில்லை. அவர்கள் முன் ஒரு குற்றவாளியாக என்னைப் பகிரங்கப்படுத்த விரும்பாததே காரணம்.

ஏறக்குறைய 18 வருடங்கள் ஓடிக்கழிந்துவிட்டன. ஒருவரிடமும் பகிர்ந்து கொள்ளாத இந்தப் ரகசியத்தைப் பட்டவர்த்தனமாக்குகிறேன். இப்போது என் கைகளில் விலங்கில்லை.எனக்குக் குற்றவுணர்ச்சியுமில்லை. என் கண் முன்பாகவே நான் மாறிக்கொண்டு வருகிறேன். என் கண் முன்பாகவே இந்தச் சமூகமும் மாறிக்கொண்டு வருகிறது. இப்போதெல்லாம் நாளிதழ்களில், இணையப் பக்கங்களில் லெஸ்பியன்கள்/ தன்பால் புணர்ச்சியாளர்களது சிலாகிப்புகளையும், அவர்களுக்கான ஆதரவுகளையும் தான் அதிகம் பார்க்க முடிகிறது. LGBTயினரின் பேரணியில் பெற்றோர்கள் பங்கெடுக்கிறார்கள். நண்பர்கள் ஆதரிக்கிறார்கள். சட்டம் ஒருபுறம் அங்கீகரிக்கிறது. உலக அளவிலான பாராட்டையும் பெறுகிறது. கலாச்சாரவாதிகள் உச்சநீதிமன்றத்தில் முறையிடலாம். தீர்ப்பு கிட்டும் வரை போராடலாம். 'இயற்கைகளை' தொடர்ந்து கட்டமைக்கலாம். ஒன்று மட்டும் நிச்சயம். கலாச்சாரத்தின் - ஆணாதிக்கத்தின் எல்லை சுருங்கிக் கொண்டு வருகிறது.

மறுக்க முடியுமா? ஒருநாள் அது இல்லாமலும் போகலாம்.

❑ தீராநதி, நவம்பர், 2009.

ராதிகா சாந்தவனம்: பெண்ணுடலும் பாலியல் வேட்கையும் - ஒரு முன்மாதிரி

தஞ்சை மாவட்டம் நாகேஸ்வரத்தில் ஒரு தேவதாசிக் குடும்பத்தில் பிறந்த முத்துப்பழனியால் இயற்றப்பட்டது, புகழ்பெற்ற சிருங்காரக் காப்பியமான "ராதிகா சாந்தவனம்". 12ஆம் நூற்றாண்டில் ஜெயதேவர் இயற்றிய "கீதகோவிந்தத்தைத்" தழுவி தெலுங்கில் "ராதிகா சாந்தவனத்தை" அவர் இயற்றினார். ஆனால், கண்ணனின் காதலையும் ராஸ லீலைகளையும் முக்கியத்துவப்படுத்திய 'கீதகோவிந்தம்' முத்துப்பழனியின் "ராதிகா சாந்தவனத்தில்" தலைகீழாகப் புரட்டிப் போடப்பட்டது. உண்மையில் 'கீதகோவிந்தம்' மட்டுமல்ல, காலங்காலமாய் கட்டமைக்கப்பட்டுவந்த ஆணாதிக்கப் பாலியல் மையவாதங்கள் அனைத்துமே தலைகீழாய்ப் புரட்டிப் போடப்பட்டன, சுக்குநூறாய் உடைக்கப்பட்டன.

கீதகோவிந்தத்திற்கும் ராதிகா சாந்தவனத்திற்கும் இடையிலான முக்கிய வேறுபாடாக இரண்டு அம்சங்களைச் சொல்லலாம். ஒன்று: ராதை - கண்ணனின் கூடலையும் ஊடலையும், (ராதிகா சாந்தவனம்) காமரசம் ததும்பத் ததும்ப ரொம்பவும் கச்சாவாக இலக்கியமாக்கியது. மற்றது: இந்திய இலக்கிய மரபில் முதன்முறையாக ராதையின் - ஒரு பெண் தன்னிலையின் பாலியல் வேட்கையை - சுயமரியாதையை - உச்சபட்ச தாபங்களை - பகிரங்கப்படுத்தி இலக்கியமாக்கியது.

ஆணுடலை முதன்மைப்படுத்திய ஜெயதேவருக்கும் பெண்ணுடலை முதன்மைப்படுத்திய முத்துப்பழனிக்குமான இந்த வேறுபாடு ஒரு ஆண் மொழிக்கும் பெண் மொழிக்குமான வேறுபாடு மட்டுமன்று. ஒரு ஆண் மொழிக்கும் தேவதாசியின் மொழிக்குமான வேறுபாடும்கூட. சங்க இலக்கியங்கள், திருப்பாவை, நாச்சியார் திருமொழி என நமது பெண் கவிகளின் பாலியல் வெளிப்பாடுகள் பல நூறாண்டுகளுக்கு முன்பே

இலக்கியத் தோற்றம் கண்டிருக்கின்றன என்றாலும் அவற்றின் மொழிக்கு ஒரு வரம்பு இருந்தது; அவர்களின் தாபத்திற்கு வகுக்கப்பட்ட ஒரு வரையறை இருந்தது. ஆனால் - நிலப்பிரபுத்துவ அடிமைத்தனத்திற்கு ஆட்பட்டிருந்தாலும் - கல்வி, சொத்துரிமை ஆகியவற்றினூடாய் ஓரளவு பொருளாதாரச் சுதந்திரத்தைப் பெற்றிருந்த தேவதாசிப் பாரம்பரியம் ஒப்பீட்டளவில் விடுதலை பெற்றிருந்தது. அந்த அடிப்படையில்தான் முத்துப்பழனியின் இந்தக்காதல் காவியம் தனக்கு முந்தைய பெண்கவிகள் எல்லாம் எட்டமுடியாத எல்லையைத் தொட்டுப்பார்த்தது.

"ராதிகா சாந்தவனத்தின்" கதைப்போக்கு, கண்ணன் - ராதை குறித்து வெகுமக்களிடம் படிந்துபோயிருக்கிற பிம்பங்களுக்கு முற்றிலும் நேரெதிரானது. கண்ணன் - ராதைக்கு இடையிலான உறவு என்பது கலாச்சார சமூகம் அங்கீகரிக்கக்கூடிய - அனுமதிக்கக்கூடிய முறையான திருமண உறவு அன்று; அது புனிதக்கட்டிற்குள் அடங்கமறுக்கும் இச்சைகளின் உறவு; கலாச்சாரத்தைக் கொட்டிக் கவிழ்த்த காதலின் பிணைப்பு; பொதுப்புத்தியின் மொழியில் சொல்வதானால் அது ஒரு "கள்ளத்தொடர்பு". முறையற்ற (incestuous) தொடர்பும் கூட. ராதை ஏற்கனவே திருமணமானவள். கண்ணனைவிட வயதில் மூத்தவள். கண்ணனைத் தூக்கி எடுத்து வளர்த்தவள். எல்லாவற்றிற்கும் மேலாக, - கண்ணனின் வளர்ப்புத் தந்தை - நந்தகோபனுக்குத் தங்கை; கண்ணனுக்கு அத்தை முறை. நமது இலக்கியங்கள், மரபு, மதம் ஆகியவற்றில் இத்தகைய முறையற்ற பாலியல் உறவுகளுக்கு ஒரு இடம் இருந்தது கவனிக்கத்தக்கது.

இந்த மரபை இழைபிரித்துக் காட்டுகிற வகையிலும் ஒரு முன்னோடி இலக்கியமாக "ராதிகா சாந்தவனம்" தன்னை நிறுவிக்கொள்கிறது. ஆணாதிக்கச் சமூகத்தின் இலக்கணம், கற்பு, ஒழுக்கவாதம் எல்லாவற்றையும் அத்துமீறிய இந்தக் காதலையும் அச்சம், மடம், நாணங்களை உதறித்தள்ளிய பெண்ணுடலையும் படைத்துக்காட்டிய முத்துப்பழனியின் 'வன்மை' உள்ளபடியே வியக்கத்தக்கது. பதினெட்டாம் நூற்றாண்டில் எழுதப்பட்ட இந்தக் காவியத்தின் கவிதை வெளிப்பாடும், சொற்செட்டும் பாலியல் விவரணைகளும் - இன்றைய பெண்ணிய உடல்மொழிகளுக்கு எல்லாம் முன்னோடியாகத் திகழும் பாங்கை அவசியம் படித்தறிய வேண்டும்.

பதினெட்டாம் நூற்றாண்டில் தஞ்சையை ஆண்ட பிரதாபசிம்மனின் அரசவை நர்த்தகியாக இருந்தவர் முத்துப்பழனி. அவர் இயற்றிய இக்காவியத்தை தேவதாசி மரபில் உதித்த இன்னொரு அறிஞரும் கலைஞருமான புட்டலஷ்மி நாகரத்தினம்மாள் 1911 இல் முழுமையாக மறுபதிப்புச் செய்தார். அன்றைய தேசியவாதியும் தெலுங்கின் பெருங்கவியுமான கந்துகூரி வீரேசலிங்கம் போன்றோர் அச்செம்பதிப்பைக் கடுமையாக எதிர்த்ததும், அதன் பொருட்டு அன்றைய ஆங்கில அரசு அந்நூலுக்குத் தடை விதித்ததுமான வரலாறு ஏற்கனவே பலராலும் சொல்லப்பட்டுள்ளது. வாவில்லா ராமசாமி சாஸ்திரலுவின் பதிப்பகத்தின் மூலம் ஆறணா விலையில் வெளியிடப்பட்ட (1911) இப்புத்தகத்தைப் பற்றி, தெலுங்கு இலக்கிய இதழான 'சசிலேகா' இவ்வாறு விமர்சித்தது: "ஒரு விபச்சாரி இயற்றிய நூலை இன்னொரு விபச்சாரி வெளியிடுகிறாள்". ஆனால் இத்தகைய எதிர்ப்புகளுக்கு மாறாக இந்நூலுக்கான ஆதரவும் இலக்கியவாதிகளிடம் இருந்து வெளிப்பட்டது. இந்திய விடுதலைக்குப் பின்பு சென்னை மாகாணத்தின் முதலமைச்சராக இருந்த - ஆந்திர கேசரி என்று பரவலாக அழைக்கப்பட்ட - தங்குதுரி பிரகாசம் அவர்கள் இந்நூலின் மீதான தடையை நீக்கினார். தடையை நீக்கிய பின்பு அவர் பெருமிதத்தோடு சொன்னார்: "தெலுங்கு இலக்கியத்தின் அணிகலனில் சில முத்துக்களை மீண்டும் பதித்திருக்கிறேன்".

நான்கு பெரும் பிரிவுகளின் கீழ் 584 பாடல்களாகத் தெலுங்கில் இயற்றப்பட்ட "ராதிகா சாந்தவனம்" தற்போது ஆங்கிலத்தில் மொழிபெயர்க்கப்பட்டு "The Appeasement of Radhika" என்னும் நூலாக வெளிவந்திருக்கிறது. சந்தியா முல்சந்தானி மொழிபெயர்த்த இந்நூலை 'Penguin Books' பதிப்பகம் வெளியிட்டிருக்கிறது. (விலை. 250).

மங்கல வாழ்த்து, நூல் எழுந்த வரலாறு, புரவலர் புகழ்ச்சி, கவிஞரின் குலப்பெருமை என வழமையான இலக்கிய மரபோடு எழுதப்பட்ட இந்நூல், மகரிஷி சுகமுனி, ஜனக மன்னனுக்கு இக்காதல் காவியத்தை விவரிப்பதாக அமைக்கப்பட்டிருக்கிறது. ராதை, கண்ணனோடு இக்காவியத்தில் இடம்பெற்றுள்ள இன்னொரு முக்கிய பாத்திரம் இலாதேவி. இவள் நந்தகோபனின் மைத்துனன் கும்பகாவின் மகள். கண்ணனைப் போலவே இலாவையும் ராதை தான் வளர்த்தாள். இலா ரொம்பவும் வெகுளித்தனமானவள். ராதை, கண்ணனோடு பூஞ்சோலைகளில் மட்டுமல்ல. அவர்களின் படுக்கை அறைகளிலும் நுழைந்து விளையாடுபவள். பருவமடைந்த

சில நாட்களிலேயே கண்ணனுக்கும் அவளுக்கும் திருமணம் நிச்சயிக்கப்பட்டது. இருவரையும் வளர்த்தெடுத்த ராதைதான் திருமணத்தை முன்னின்று நடத்தினாள். இலாவிற்குச் சில அந்தரங்க அறிவுரைகளைச் சொல்லிக்கொடுத்ததோடு கண்ணனிடமும் அறிவுறுத்தினாள்: “இலா ரொம்பவும் சின்னப்பெண், பார்த்து நடந்துகொள்”.

ராதையின் இந்தப் பெருந்தன்மையும் முதிர்ச்சியும் தாமரைக் கண்ணனை - தன் காதலனைப் பிரிந்த ‘முதலிரவிலேயே’ அற்றுப்போனது. ராதை இப்படிக் கண்ணனைப் பிரிந்ததேயில்லை. தன் கணவன், மாமனார், மாமியார், சகோதரர்கள், உற்றார், உறவினர் எல்லோரது ஏச்சுக்கும் பேச்சுக்கும் அப்பால் அவள் கண்ணனைக் கூடினாள்; ஊடினாள்; புணர்ந்து களித்திருந்தாள். இந்த ‘முதலிரவின்’ பிரிவு அவளை வாட்டி வதைத்தது. பொம்மை பறிக்கப்பட்ட ஒரு குழந்தையைப் போல் இரவெல்லாம் அரற்றினாள். பொழுது புலர்ந்த மறுகணம் - இரவெல்லாம் இலாதேவியோடு முயங்கிக்கிடந்த - கண்ணனைத் தேடி ஓடினாள். புணர்ந்து அணைத்து ஆற்றாமை தீர்ந்தாள். இப்படியான சந்திப்பும் நீண்டநாள் நிலைக்கவில்லை. கண்ணன் தனது மாமியார் வீட்டிற்கு - இலாவின் தாய்வீட்டிற்கு - மறுவீடு சென்றான். இலாவின் மீதான புதுமோகத்தில் மூழ்கித்திளைத்தான். மெய் மறந்துகிடந்தான். அதேவேளை பசலை படிந்த ராதையின் உடல் இளைத்துத் துரும்பானது. அனிச்சையாகப் பற்றிக்கொள்ளும் நெருப்பில் தேகம் எரிந்தது. கண்ணனின் நினைவுகளைச் சுமந்த இரவுகளை அவளால் தாளமுடியவில்லை. பணிப்பெண்கள் குழைத்துத் தேய்க்கும் சந்தனம், சவ்வாது, வாசனை மலர்கள் அனைத்திற்கும் அப்பால் அவள் தணியாது கொதித்தாள். பொறுக்கமாட்டாது தான் வளர்த்துவந்த அன்புக்கிளியைக் கண்ணனிடம் தூது அனுப்பினாள். மஞ்சத்தில் கிடந்த கண்ணன் இலாதேவியோடு ஆயகலைகளையும் அரங்கேற்றுவதைக் கண்ட கிளி வாயடைத்துத் திரும்பியது. தன்னிலை மறந்து தன்னையும் மறந்துகிடக்கும் கண்ணனின் நிலை அறிந்த ராதை கொதித்தாள்; வெகுண்டாள்; காமனைத் தூற்றினாள். கண்ணனைப் பழித்துரைத்தாள். தன் விதியை நொந்து புலம்பினாள்.

அவ்வேளை ராதையின் நினைவுகள் கண்ணனை உசுப்பத் தொடங்கின. ஆசை அறுபது நாளும் மோகம் முப்பது நாளும் கடந்தபிறகு கண்ணனின் மனம் இயல்பாகவே ராதையை நோக்கிப் பாய்ந்தது. ஆம். ராதையின் மேல் அவன் கொண்டது பழகப்பழகப் புளித்துப்போகும் வெற்று மோகமன்று, அள்ள

அள்ளப் பெருக்கெடுக்கும் காதலின் ஊற்று; நேசத்தின் வற்றாத ஜீவநதி; அன்பாகி அகன்றதொரு ஆழிப்பெருங்கடல். கண்ணன் தன்நிலை உணர்ந்தான். ராதையை மறந்து கிடந்த நாட்களை எண்ணித் துடித்தான்; புலம்பினான்; இழைத்த துரோகத்திற்காய் கூனிக்குறுகினான். கண்ணனின் தவிப்புகளைக் கண்ட இலாவின் சகோதரன் ரீதமன் எள்ளிநகையாடினான். "அந்த அடங்காப்பிடாரி என் தங்கையை விட உயர்ந்தவளா? இருவருக்குமான வயதை ஒப்பிட்டுப் பார்த்தாயா? இப்படியான ஒழுக்கக் கேடான உறவுகள் இறுதியில் உனக்குத் துன்பத்தைத்தான் தரும்" என்று எச்சரித்தான். ரீதமனின் வார்த்தைகளைக் கொஞ்சமேனும் பொருட்படுத்தாத கண்ணன் அவனுக்குப் பதிலுரைத்தான்: "தன் மகளைத் - தான் படைத்த பெண்ணை - மணந்த பிரம்மன் ஒழுக்கங்கெட்டவன் என்று சொல்லப்படுகிறானா? தன் குருவின் மனைவி தாராவை கடத்திச்சென்ற சந்திரன் நெறிபிறழ்ந்தவன் என்று கருதப்படுகிறானா? தனது நண்பனின் மனைவியைப் புணர்ந்த சூரியன் ஏமாற்றுக்காரனா? பூமாதேவி ஹரியின் அத்தை இல்லையா? கங்கை சிவனின் அத்தை இல்லையா? அகல்யா இந்திரனின் அத்தை இல்லையா? சீதை ராமனைவிட மூத்தவள் தானே? ரேவதி பலராமனைவிட மூத்தவள் தானே? ரதிதேவியும் கூட மன்மதனைவிட மூத்தவள் தானே?" இப்படியெல்லாம் காலங்காலமாய் காதல் கட்டற்றுக்கிடக்க என்னைப்பற்றி சொல்லவந்துவிட்டாய்" என்று திருப்பி அடித்தான்.

ராதை சாதாரணப் பெண் இல்லை. அவள் மன்மதனால் எய்யப்பட்ட அம்பு. மணம் நாறும் சம்பங்கிப் பூ, இந்தப் பூலோகத்தில் ஒப்பிடவே முடியாத சுவை மிகுந்த பண்டம். அவளோடு வாழ்ந்து களித்த ஒருவன்தான் இவ்வுலகின் எல்லாப் பேறுகளையும் பெற்றவனாக இருக்கமுடியும் என்றெல்லாம் ராதையின் அருமை பெருமைகளைச் சொல்லி அவள் நினைவுகளில் ஏங்கினான்.

அதற்குமேல் பொறுக்க முடியாமல், இலாவை சில நாட்கள் கழித்து வரச்சொல்லிவிட்டு, பிருந்தாவனத்திற்குத் திரும்புகிறான். அவன் காத்துக் கொண்டிருந்த இரவுப்பொழுது நெருங்கியது. அடுத்த வேளைக்குக் கையேந்தும் ஒரு யாசகனைப் போல் ராதையின் வாயிலுக்கு முன் தவம்கிடக்கிறான். கோபக்கனலில் கொந்தளிக்கும் ராதை தனது பணிப்பெண்களிடம் சொல்லி கண்ணனை - அந்த நயவஞ்சகக்காரனை - வீட்டு வாசலைக்கூட நெருங்கவிடாமல் காவல் இருக்கப் பணிக்கிறாள். ராதையின் விசுவாசிகளான அந்தப் பணிப்பெண்களிடமும் - தூது வந்த அதே கிளியிடமும்

மன்றாடிக் கெஞ்சிக்கதறி, கண்ணன் அனுமதி பெற்றதெல்லாம் பெருங்கதை. வரம்பெற்ற பக்தனாக ராதையின் அறைக்குள் நுழைந்த கண்ணன், அங்கே கண்ட காட்சியால் அதிர்ந்து போகிறான். ராதை அலங்காரங்களின்றி, அணிகலன்களின்றி, நறுமண திரவியங்கள், அன்றலர்ந்த வாசனைப் பூக்கள் எதுவுமின்றி சோர்ந்து கிடக்கிறாள். கண்ணனை ஏறெடுத்தும் பார்க்க மறுக்கிறாள். "ராதே நான் இழைத்த குற்றம் என்ன? நீதான் என்னை வளர்த்தாய்.. நீதான் எனக்குத் திருமணமும் செய்வித்தாய்.. இப்போது நீயே கோபம் கொள்வது சரியா? உன் இனிய குரலால் ஒரு வார்த்தை பேசமாட்டாயா? உன் உள்ளத்தை எனக்கு அளிக்கமாட்டாயா? நம் உறவை மறந்தாயா? ராதே! கெஞ்சிக் கேட்கிறேன் இரக்கம் காட்டு, அன்பைக்கொடு, கருணை செய்.." அவனின் கதறல்களுக்குக் கடைக்கண் பார்வையைக் கூடக் காட்டாத ராதை இறுதியாகக் கேட்கிறாள்:

"சுயமரியாதை ஒரு பெருஞ்செல்வம், அருட்பேறு
சுயமரியாதை பெண்ணின் பெருமைக்கு அணிகலன்
ஒருமுறை அதை இழந்துவிட்டால்
பிறகு ஏன் உயிரோடு வாழ வேண்டும், தாமரைக் கண்ணா ?"

ராதையின் இந்தச் சுயமரியாதைக்கு முன்பு மண்டியிட்டு, கசிந்து கண்ணீர் மல்கிய கண்ணன், ஏதொன்றுக்கும் அசைந்து கொடுக்காத ராதிகாவைச் சாந்தப்படுத்த ("ராதிகா சாந்தவனம்") ஆகக்கடைசியாய் அவளின் அடிபணிந்து, பாதக் கமலங்கள் தொட்டு, மெய்வணங்கிச் சரணாகதி அடையும் அந்தக் காட்சியைத் தரிசிக்க உண்மையில் ஒரு இலக்கியப்பேறு பெற்றிருக்க வேண்டும். ஆனபோதும் ராதை மனமிரங்கவில்லை. கண்ணன் பணிந்து சரணடைந்தபோது...

"அவன் அவள் பாதங்களில் பணிந்து வீழ்ந்தபோது
காற் சிலம்புகள் பேரொலி எழுப்ப
அவள் தன் இடது காலை உயர்த்தினாள்
பிரம்மனும் சிவனும் முனிவர்களும் வணங்கிய
பீலி சூடிய அந்தச் சிரசை
மிருக பலத்துடன்
எட்டி உதைத்தாள்
எதிர்காலத்தில் சத்யபாமாவின் கோபங்களை
எதிர்கொள்ள அவனுக்குப் பயிற்சி அளிப்பதுபோல
அது இருந்தது"

"ஊடுதல் காமத்திற்கு இன்பம்" என்பதாக இந்தப் பாடுகளை யெல்லாம் பெரும்பேறுகளாக எண்ணித் திளைத்த கண்ணன்

இறுதியில் ராதிகாவைச் சாந்தப்படுத்திக் கூடி முயங்கிய காட்சிகள் படித்து இன்புறத்தக்கவை. "சாண் பிள்ளையானாலும் ஆண்பிள்ளை" என்று மீசை முறுக்கும் வழமையான பாலியல் ஆண்மையவாதங்களை புரட்டிப்போட்ட இந்தக் கவிதைகளின் கலகங்களுக்காக மட்டுமல்ல... இவற்றிற்கும் அப்பால் இத்தொகுப்பில் உள்ள, விரல்விட்டு எண்ணக்கூடிய பாலியல் கவிதைகளுக்காகவே இந்நூல் பலத்த எதிர்ப்பையும் அடக்குமுறைகளையும் அன்று எதிர்கொண்டது. கலாச்சாரவாதிகளைக் கொந்தளிக்கச் செய்த அந்தப் பாலியல் கவிதைகளுள் சில இங்கே:

கவிதை 1:
கிருஷ்ணனின் புதிய துணையான இலாதேவிக்கு ராதிகா சொன்னது

உன் காதலன் உன்னைக் கட்டித் தழுவும்போது
முலைகளால் அவனை மென்மையாக அழுத்து.
உன் கன்னத்தில் அவன் முத்தமிடும் போது
வெட்கத்தோடு மெல்லத் திரும்பி
உன் உதடுகளால் அவன் உதடுகளைத் தீண்டு
உனக்குள் நுழையும் போது
வேட்கையோடு இயங்கி அவனைக் கிளர்ந்தெழச் செய்.
கூடிய களிப்பில் அவன் சோர்ந்து போனால்
மேல் ஏறு
விரைந்து கைப்பற்று
சோர்வைக் களை
செயலுக்குத் தூண்டு
மறவாதே, காதலில் அவனை விஞ்ச ஆளில்லை
சகல கலா வல்லவன்
அவனை மென்மையாகக் காதலி
உண்மையாகக் காதலி
அவனையும் உன்னைக் காதலிக்கச் செய்
என் அறிவுரை இதுவே
உனக்கா சொல்லித் தரவேண்டும்?

கவிதை 2:
இலாதேவி கிருஷ்ணன் முதலிரவுக் கொண்டாட்டம்

நீண்ட நேரத்திற்குப் பிறகு மலர்கள் பொலிவிழந்தன
முத்துக்கள் நெகிழ்ந்து
கழுத்தணிகள் சரிந்தபோது
அவனைப் புணர்வதற்கு

அவள் மேலெழுந்தாள்
தனது கலைகளை அரங்கேற்றினாள்
காதற் களத்தில் அவனுக்குத்
தான் நிகர் என நிறுவினாள்.

கவிதை 3:
முதலிரவுக்குப் பின் கிருஷ்ணனிடம் ராதை வினவியது

"ம்ம்ம்... அவளை முத்தமிட்டாயா கிருஷ்ணா?
ஓ! இல்லை, அவள் உதடுகள் கசக்கின்றன ராதா!
அவளுடைய முலைகளைப் பற்றிக் கசக்கினாயா?
இல்லை, அவை ரொம்பச் சிறியவை!
அவளின் தொடைகளைச் சுவைத்தாயா?
அவை மெல்லியவை ராதிகா!
அவளின் அழகிய உடலைத் தழுவி அணைத்தாயா?
அவள் ஒரு கொடியைப் போல துவள்கிறாளே!
ஓ! அவளுடன் கூடலை எப்படித்தான் கொண்டாடினாய்?
புதிய உறவு மகிழ்ச்சியை அளிக்காது...
கலவிக்கு முந்திய அவளின் விளையாட்டுகள்
உன்னைக் கட்டிப் போட்டு விட்டனவோ?
கலவி விளையாட்டுகள் பற்றி முன்பின் தெரியாத
ஒருத்தியிடம் எப்படி ராதே!

கவிதை 4:
கிருஷ்ணனைப் பிரிந்த ராதையின் நிலை

"உன் உதடுகளால்
என் உதடுகளை ரொம்ப அழுத்தாதே வலிக்கிறது" என்பேன்
அவன் இன்னும் இன்னும் அழுத்துவான்
"என் கூந்தலை இழுக்காதே நமது ரகசியம் வெளிப்பட்டுவிடும்"
கூந்தலை மேலும் இழுத்து எரிச்சலூட்டுவான்
"முலைகளை அழுத்தாதே வெட்கமாக இருக்கிறது"
நகங்களால் கீறி விளையாடத் தொடங்குவான்
"சீக்கிரம், குரல் கேட்கிறது, வேகமாக முடி"
இரவு முழுக்க ஓயமாட்டான்
"அமைதியாக இரு"
மேலும் உளறுவான்
"உன் சிரிப்பை நிறுத்து"
மேலும் மேலும் குரலெடுத்துச் சிரிப்பான்
அவனது குறும்புகள் என் இதயத்தை வாட்டுகின்றன
அவன் ஏன் என்னை வதைக்கிறான்?

கவிதை 5:
உளவு பார்த்துத் திரும்பி வந்த கிளி கிருஷ்ணனின் படுக்கை அறையில் நடந்ததை ராதையிடம் சொல்கிறது

ஒருவரை ஒருவர் இறுக்கி அணைத்து
எல்லாவற்றையும் மறந்து கிடக்கிறார்கள்
ஆரத்தழுவுகிறார்கள்
உதடுகள் ஒட்டிக்கொண்டுள்ளன
களித்துத் திகட்டிக் கிடக்கிறார்கள்
ஒருவரை ஒருவர் பார்த்தபடி
ஒருவர் மற்றவரின் உதட்டிலிருந்து தாம்பூலம் தரிக்கிறார்கள்
கன்னங்கள் ஒளிர்கின்றன
தீண்டுகிறார்கள் சரிசெய்கிறார்கள்
உடைகளை நகைகளை
கட்டிலைச் சுற்றிய திரை
சரியாக மறைத்திருக்கிறதா
என உறுதி செய்துகொள்கிறார்கள்
64 காமக் கலைகளையும்
பரிசோதித்துப் பார்க்கிறார்கள்
நான் எப்படிக் குறுக்கிட முடியும்?
அழகிய பெண்ணே!
கிருஷ்ணனை எப்படி உன்னிடம் இழுத்து வர முடியும்?

கவிதை 6:
ராதிகாவைப் பற்றி கிருஷ்ணன் தன் நெஞ்சொடு கிளத்தல்

கட்டற்ற வேகத்தோடும் காமத்தோடும்
அவளை மீண்டும் மீண்டும் புணரும்போது
பாதியளவு மூடிய தாமரைக் கண்களோடு
புன்னகைப்பாள் ஊக்குவிப்பாள்
"அற்புதம்............ அப்படித்தான்............
நல்லாருக்கு..... அட்டகாசம்... இன்னும் இன்னும் கொஞ்சம்...."
முனகுவாள்
சுண்டி இழுப்பாள்.
என்னைக் கவர்ந்து மயக்கிய
அந்தக் குரலை எப்படி மறப்பேன்?

கவிதை 7:
ராதையுடனான உறவை எண்ணி கிருஷ்ணன் உரைப்பவை

உணர்ச்சிகள் கொப்பளிக்க அணைப்பாள்
எனது இடையின் ஆடைகளுக்குள் அவள் கை நெகிழும்

என் தொடைகள் அவள் தொடைகளை அழுத்தும்போது
மேலுயர்த்திக் காமத்தைப் பகிர்வாள்
பெருகும் வேட்கையோடு கட்டிஅணைப்பாள்
ஆசை ஊற்றெடுக்க மேலேறுவாள்
இறுக்கித் தழுவுவாள்
என் ஆண்மை திருப்தியுறும்
மரத்தைக் கொடி படர்வது போல
எங்களின் உடலை இணைத்திருப்பாள்
உணர்ச்சிப் பெருக்கெடுக்க என்மீது
பாம்பென ஊர்வாள்
அவளைத் தவிர யாரேனும் இதைச் செய்யக் கூடுமா?
யாருமில்லை, அவளைத் தவிர யாருமில்லை

கவிதை 8:
ராதிகாவுடனான கிருஷ்ணனின் நினைவுகள்

"முத்தமிடாதே அழுக்காகி விடுவேன்" நான் சொன்னால்
வேண்டுமென்றே என்னை அழுத்தி முத்தமிடுவாள்
"தொடாதே, நீராடி வந்துள்ளேன்"
அவள் தன் முலைகளால் உணர்ச்சி பொங்க அழுத்துவாள்
"என்மேல் விழாதே, அது முறையல்ல" நான் சீறும்போது
வேகமாக என்மேல் குதித்துச் சரிவாள்
"இன்று நான் விரதம், இன்றைக்கு முடியாது...
உன்னோடு உறங்க முடியாது எனக்கு வேண்டாம்" நான்
சொன்னால்
அவள் இன்னும் தீவிரமாய் என்னைச் சேர முயல்வாள்

கவிதை 12:
ராதை தன் கால்களால் எட்டி உதைத்த பின்பு
கண்ணன் கூறியவை

அவள் அழுதபோது
ஹரி மீண்டும் பணிந்தான்
அவள் பாதங்களைப் பற்றி,
"அன்பே, ஏன் அழுகிறாய்?
நான் உன்னைவிட உயர்ந்தவனா?
நீ இன்னமும் கோபமாக இருந்தால்.....
நான் உன்னுடையவன்
உன் விருப்பம்போல நடப்பவன்... எல்லாவற்றிலும்"
அவன் எழுந்தான்
அவளை மார்போடு இறுக அணைத்துக் கொண்டான்.

கிட்டத்தட்ட இரண்டரை நூற்றாண்டுகளுக்கு முந்தைய இவ்விலக்கியம் அது எழுதப்பட்ட காலத்தில் பெரும் எதிர்ப்புகளைப் பெறவில்லை. ஒரு இலக்கியமாக அங்கீகரிக்கப்பட்டு கொண்டாடப்பட்டது. ஆனால், இருபதாம் நூற்றாண்டில் புதிதாகத் தோன்றிய தேசிய எழுச்சிக் காலகட்டத்தில் இந்நூல் மறுபதிப்பு *(1911)* செய்யப்பட்டபோது, கொச்சை அவதூறுகளோடும் கடும் எதிர்ப்புகளோடும் தடைசெய்யப்பட்டது. இந்தத் தடை ஒரு தற்செயல் நிகழ்வல்ல என்பதை தேசியவாத அரசியலைக் கூர்ந்து கவனிப்போர் அறியலாம்.

☐ உயிர் எழுத்து, செப்டம்பர், 2012.

நார்வே தாக்குதல்: நடந்தது என்ன?

ஜூலை 22 அன்று நார்வே நாட்டிற்குள் நடத்தப்பட்ட 2 தாக்குதல்கள் உலக அளவில் பேரதிர்ச்சியை ஏற்படுத்தியுள்ளன. பிரதமர் அலுவலகம் இருந்த வீதியில் ஒரு அரசுக்கட்டிடம் குண்டுவீசி தகர்க்கப்பட்டது. காவல்துறையின் கவனத்தை அங்கே திசைதிருப்பிவிட்டு ரொம்பவும் சாவகாசமாய் ஒரு படகிலேறிப் புறப்பட்ட அந்தத் தீவிரவாதி உடோயோ தீவின் மீது குறிவைத்தான். ஆளும் தொழிலாளர் கட்சியின் இளைஞரணியினர் கோடைக்கால முகாமொன்றை அத்தீவில் ஏற்பாடு செய்திருந்தனர். அக்கூட்டத்தில் நடத்தப்பட்ட கொலைவெறித் தாக்குதலில் மட்டும் பெண்களும் ஆண்களுமாய் 73 இளைஞர்கள் சூறையாடப்பட்டனர். சராமாரியாக சுட்டுவீழ்த்தியும் குண்டுகள் எறிந்தும் நடத்தப்பட்ட இத்தாக்குதல்களில் மொத்தம் 93 பேர் கொன்று குவிக்கப்பட்டனர்.

எதற்காக நிகழ்ந்தது? யாரால் நடத்தப்பட்டது? 93 உயிர்கள் வேட்டையாடப்பட்டதன் பின்புலம் என்ன? ஏதொரு விசாரணையையும் துவக்குவதற்கு முன்பு உலகநாடுகள் வழமை போலவே முன்முடிவெடுத்தன. இஸ்லாமிய சமூகம் குற்றவாளியென 'கண்டுபிடிக்கப்பட்டது'. பயங்கரவாதத்திற்கும் இஸ்லாமிற்கும் இடையிலான முடிச்சு மீண்டுமொருமுறை இறுக்கிக் கட்டப்பட்டது. ஆனால் இந்த முன்முடிவுகளுக்கெல்லாம் அப்பாற்பட்டிருந்த உண்மை வெளியானபோது வலதுசாரி பாசிச அரசியலின் முகத்திரை கிழிந்தது. உலகநாடுகள் வாயடைத்துப் போயின. ஆம். ஈவிரக்கமற்ற இத்தனைப் படுகொலைகளைச் செய்துமுடித்தது வேறுயாருமல்ல. நார்வே நாட்டைச் சேர்ந்த, 32 வயதான ஆண்டர்ஸ் பெஹ்ரிக் பிரைவிக் என்னும் கிறிஸ்துவ அடிப்படைவாதிதான். இத்தனை பெரிய வன்முறையை நிகழ்த்தியதற்கான பின்புலம் இதுதான்: அத்தீவில் குழுமியிருந்த இளைஞர்கள் இடதுசாரிகள்; பன்மைத்துவத்தை அங்கீகரித்தவர்கள். வேறுவார்த்தையில் சொல்வதானால் முஸ்லிம் சமூகத்தை உள்ளடக்கியவர்கள் [Inclusive].

முஸ்லிம்களை உள்ளடக்குவதன் மீதான இந்தப் வெறுப்பினை அடையாளம் காண்பதற்கு அந்நாட்டின் சூழலை சற்று விளங்கிக்கொள்ள வேண்டும். நார்வே நாட்டின் தலைநகரமும் பாதிக்கப்பட்ட நகரமுமாகிய ஆஸ்லோ, இரண்டு கூறுகளாய்ப் பிளவுபட்டிருந்தது. மேற்குப்பகுதியில் அதிகாரத்துவம் பொருந்திய வெள்ளையர்கள் நிரம்பியிருந்தனர். கிழக்குப்பகுதியில் வெளிநாட்டிலிருந்து வந்து குடியேறியவர்கள் வசித்தனர். இவர்களில் பெரும்பான்மையர் முஸ்லிம்கள்; மேலும் ஏழைகள். சமீப ஆண்டுகளில் பன்மடங்காய் அதிகரித்துவந்த முஸ்லிம்களின் எண்ணிக்கை பெரும்பான்மையரிடையே ஒருவித அதிருப்தியை ஏற்படுத்தியிருந்தது. ஆனால் முஸ்லிம்களின் பெருக்கத்தால் நார்வே நாட்டிற்குள் எந்தவொரு பாதிப்பும் நிகழ்ந்துவிடவில்லை என்பது குறிப்பிடத்தக்கது. நாட்டின் எண்ணெய் வளத்திற்கோ, மக்களின் வேலைவாய்ப்புகளுக்கோ இந்தப் பெருக்கம் எந்தவொரு குறையையும் ஏற்படுத்தவில்லை. தீவிரவாத அச்சுறுத்தல்கள் எதையும் உருவாக்கவில்லை. ‘ஈரோப்போல்’ [Europol] என்கிற அமைப்பு 2007 முதல் 2010 ஆம் ஆண்டு வரையிலும் ஐரோப்பாவில் நிகழ்ந்த தீவிரவாதத் தாக்குதல்களைப் பட்டியலிட்டுள்ளது. இதன்படி நான்கு ஆண்டுகளில் நடத்தப்பட்ட மொத்தத் தாக்குதல்கள் 1565. இவற்றுள் முஸ்லிம் தீவிரவாதிகளால் நடத்தப்பட்டவை 6 தாக்குதல்கள் மட்டுமே.

இவ்வாறு முஸ்லிம் சமூகத்தினரால் பெரிய ஆபத்து எதுவும் இல்லாதபோதும் அவர்கள் மீது இத்தகைய வெறுப்பும் அச்சமும் உருவாகியிருக்கிறதெனில் அது இயல்பாகத் தோன்றிய ஒன்றல்ல. வலதுசாரிகளின் பாசிசத்தாலும் ஏகாதிபத்திய சூழ்ச்சிகளாலும் உலகெங்கும் பரப்பப்பட்ட வெறுப்பு அரசியலாலும் கட்டமைக்கப்பட்டது. ஒன்றோடொன்று பிணைந்து கிளைபரப்புகிற அதன் அரசியலை அம்பலப்படுத்துவதன் முன் ஒன்றைப்பார்க்க வேண்டும்.

ஆஸ்லோ நகரைச் சேர்ந்த எழுத்தாளர் அஸ்லக் சிரா மைர் நார்வே தாக்குதல் குறித்து விரிவான கட்டுரையொன்றை எழுதியிருக்கிறார். வன்முறையை ஒட்டி நிகழ்ந்த விவாதங்களைத் திறந்த மனதோடு அணுகியிருக்கிற அஸ்லக், அவற்றினூடாய் முஸ்லிம்களுக்கு இழைக்கப்படும் அநீதிகளை வெட்டவெளிச்சமாக்குகிறார். வலதுசாரி அரசியல் என்பது பாசிஸ்டுகளின் வன்மங்களாக மட்டுமே ஒதுங்கிவிடாமல் பொதுபுத்திகளையும் அறிவுஜீவிகளையும்கூட ஊடாடி நிற்பதை வெளிக்கொணர்கிறார்.

இந்துத்துவம், கிறிஸ்துவ அடிப்படைவாதம், வலதுசாரித் தேசியம் என வடிவங்கள் வெவ்வேறான போதும் அவை அனைத்தும் 'பாசிசம்' என்ற ஒற்றைக் கருத்தாக்கத்தின் கீழ் ஒன்றிணைவதை இக்கட்டுரையைக் கூர்ந்து நோக்குவதன் மூலமும் நமது சூழலோடு ஒப்பிட்டுப் பார்ப்பதன் மூலமும் அறிந்து கொள்ளலாம். கட்டுரையின் மூலக்கருத்துக்களை தொகுத்தளிப்பது அல்லது பொழிப்புரையாய்ச் சுருக்குவதென்பது கருத்தாழங்களை நீர்த்துப்போகச் செய்துவிடுமென்பதால் கட்டுரை முழுவதுமாக இங்கு பெயர்க்கப்படுகிறது. அஸ்லக் முன்வைத்த அக்கட்டுரை இதோ:

தீவிரவாதத்திற்கு எதிராக ஐரோப்பா களமிறங்க வேண்டும்

ஆஸ்லோவின் மற்ற குடிமக்களைப் போலவே நானும் தாக்குதல்களால் தகர்ந்து கிடந்த வீதிகள் மற்றும் கட்டிடங்கள் வழியாக நடந்து சென்றேன். இளம் அரசியல் போராளிகள் படுகொலை செய்யப்பட்ட அந்தத் தீவில் எனது நேரத்தையும் செலவிட்டேன். எனது தேசத்தின் அச்சத்தையும் வலியையும் இங்கே பகிர்ந்து கொள்கிறேன். கேள்வி என்னவென்றால் - ஏன் இது நடந்தது, இந்த வன்முறை ஒன்றும் குருட்டுத்தனமானது அல்ல.

நார்வேயின் மீதான பயங்கரவாதம் இஸ்லாமியத் தீவிரவாதிகளால் வந்ததல்ல. தீவிர இடதுசாரிகளிடமிருந்தும் வந்ததல்ல. இருந்தபோதும் எங்கள் "வாழ்முறைக்கு" உள்ளார்ந்த அச்சுறுத்தல் நேர்ந்த போதெல்லாம் இந்த இரண்டு குழுக்களுமே தொடர்ந்து குற்றம் சாட்டப்பட்டார்கள். அந்தப் பயங்கரமான 22 ஜூலை அன்றும் அதற்கு முன்பும் எனது நாடு சந்தித்த சிறு பயங்கரவாதச் செயல்களெல்லாம் தீவிர வலதுசாரிகளிடமிருந்தே வந்துள்ளன.

பல பத்தாண்டுகளாக இந்நாட்டில் அரசியல் வன்முறை என்பது நவநாஜிகள் [Neo-Nazis] மற்றும் பிற இனவாதக் குழுக்களாலேயே நடத்தப்பட்டிருக்கிறது. 1970களில் அவர்கள் இடதுசாரி புத்தகக் கடைகளிலும் மே தின நிகழ்ச்சியிலும் குண்டு வீசினார்கள். 1980களில் தமது அமைப்பைச் சேர்ந்த இரண்டு நவநாஜிகள் தங்களுக்கு நம்பிக்கை துரோகம் செய்வதாகச் சந்தேகிக்கப்பட்டு அவர்களாலேயே கொல்லப்பட்டார்கள். கடந்த இருபது ஆண்டுகளில் இனவாதக் குழுக்களின் தாக்குதலால் இரண்டு வெள்ளையர்

அல்லாத நார்வே நாட்டு ஆண்கள் கொல்லப்பட்டார்கள். இரண்டாம் உலகப்போருக்குப்பின் வேறெந்த வெளிநாட்டு அமைப்புகளும் நார்வே நாட்டு எல்லைக்குள் அம்மக்களைத் துன்புறுத்தவோ தாக்கவோ இல்லை. 1973 இல் லில்லிஹேமர் என்னுமிடத்தில் இஸ்ரேலியப் பாதுகாப்புப் படையான மொசாத்தால் ஒரேயொரு அப்பாவி மனிதன் தவறுதலாகக் கொல்லப்பட்டது மட்டும் விதிவிலக்கு.

வரலாறு இப்படியாக இருந்தபோதும் ஒரு பயங்கரவாதத் தாக்குதல் நடக்கும் போதெல்லாம் நாங்கள் உடனடியாக இசுலாமியச் சமூகத்தையே சந்தேகித்தோம். அது ஜிஹாதிகளின் வேலைதான். அது அப்படித்தான் இருக்கவேண்டும். அதை எங்கள் நாட்டின் மீதும் எங்கள் வாழ்முறையின் மீதுமான தாக்குதலாகக் கண்டித்தோம். ஆஸ்லோவில் இந்தச் செய்தி பரவியவுடன் பர்தா அணிந்த இளம்பெண்களும் அராபியத் தோற்றமுடைய ஆண்களும் கண்ணில்பட்ட இடங்களிலெல்லாம் தாக்கப்பட்டார்கள்.

இது ஆச்சரியமானதல்ல. குறைந்தபட்சம் பத்து வருடங்களாக தீவிரவாதம் கிழக்கிலிருந்து வருவதாகாவே நாங்கள் சொல்லிக் கொண்டிருக்கிறோம். ஒவ்வொரு அராபியனும் சந்தேகித்திற்குரியவன். எல்லா முஸ்லிம்களும் கறைபட்டவர்கள். விமான நிலையங்களில் பாதுகாப்புச் சோதனைகளின் போது வெள்ளையர் அல்லாதவர்கள் மட்டும் தனியறையில் வைத்து சோதனையிடப்படுவதை நாங்கள் அன்றாடக் காட்சியாகப் பார்த்துக் கொண்டுவருகிறோம். “எங்களுடைய” பொறுமையின் எல்லை குறித்து முடிவில்லாத விவாதங்கள் நடத்தி இருக்கிறோம். இவ்வாறு இஸ்லாமிய உலகம் மற்றமையாகக் கட்டமைக்கப்பட்டவுடன், “எங்களை” “அவர்களிடமிருந்து” பிரிக்கும் அம்சம் சாதாரண அப்பாவி மக்களைத் துடிக்கத் துடிக்கக் கொல்லும் அவர்களது திறமைதான் என்று கற்பித்துக்கொண்டோம்.

உண்மையில் எல்லோரும் அல்-கொய்தாவைச் சந்தேகிப்பதற்கு வேறொரு காரணமும் உள்ளது. பத்து வருடங்களாக ஆப்கானிஸ்தான் மீதான தாக்குதலில் நார்வே பங்கெடுத்திருக்கிறது. சில சமயங்களில் ஈராக் யுத்தத்தில் பங்கெடுத்திருக்கிறோம். மேலும் தற்போது கடாஃபிக்கு எதிராக திரிப்போலியில் குண்டுவீசுகிறோம்.

யுத்தம் உன்னை அடைவதற்கு முன்பாக நீ எவ்வளவு காலம் யுத்தத்தை நடத்திக்கொண்டு இருப்பாய் என்பதற்கும் எல்லை

உண்டு. இவற்றையெல்லாம் நாங்கள் அறிந்திருந்தபோதும் பயங்கரவாதிகள் எங்களைத் தாக்கியபோது இந்தக் காரணம் அரிதாகவே நினைவுகூரப்பட்டது. எங்களுடைய முதல் எதிர்வினை பகுத்தறிவுக்கு அப்பாற்பட்டு இருந்தது: அது "அவர்களாகத்தான்" இருக்கவேண்டும். எனினும் அந்தக் காரணத்தை என்னால் உணரமுடிந்தது. நாங்கள் மற்ற நாடுகளில் நடத்திய யுத்தம் இப்போது எங்கள் நாட்டிற்குத் திரும்பிவிட்டதாக நான் அச்சமுற்றேன். அடுத்தது என்ன? எங்கள் சமூகத்திற்கு என்ன நிகழப்போகிறது? எங்கள் பொறுமை, பொது உரையாடல்கள் எல்லாவற்றிற்கும் மேலாக இங்கேயே நிரந்தரமாகத் தங்கிவிட்ட வெளிநாட்டவர்கள் மற்றும் அவர்களுக்கு நார்வே நாட்டில் பிறந்த குழந்தைகள் எல்லோருக்கும் என்ன நடக்கப்போகிறது?

ஆனால் உண்மை அப்படி அல்ல. மீண்டும் நடந்தது என்னவெனில் இந்த நிகழ்ச்சிக்குக் காரணமான இருண்ட இதயம் எங்களுக்குள் தான் ஆழமாகப் புதைந்துகிடந்தது. அந்தப் பயங்கரவாதி ஒரு வெள்ளை நார்டிக் ஆண். அவன் முஸ்லிம் இல்லை. ஆனால் முஸ்லிம் வெறுப்பாளன்.

இஸ்லாமிய வெறுப்பு

இந்த உண்மை எல்லோருக்கும் தெரிந்தவுடன் இந்தப் படுகொலை ஒரு பைத்தியக்காரனின் செயலாக முன்வைக்கப்பட்டது. இப்போது இந்தப் பயங்கரவாதம் எங்கள் சமூகத்தின் மீதான தாக்குதலாகப் பார்க்கப்படவில்லை. சொல்லாடல்கள் மாறின. நாளிதழ்களின் தலைப்புச் செய்திகள் வேறுதிசையில் குவிந்தன. யுத்தத்தைக் குறித்து இப்போது யாரும் பேசவில்லை. 'பயங்கரவாதி' என்னும் சொல் உடனடியாக ஒருமையில் பயன்படுத்தப்பட்டது. பன்மையில் அல்ல. ஒரே கொள்கை உடைய ஒரு குழுவின் செயலாகக் கருதப்படாமல் தனிமனிதன் என்ற அடிப்படையிலேயே குற்றம் சாட்டப்பட்டது. இந்தக் கொடூரமான செயல் அதிகாரப்பூர்வமாய் ஒரு தேசியத்துயரமாக ஏற்றுக்கொள்ளப்பட்டது. கேள்வி என்னவென்றால் கொலையாளி மனநிலை பாதிக்கப்பட்ட ஒரு இஸ்லாமியனாக இருந்திருந்தால் இப்படி எதிர்கொண்டிருப்பார்களா?

கொலையாளி மனநலம் பாதிக்கப்பட்டவன் என்பதை நானும் கூட நம்புகிறேன். ஒரு தீவில் குழுமியிருந்த பதின்வயதினரை ஒரு மணிநேரம் சுட்டுக்கொன்ற ஒருவன் நிச்சயமாக தனது அறிவை இழந்தவனாகத்தான் இருப்பான். ஆனால் 9/11 தாக்குதலைப்

போலவும் லண்டன் சுரங்க ரயில்நிலைய தாக்குதலைப் போலவும் இந்தப் பைத்தியம் உடல் ரீதியானது மட்டுமல்ல அரசியல் ரீதியானதும் கூட.

இனவாத குழுக்களின் இணைய தளங்கள் அல்லது நார்வே செய்தி இதழ்களின் இணைய தளங்களில் நடைபெறும் விவாதங்களை பார்க்கிற ஒருவர் இஸ்லாமிய வெறுப்பு எத்தனை வெறியுடன் பரப்பப்படுகிறது என்பதை அறியமுடியும். பெயர் வெளியிடாத பின்னூட்டக்காரகள் இடதுசாரிகள் மீதும் இனவெறுப்பு எதிர்ப்புப் போராளிகள் மீதும் சிந்தும் வெறுப்பு விஷங்களை தெளிவாகப் பார்க்கமுடியும். ஜுலை 22 தாக்குதலை நடத்திய பயங்கரவாதி இதுபோன்ற பல விவாதங்களில் பங்குபெற்றவன். நார்வே நாட்டினுடைய பெரிய அரசியல் கட்சிகளில் ஒன்றான ஜனரஞ்சக வலதுசாரி கட்சியொன்றில் 2006 வரை தீவிரமாகச் செயல்பட்டவன். அதிலிருந்து வெளியேறிய பின் தனது கருத்தியலை இணைய தளங்களின் மூலம் நாடுமுழுதும் உள்ள இசுலாமிய எதிர்ப்புக் குழுக்களிடம் தேடத்தொடங்கினான்.

இந்தப் பயங்கரவாதச் செயல் ஒரு பன்னாட்டு இசுலாமிய பயங்கரவாதியால் நிகழ்த்தப்பட்டதென உலக அளவில் நம்பப்பட்டபோது ஒபாமா முதல் கேமரூன் வரையான உலகத் தலைவர்கள் அனைவரும் பயங்கரவாதத்திற்கு எதிரான எங்களது போராட்டத்தில் எங்களின் பக்கம் நிற்பதாகச் சூளுரைத்தார்கள். இப்போது சொல்லுங்கள் எந்தப் போராட்டத்தில்?

மேலைத் தலைவர்கள் அனைவரும் தமது சொந்த நாட்டிற்குள் இதே பிரச்சினையைத் சந்தித்துக் கொண்டிருக்கிறார்கள். தமது நாட்டில் வளர்ந்துள்ள வலதுசாரி பயங்கரவாதத்தின் மீது அவர்கள் போர்தொடுக்கத் தயாராக உள்ளார்களா? இசுலாமிய வெறுப்பின் மீதும் இனவாதத்தின் மீதும் போர்தொடுப்பார்களா?

குண்டுவெடிப்பு நிகழ்ந்து சில மணிநேரங்களுக்குப் பிறகு நார்வே நாட்டுப் பிரதமர் ஜென்ஸ் ஸ்டோலன் பெர்க், ‘இந்தத் தாக்குதலுக்கான எங்களுடைய பதில் மேலும் சனநாயகத்தையும் வெளிப்படைத் தன்மையையும் அதிகரிப்பதுதான்’ என்று கூறினார். 9/11 தாக்குதலின்போது ஜார்ஜ் புஷ் ஆற்றிய எதிர்வினையுடன் ஒப்பிடும்போது எங்கள் பிரதமரின் நிலைப்பாட்டிற்காக நாங்கள் பெருமைப்பட்டுக் கொள்ள நியாயம் இருக்கிறது.

ஆனால் இரண்டாம் உலகப்போருக்குப் பின் நிகழ்ந்திருக்கும் இந்தக் கொடூர அனுபவத்தின் பின்னணியில் பிரதமரின் எதிர்வினையை நான் மேலும் முன்னோக்கி எடுத்துச்செல்ல விரும்புகிறேன். வளர்ந்துவரும் சகிப்பின்மை, இனவெறி, வெறுப்பு அரசியல் ஆகியவற்றின் மீதான ஒரு கடும் தாக்குதலுக்கு இந்த நிகழ்வை பயன்படுத்திக்கொள்ள வேண்டியவர்களாக இருக்கிறோம். இந்த சகிப்பின்மை, இனவெறி, வெறுப்பு அரசியல் முதலியன நார்வேயிலோ அல்லது ஸ்காண்டிநேவியாவிலோ மட்டுமல்ல ஐரோப்பா முழுவதுமே பரவி இருக்கிறது.

அஸ்லக்கின் கட்டுரை இங்கே முடிகிறது. அவர் இக்கட்டுரையை எழுதியதற்குப் பிறகு நார்வே தாக்குதல் குறித்து மேலும் பல செய்திகள் வெளியாகியுள்ளன. அவற்றுள் ஆண்டர்ஸின் கொள்கையறிக்கையும் அவனது இயக்கத் தொடர்புகளும் குறித்த செய்திகளும் கவனிக்கத்தக்கவை. '*2083: விடுதலைக்கான ஒரு ஐரோப்பிய பிரகடனம்*' என்கிற தனது கொள்கையறிக்கையில் தன்னுடைய அரசியல் நோக்கங்களையும் செயல்திட்டங்களையும் விவரிக்கிறான் ஆண்டர்ஸ். அந்த அறிக்கை இப்படித்தான் துவங்குகிறது: **ஐரோப்பியப் பொதுமக்கள் யாரை அதிகமாக வியந்து பார்க்கிறார்களென்றால் அதிகமாகப் பொய் சொல்கிறவர்களைத்தான். யாரை மிக அதிகமாக வெறுக்கிறார்களென்றால் உண்மை பேசுகிறவர்களைத்தான்.**

தனது 'உண்மைகளை' ஐரோப்பியர்கள் வெறுக்கிற போதும் ஐரோப்பிய தேசத்தை அவன் வெறுக்கவில்லை. நீதிமன்ற விசாரணையின் போது, புரட்சிக்கான அழைப்பு விடுக்கும் தனது கொள்கையைச் 'சந்தைப்படுத்துவதற்காகவே' இத்தனை இளைஞர்களைக் கொன்று குவித்ததாகச் சொல்லியிருக்கிறான். அந்தப்புரட்சி என்னவெனில் முஸ்லிம்களை ஐரோப்பாவிலிருந்து முற்றிலும் விரட்டியடிப்பதுதான். பன்மைக் கலாச்சாரத்தால் ஐரோப்பிய தேசம் அதன் 'ஆண்மையை' இழந்து போவதாகக் கொந்தளிக்கிற அவனது அரசியல் இருதரப்பினரை எதிரிகளாக முன்னிறுத்துகிறது: 1. முஸ்லிம்கள் 2. முஸ்லிம் வெறுப்புக்கு எதிராக போராடுகிற 'கலாச்சார மார்க்சிஸ்டுகள்'. முஸ்லிம் பரவலை எதிர்ப்பது என்பதைக் காட்டிலும் முஸ்லிம் வெறுப்புக்கு எதிராக இயங்கக்கூடிய 'கலாச்சார மார்க்சிஸ்டுகளை' [இடதுசாரிகளை] ஒழித்துக்கட்டுவதில்தான் முனைப்பாக இருக்கிறான். சுட்டுக் கொல்லப்பட்ட 73 இளைஞர்களும் இடதுசாரி அமைப்பைச் சேர்ந்தவர்கள் என்பது நினைவிற்குரியது. இந்தத் தாக்குதலைக்கூட

அவன் வன்முறை என்று ஒப்புக்கொள்ளவில்லை. ஐரோப்பாவைக் காப்பாற்றுவதற்கென விடுத்த 'வலிமையான எச்சரிக்கை' என்றுதான் சொல்கிறான்.

தேசியத் தூய்மைவாதத்தை முன்வைத்து 'மற்றமைகளை' அழித்தொழிக்கும் இந்தப் பாசிசக் கொடூரத்தை அவன் தான்தோன்றித்தனமாகச் செய்துவிடவில்லை. பிரிமேசன் என்கிற இசுலாமிய எதிர்ப்பு அமைப்பில் உறுப்பினராக இருந்திருக்கிறான். உலகளாவிய வலதுசாரிச் செயல்பாடுகளை அவன் கண்காணித்திருக்கிறான். அவர்களது கொள்கைகளை இணையதளங்களின் வழி அறிந்திருக்கிறான். ஆனால் வேறு யாரைவிடவும் அவனிடம் பெரும் தாக்கத்தை ஏற்படுத்தியவர்கள் **இந்திய இந்துத்துவவாதிகள்** தான் என்பதில் ஆச்சரியப்படுவதற்கு ஒன்றுமில்லை. அவனது கொள்கைக் கட்டமைப்புகளுக்கு இவர்கள் ஒருவகையில் ஆதர்சங்களாகவும் இருந்திருக்கிறார்கள். R.S.S, B.J.P, A.B.V.P, V.H.P ஆகிய அமைப்புகளின் இணையதளங்களைப் பார்வையிட்டதோடு அவற்றிலிருந்து மேற்கோள்களையும் கையாண்டிருக்கிறான். 1518 பக்கக் கொள்கையறிக்கையில் 102 பக்கங்களை இந்துத்துவவாதிகளுக்கென ஒதுக்கியிருக்கிறான். கே.எஸ். லால், ஸ்ரீநந்தன் போன்ற இந்துத்துவ வரலாற்றாய்வாளர்களையும் சிந்துவெளி எழுத்துக்களைப் படித்துவிட்டதாய் 'பாவ்லா' காட்டி வசமாக மாட்டிக்கொண்ட என்.எஸ். ராஜாராமையும் புகழ்ந்து தள்ளுகிறான்.

தனது அறிக்கையின் 3.158 ஆவது பத்தியில் 'இந்து தேசியவாதிகள் இங்கு இருக்கக்கூடிய அவர்களின் ஐரோப்பிய சகோதரர்களைப் போலவே அங்குள்ள கலாச்சார மார்க்சிஸ்டுகளால் துன்புறுத்துப்படுகிறார்கள்' என்று சொல்கிற அளவிற்கு இந்துத்துவவாதிகளுக்கு நேரும் அவலங்களை(!) அறிந்து வைத்திருக்கிறான். இதைப் பதிவு செய்ததோடு நிற்கவில்லை. இந்த அவலங்களைப் போக்குவதற்கான திட்டத்தையும் தீட்டுகிறான்.

ஆண்டர்ஸன் உருவாக்கவிருக்கும் கட்சியின் பெயர் 'நீதிக்கான வீரர்கள்' [Justica Nights]. அக்கட்சி எதிர்காலத்தில் இந்து தேசியவாதிகள், பௌத்தர்கள், யூதர்கள் ஆகியோருடன் இணைந்து ஜிஹாதிகள் மற்றும் கலாச்சார மார்க்சிஸ்டுகளுக்கு எதிராக ராணுவ நடவடிக்கைகளை மேற்கொள்ளும். இந்தியாவிலிருந்து முஸ்லிம்களை வெளியேற்றுவதற்கு ராணுவ உதவிகளைச் செய்யும். இப்போராட்டத்தில் ராணுவத்தோடு இணைந்து

பங்களிப்பவர்கள் 'இந்தியாவை விடுதலை செய்வதற்கான சேவைப் பதக்கம்' அளிக்கப்பட்டு ஊக்குவிக்கப்படுவார்கள் என்றெல்லாம் அறிவுறுத்தியிருக்கிறான்.

இதேபோல் ஐரோப்பாவில் இஸ்லாம் பரவுவதைத் தடுப்பதற்கு இந்துத்துவ சக்திகள் தோள் கொடுக்கவேண்டும் என்றும் அழைக்கிறான். 12ஆம் நூற்றாண்டு சிலுவைப் போராளிகளின் சின்னத்தை அடிப்படையாகக் கொண்டு தனது கட்சிக்கென அவன் உருவாக்கிய சின்னம் வாரணாசியில் [காசி] உள்ள 'இந்தியன் ஆர்ட் கம்பெனி'யில் ஆர்டரின் பேரில் தயாரிக்கப்பட்டதும் குறிப்பிடத்தக்கது.

யாதும் ஊரே யாவரும் 'கேளிர்' என்பதாகப் பாசிசச் சக்திகள் ஒன்றோடொன்று கைகோர்த்து இப்படிச் செயல்படுவது ஒன்றும் புதிதானதல்ல. ஆர்.எஸ்.எஸ்-சைத் தோற்றுவித்த பி.எஸ். மூஞ்சே இத்தாலிக்குச் சென்று சர்வாதிகாரி முசோலினியை நேரடியாகச் சந்தித்ததையும் பாசிச அமைப்புகளின் மாதிரியிலேயே இங்கு ஆர்.எஸ்.எஸ் கட்டமைக்கப்பட்டதையும் மார்சியா காசலோரியின் ஆய்வுகள்வழி அ. மார்க்ஸ் தோலுரித்துக்காட்டியிருப்பது எண்ணத்தக்கது. இத்தாலியின் பாசிச அமைப்புகளை நேரடியாகப் பார்வையிட்ட மூஞ்சே, 'இலட்சியங்கள்மிக்க வளரும் நாடுகள் ஒவ்வொன்றிலும் இத்தகைய பாசிச அமைப்புகள் அவசியம்' என்று வலியுறுத்தியதையும் பாசிச அறிக்கைகளை மொழிபெயர்த்துக் காட்டியதையும் இங்கே நினைவிற் கொள்ளவேண்டும்.

வலதுசாரித்துவத்தை நார்வே தாக்குதலின் அடிப்படையில் மட்டுமே நோக்கிய அஸ்லக், இந்தச் செய்திகளை எல்லாம் அறிந்திருந்தால் அந்தக் கட்டுரையை இப்படித்தான் முடித்திருப்பார்: சகிப்பின்மை, இனவெறி, வெறுப்பு அரசியல் முதலியன நார்வேயிலோ ஸ்காண்டிநேவியாவிலோ அல்லது ஐரோப்பாவிலோ மட்டுமல்ல தென்னாசியாவில் குறிப்பாக இந்தியாவில் ஏன் உலகம் முழுவதுமே பரவி இருக்கிறது.

இத்தகைய நிகழ்வுகள் வலதுசாரி பாசிசம் மீண்டும் உலகளவில் ஒன்றிணைவதன் அபாயத்தை நமக்கு உணர்த்துகின்றன. பாசிசச் சக்திகளின் இந்த ஒருங்கிணைவிற்கு எதிராக நாம் களமிறங்குவதும் ஒன்றுபடுவதும் உடனடித் தேவை.

■ சமநிலைச் சமுதாயம், செப்டம்பர், 2011.

மரண தண்டனையும் இந்திய சனநாயகமும்

அஜ்மல் கசாப்பிற்கு நிறைவேற்றப்பட்ட தூக்கு தண்டனை மற்றும் டெல்லியில் ஓடும் பேருந்தில் மாணவி கொடூரமாக பாலியல் பலாத்காரம் செய்யப்பட்டு சிகிச்சை பலனின்றி உயிரிழந்த சம்பவம் ஆகியவற்றை ஒட்டி மரணதண்டனை குறித்த விவாதம் மீண்டும் மேலெழுந்துள்ளது.

26/11 மும்பைத் தாக்குதலில் உயிருடன் பிடிபட்ட ஒரே ஒரு தீவிரவாதியான அஜ்மல் கசாப் கடந்த நவம்பர் மாதம் 21 ஆம் தேதி காலை 7.30 மணியளவில் ரகசியமாகத் தூக்கிலிடப்பட்டான். நிறைவேற்றப்பட்ட இத்தண்டனை மும்பைத் தாக்குதலில் உயிரிழந்தவர்களுக்கும் உயிர்த்தியாகம் செய்தவர்களுக்கும் அளிக்கும் உண்மையான மரியாதை என்று வர்ணிக்கப்பட்டது. இதன் மூலம் இந்தியாவில் சட்டத்தின் ஆட்சி நடப்பது உலகிற்கு நிரூபிக்கப்பட்டுள்ளதாகவும் காங்கிரஸ் தரப்புகள் மெய்சிலிர்த்தன. லாலு பிரசாத் யாதவ், ராம் விலாஸ் பாஸ்வான், தா. பாண்டியன், அண்ணா ஹசாரே, அமிதாப் பச்சன் எனப் பல்வேறு தரப்பினரும் இந்த வரிசையில் கைகோர்த்தார்கள். தமிழ் செய்தி ஊடகங்கள் பலவும் ஒரு வரலாற்றுச் சாதனையாக இதைக் கொண்டாடின. பொதுமக்கள் தரப்பும் இதற்குச் சளைக்கவில்லை. கிட்டத்தட்ட அன்று இரண்டாவது தீபாவளியே கொண்டாடப்பட்டது.

டில்லியில் கடந்த ஞாயிற்றுக்கிழமையன்று (16.12.2012) ஓடும் பேருந்தில் ஆறு பேர் கொண்ட கும்பலால் 23 வயது மருத்துவ மாணவி கொடூரமான முறையில் பாலியல் வன்புணர்ச்சி செய்யப்பட்டாள். துருபிடித்த இரும்புக் கம்பிகளால் தாக்கப்பட்டதில் சிறுகுடல், பெருகுடல் கிழிந்து நுரையிலில் தொற்று, மூளையில் காயம், மாரடைப்பு என உயிருக்குப் போராடினாள். 6 அறுவை சிகிச்சைக்குப் பின்பும் எந்தப் பலனுமின்றி சிங்கப்பூர்

மருத்துவமனையில் உயிரிழந்தாள். பாதிக்கப்பட்ட பெண்ணிற்காக மிகப்பெரிய அளவிலான இளைஞர் தன்னெழுச்சி ஒன்று ஏற்பட்டது. டில்லியில் குடியரசுத் தலைவர் மாளிகை முன்பும் இந்தியா கேட் முன்பும் கூடிய ஆயிரக்கணக்கான இளம் பெண்களும் ஆண்களும் பாதிக்கப்பட்ட பெண்ணிற்கு நீதி கேட்டுத் தொடர்ந்து போராடி வருகிறார்கள். அவர்களின் உச்சபட்ச கோரிக்கை, இந்தக் கொடூரத் தாக்குதலில் ஈடுபட்ட 6 பேரையும் தூக்கிலிட வேண்டும் என்பதுதான். சுஷ்மா சுவராஜ் போன்ற பா.ஜ.க.வினரும் இதனைப் பாராளுமன்றத்தில் வலியுறுத்தினார்கள்.

இரண்டு சம்பவங்களுமே ரொம்பவும் குரூரமாய் நிகழ்த்தப் பட்டவைதான்; உச்சபட்சமாய் தண்டிக்கப்பட வேண்டியவைதான். ஆனால், உணர்ச்சிமயமான ஒரு சூழலில் மரணதண்டனையை நியாயப்படுத்துவது அல்லது மரணதண்டனையைக் கோருவது என்பவற்றிற்கு அப்பால், மரணதண்டனை எவ்வாறு அரசியலாக்கப்படுகிறது என்பவற்றின் மீதும் கவனம் குவிக்க வேண்டும்.

மரணதண்டனையை சட்டப்பூர்வமாகவே ஆதரித்து வரும் நமது நாடு, சமீபத்தில் மரணதண்டனையை ஒழிப்பதற்காக ஐ.நா கொண்டுவந்த தீர்மானத்திற்கு எதிராக வாக்களித்தது. இந்திய நீதி வழங்கு நெறிமுறைகளின்படி, மரணதண்டனை என்பது "அரிதினும் அரிதான" வழக்குகளுக்கு மட்டுமே விதிக்கப்படவேண்டிய ஒன்று. ஆனால் இந்த "அரிதினும் அரிதான" என்பதற்கு சட்டரீதியான வரையறை எதுவும் இல்லை. வழக்குகளை விசாரிக்கும் நீதிபதியின் கருத்தியலையும் விசாரணையின் போதான அவரது மனநிலையையும், ஒரு குறிப்பிட்ட அளவிற்கு குற்றவாளியின் சாதிய, வர்க்கப் பின்புலத்தையும் கூட அது சார்ந்திருக்கிறது.

கடந்த 2007 ஆம் ஆண்டு ஏப்ரல் 19 ஆம் தேதி, நெல்லை மாவட்டத்தைச் சேர்ந்த ஜெயக்குமார், அவரது மனைவி சண்முகத்தாய், மகள்கள் புவனேஸ்வரி, இந்திரா ஆகியோர் படுகொலை செய்யப்பட்டனர். இதுதொடர்பாக வெட்டும்பெருமாள் என்ற கிருஷ்ணன், காட்டு ராஜா ஆகியோர் கைது செய்யப்பட்டனர். கிருஷ்ணனின் மனைவியுடன் ஜெயக்குமாருக்குத் தொடர்பு இருந்ததாகக் கூறப்படுகிறது. இதனால் ஆத்திரமடைந்த கிருஷ்ணன், காட்டு ராஜாவுடன் சேர்ந்து ஜெயக்குமார் குடும்பத்தைத் தீர்த்துக்கட்டியுள்ளார்.

நெல்லை குற்றவியல் நீதிமன்றத்தில் நடைபெற்றுவந்த இவ்வழக்கு விசாரணை சமீபத்தில் முடிவடைந்தது. தீர்ப்பு கூறிய நீதிபதி நந்தகுமார், குற்றவாளிகள் மீதான குற்றம் நிரூபணமானதால் அவர்கள் இருவருக்கும் நான்கு தூக்கு தண்டனைகள் மற்றும் ஐந்து ஆயுள் தண்டனைகள் விதிப்பதாகத் தீர்ப்பளித்தார்.

சகமனிதரைக் கொல்லும் குற்றத்தின் தன்மை என்பது அதன் எண்ணிக்கையைப் பொறுத்து மதிப்பிடக்கூடியதன்று. ஒரே ஒரு உயிரைக் கொன்றாலும் அது வன்மையாகத் தண்டிக்கப்பட வேண்டியதுதான். எனினும் எண்ணிக்கை என்பது குற்றத்தின் அளவையும் தன்மையையும் தீர்மானிப்பதில் ஒரு பங்கு வகிக்கத்தான் செய்கிறது. அந்த வகையில் 4 பேரைக் கொன்றது "அரிதினும் அரிதான" வழக்காக நீதிபதியால் கருதப்பட்டது என்றே வைத்துக் கொள்வோம். ஆனால் இதே அளவுகோல், இந்திராகாந்தி கொல்லப்பட்டதைத் தொடர்ந்து அடுத்த நான்கு நாட்களும் சீக்கியர்களை தேடிப்பிடித்து பெட்ரோல் ஊற்றிக் கொளுத்தியும் கத்தி, இரும்புக்கம்பி, சைக்கிள் செயின்களால் அடித்து நொறுக்கியும் கிட்டத்தட்ட 3000 சீக்கியர்கள் படுகொலை செய்யப்பட்ட வழக்கிலோ, இதேமுறையில் 2002 ஆம் ஆண்டு குஜராத்தில் இரண்டாயிரத்திற்கும் மேற்பட்ட முஸ்லிம்கள் படுகொலை செய்யப்பட்ட வழக்கிலோ இதுபோன்ற பிற படுகொலைக் குற்றங்களிலோ பின்பற்றப்படவில்லை. ஏனெனில் மரணதண்டனை விதிப்பதற்கு இறுக்கமான - ஒரேமாதிரியான சட்ட வரையறை என்பது இந்தியாவில் இல்லை. இன்னொன்றையும் கவனிக்க வேண்டும். மரணதண்டனைத் தீர்ப்புகள் என்பவை ஏதோ நீதிபதிகளின் தனிப்பட்ட கருத்தியலை மட்டுமல்ல, ஆளும்வர்க்கங்களின் அரசியலையும் சார்ந்திருக்கின்றன.

பாதிக்கப்பட்ட சீக்கியர்கள் இன்றளவும் நீதி கேட்டு போராடிக் கொண்டிருக்கிறார்கள். ஆனால் குற்றவாளிகள் சுதந்திரமாய் உலவிக் கொண்டிருப்பதற்கு, "பெரிய மரம் ஒன்று விழுந்தால், பூமி கொஞ்சம் அதிரத்தான் செய்யும்" என்று சீக்கியப் படுகொலைகளைப் பற்றி நியாயம் பேசிய ராஜீவ்காந்தியின் காங்கிரஸ் துணைநிற்கிறது. குஜராத் படுகொலையில் நிறைமாத கர்ப்பிணியாக இருந்த கவுசர் பீவியின் வயிற்றைக் கிழித்து குழந்தையை வெளியே எடுத்து வாளால் வெட்டிக் கொன்றது உள்ளிட்ட நெஞ்சை உறையச் செய்யும் கொலைகளைப் புரிந்தவர்களும் கூட்டு வன்புணர்ச்சி செய்து பெண்களைக் கொன்றவர்களும் முழுவதுமாய் தண்டிக்கப்படாததற்குப் பின்னால், படுகொலைகளைத்

தூண்டிவிட்டதோடு, "ஒவ்வொரு வினைக்கும் எதிர்வினை உண்டு" என கூசாமல் சொல்லிய நரேந்திர மோடியின் பா.ஜ.க நிற்கிறது.

கவனித்துப் பார்த்தால், மரணதண்டனை என்பது 'அம்னஸ்டி இன்டர்நேஷனல்' அமைப்பின் ஆய்வொன்று கூறியபடி, "அமெரிக்காவில் மரணதண்டனை பெறுவோரில் கறுப்பின மக்கள், வறியோர் அதிகம் இருப்பதைப் போல இந்தியாவில் வறியவர்கள், தலித்கள், ஆதிவாசிச் சமூகங்களைச் சேர்ந்தவர்களே தூக்கு தண்டனை பெறுகிறார்கள்" (இவர்களோடு முஸ்லிம் சமூகத்தையும் சேர்த்துக் கொள்ளலாம்). மேலும், இதே போன்ற குற்றங்களைச் செய்தவர்களாக இருந்தாலும் சமுதாயத்தின் உயர்மட்டத்தில் உள்ளவர்கள் தப்பிவிடுகிறார்கள் என்றும் அந்த ஆய்வு கூறுகிறது.

சரி, இப்படிக் குறைந்தபட்ச அளவிலாவது குற்றவாளிகள் தண்டிக்கப்படுகிறார்களே என்று திருப்திப்பட்டுக் கொள்ளவும் முடியாது. நீதிமன்றங்களின் விசாரணை எல்லாம் அத்தனை துல்லியமாய் உண்மைகளை வெளிக்கொணருபவை அல்ல. குற்றவாளியின் தரப்பில் ஒரு திறமையான வழக்கறிஞர் பங்கேற்காமல் போனால் அவர் தரப்பு நியாயம் வெளிப்பட வாய்ப்பில்லை. இந்தவகையில் ஒரு குற்றவாளி தவறாகத் தண்டிக்கப்படுவதற்கும் வாய்ப்பிருக்கிறது (அப்சல் குரு சிறந்த எடுத்துக்காட்டு). சமீபத்தில், உச்சநீதிமன்ற முன்னாள் நீதிபதிகள் 14 பேர் கையெழுத்திட்டு குடியரசுத் தலைவர் பிரணாப் முகர்ஜிக்கு ஒரு கோரிக்கை விடுத்தனர். அதில், தவறான சட்ட முன்னுதாரணங்களைப் பின்பற்றியதால் 13 பேருக்குத் தவறுதலாக மரண தண்டனை வழங்கிவிட்டதாகவும் அவர்களது தண்டனைகளைக் குறைக்கும்படியும் கேட்டிருந்தனர். ஆனால் இந்த 13 பேரில் 2 பேருக்கு ஏற்கனவே தண்டனை நிறைவேற்றப்பட்டுவிட்டது. இனி, அந்தத் தவறு திருத்தவே முடியாத ஒன்று.

இந்தச் சிக்கல்களை எல்லாம் எடுத்துக்கூறி மரணதண்டனைக்கு எதிராக நீண்ட காலமாகவே மனித உரிமை ஆர்வலர்கள் குரலுயர்த்தி வருகின்றனர். மரணதண்டனை என்னும் அரச கொலை மனித உரிமைகளுக்கு எதிராக மட்டுமின்றி, சட்ட ரீதியாகத் தவறாக இருப்பதையும் அவர்கள் சுட்டிக்காட்டுகிறார்கள். குற்றம் இழைத்தவர்களுக்கான தண்டனை என்பது அவர்களை திருத்தும்படியாகவும் தவறுக்கான தண்டனையை தனது வாழ்நாளிலேயே அனுபவிக்கும்படியாகவும் இருக்கவேண்டும். அதைப் புறந்தள்ளி மரணத்தை அளிப்பதென்பது எந்தவகையிலும்

பயன்தராது. மரணதண்டனை போன்ற கொடிய சட்டங்கள் இருந்தால் தவறு செய்ய பயப்படுவார்கள், எனவே சட்டம், ஒழுங்கு நிலைநாட்டப்படும் என்று சொல்லப்படுகிறது. இந்தப் பூச்சாண்டிகளெல்லாம் எத்தனை அபத்தம் என்பதை அஜ்மல் கசாப்பின் மரணமே நிறுவிவிட்டது.

அவனது மரணம் தீவிரவாதிகளிடம் எந்த ஒரு அச்சத்தையும் ஏற்படுத்தவில்லை. மாறாகப் பழியுணர்ச்சியைத்தான் மேலும் தூண்டிவிட்டிருக்கிறது. அஜ்மல் ஒரு ஹீரோவாகக் கட்டமைக்கப்பட்டுள்ளான். அவன் தூக்கிலிடப்பட்ட நாளில் இருந்து தலிபான் தீவிரவாதிகள் மிரட்டல் விடுத்த வண்ணம் உள்ளனர். "அஜ்மல் கசாப்பின் மரணம் வீணாகப் போகக்கூடாது. அவன் தியாகத்தைப் போற்ற எங்கள் இயக்கத்தில் நூற்றுக்கணக்கானவர்கள் தற்கொலைத் தாக்குதலுக்குத் தயாராக உள்ளனர். எங்கள் இயக்கத்தைச் சேர்ந்தவர்கள் இந்தியாவில் ஐதராபாத், அமிர்தசரஸ் நகரங்களில் தயாராக உள்ளனர். அவர்கள் கசாப்பின் மரணத்திற்குப் பழிக்குப்பழி வாங்கும் வகையில் மிகப்பெரிய தாக்குதல் நடத்துவார்கள்" என்று தலிபான் இயக்கத்தின் ஜூன் துல்லா பிரிவு அறிவித்துள்ளது. இதேபோல ஜம்மு காஷ்மீரில் உள்ள புகழ்பெற்ற வைஷ்ணவிதேவி கோயில் மீது பயங்கரத்தாக்குதல் நடத்துவோம் என்றும் மிரட்டல் விடப்பட்டுள்ளது.

தூக்கு தண்டனை என்பது தீவிரவாதிகளுக்கு மட்டுமல்ல வன்புணர்ச்சி, சாதிப் படுகொலை, இனப் படுகொலை, கொடூரச் செயல்கள் என எந்த ஒன்றில் ஈடுபடும் குற்றவாளிகளுக்கும் பயத்தை ஏற்படுத்திவிடாது. டில்லியில் குற்றவாளிகளுக்கு மரணதண்டனை வழங்கக்கோரி பெரும் கிளர்ச்சி வெடித்துக் கொண்டிருந்த போது, இந்தியா முழுவதிலும் பல்வேறு இடங்களில் பாலியல் வன்புணர்ச்சியும் கொலைகளும் நடந்த செய்திகள் ஊடகங்களில் வந்தவண்ணம் இருந்தன. தமிழகத்தில் 13 வயது பள்ளி மாணவி புனிதாவும் வேலூர் அருகே நான்காம் வகுப்பு மாணவியும் பாலியல் பலாத்காரம் செய்யப்பட்டு கொலை செய்யப்பட்டதும் அப்போதுதான். ஆக, மரணதண்டனை என்பது குற்றவாளிகளுக்கு அச்சத்தை ஏற்படுத்தி, குற்றச்செயல்களைத் தடுக்கும் என்கிற வாதம் அர்த்தமற்றதாகிறது.

எனவே, இத்தகைய குற்றச் செயல்களைத் தடுப்பதற்கு, குற்றவாளிகளை அவர்களது வாழ்நாளிலேயே தண்டனை அனுபவிக்கச் செய்வதும், சட்டங்களின் ஓட்டைகளை அடைத்து

பாதிக்கப்பட்டவர்களுக்கு நீதிகிடைப்பதற்கான கறாரான வழிமுறைகளை உருவாக்குவதும் குற்றவாளிகளின் சமூகப் பொருளாதார செல்வாக்குகளைப் புறந்தள்ளி அவரவர் இழைத்த குற்றங்களுக்கு உரிய தண்டனை அளிப்பதும் எல்லாவற்றிற்கும் மேலாக தீவிரவாதங்களை ஒழிப்பதற்கான உரையாடலை சாத்தியப்படுத்துவதும் ஆணாதிக்க கலாச்சார மனங்களுக்கு எதிராக பெண்ணியவாத விழிப்புணர்வுகளை ஏற்படுத்துவதுமே முக்கியம்.

இந்தத் தொலைநோக்குச் சிந்தனைகளை ஒதுக்கிவிட்டு, மரணதண்டனைக்காகக் கூக்குரலிடுவது, இறுதியில் ஆளும் வர்க்கங்கள் தங்களது அரசியல் லாபங்களை அடைவதற்குத்தான் வழிவகுக்கும். தேர்தல் அரசியலுக்கு நெருக்கடிகள் ஏற்படும்போது அஜ்மல் கசாபையோ, அப்சல் குருவையோ தூக்கிலிட்டு தமது 'தேசபக்தியை' நிறுவுவதற்கும் எதிர்க்கட்சிகளின் வாயை அடைப்பதற்கும்தான் இது பயன்படுத்தப்படும். இவற்றை நிறைவேற்றுவதன் மூலம் குற்றவாளிகள் எல்லாம் தண்டிக்கப்படுவதாகவும் நாட்டில் சட்டத்தின் ஆட்சி நடப்பதாகவும் ஒரு பிம்பத்தை அது கட்டமைக்கும்.

ஆனால், ஒன்றிரண்டு மரணங்களை நிகழ்த்தி உண்மைகளை மூடிமறைத்து விட முடியாது; இன்னும் விடையளிக்கப்படாத இந்தக் கேள்விகளை வரலாற்றில் இருந்து அழித்துவிட முடியாது: இந்தியாவின் பெருந்திரள் படுகொலைகளின் வரலாற்றிற்கு ஒரு முன்னோட்டமாக கருதப்படும் அஸ்ஸாம் - நெல்லிப் படுகொலையில் 2,191 முஸ்லிம்கள் கொடூரமாகக் கொல்லப்பட்ட வழக்கில் பாதிக்கப்பட்டவர்களுக்கு வெறும் 5,000 ரூபாய்களை நிவாரணமாக வழங்கிவிட்டு, இன்றுவரை ஒரே ஒரு குற்றவாளியைக் கூடத் தண்டிக்காத இந்த நாடு, ஒரு சனநாயக சோசலிசக் குடியரசு நாடா? 1987 மீரட் கலவர வழக்கு (44 முஸ்லிம் இளைஞர்கள் காவல்துறையினரால் ஒரு மஞ்சள் நிற டிரக்கில் ஏற்றிச்செல்லப்பட்டு கங்கைக் கால்வாயில் சுட்டு வீழ்த்தப்பட்டார்கள்) 1989 பாகல்பூர் படுகொலை (116 முஸ்லிம்கள் இந்துத்துவவாதிகளால் திட்டமிட்டுக் கொல்லப்பட்டனர், 30,000 பேர் அகதிகளாக்கபட்டனர்) பாபர் மசூதி இடிப்பு என எந்த ஒரு வன்முறையிலும் முஸ்லிம்களுக்கு நீதி வழங்காத இந்த தேசத்தில் நடப்பது தான் சட்டத்தின் ஆட்சியா? 1993 மும்பைக் கலவரத்தை (900 பேர் கொல்லப்பட்டனர். இவர்களில் 575 பேர் முஸ்லிம்கள், 275 பேர் இந்துக்கள்) முன்னின்று நடத்தியது பால் தாக்கரே தான் என்று கூறிய ஸ்ரீகிருஷ்ணா கமிஷன், சிவசேனா மற்றும் பால்தாக்கரேவின் பங்களிப்பை ஆதாரத்தோடு நிறுவியது.

ஆனால் அந்தக் கிரிமினல் குற்றவாளிக்கு தேசியக்கொடி போர்த்தி இறுதி மரியாதை செலுத்தப்பட்டது. இப்படி இனவாத, மதவாத தேர்தல் நோக்கு கொண்ட இந்த அரசாங்கங்கள் இனிமேல் யாரைக் கொன்றுபோட்டு, தலித்கள், பெண்கள், சிறுபான்மையினர்களுக்கான நியாயங்களை தீர்ப்பளிக்கப்போகிறது?

சொந்த குடிமக்களுக்கு நீதி அளிக்கத் தவறும் அரசு, தனது அரசியல் நோக்கங்களுக்காக மரணதண்டனையை சட்டமாக்குவதை அனுமதிக்க முடியாது. எத்தனை கொடூர குற்றங்கள் புரிந்தவர்களானாலும் மனித அறத்திற்கு அப்பாற்பட்ட மனித விரோதச் செயலை ஏற்கமுடியாது. மரணதண்டனை என்ற பெயரால் "பழிக்குப் பழி" என்ற வெறிக்கூச்சலை எழுப்புவதன் மூலம் எதிர்காலச் சமூகத்திடம் ஒரு வன்முறையற்ற இந்தியாவை ஒப்படைத்துவிட முடியாது. "கண்ணுக்கு கண் என்றால் இறுதியில் குருடர்களின் உலகம் தான் மிஞ்சும்" என்று காந்தியடிகள் சொன்னார். நமது வருங்கால சந்ததிகளுக்கு நாம் எப்படியான உலகத்தை விட்டுச் செல்லப் போகிறோம்??

தொங்குவால்:

புகழ்பெற்ற எழுத்தாளர் ஜார்ஜ் ஆர்வெல் பர்மாவில் (சுதந்திரத்திற்கு முந்திய பிரிட்டிஷ் இந்தியா) பிரிட்டிஷ் இம்பிரியல் போலிசாகப் பணியாற்றியவர். தன் கண்முன் நடைபெற்ற ஒரு மரணதண்டனை குறித்து அவர் எழுதிய 'A Hanging' எனும் கட்டுரை புகழ்பெற்ற ஒரு இலக்கியப் படைப்பு. சிறை அதிகாரிகளால் நடத்தப்படும் தூக்கிலிடும் நிகழ்ச்சியை விளக்குவதன் மூலம் சக மனிதர்களைச் சட்டபூர்வமாகக் கொல்லுவதில் பொதிந்துள்ள வன்முறையை ரொம்பவும் யதார்த்தமாக வெளிக்கொணர்கிறார்.

அன்று தூக்கிலேற்றப்பட்டவன் ஒரு இந்து, இந்தியன் என்பது தவிர அவனைப்பற்றிய வேறு எந்தக் குறிப்பும், அவன் எதற்காக தூக்கிலேற்றப்பட்டான் என்பது பற்றிய எந்தத் தகவலும் அந்தக் கட்டுரையில் இல்லை. மரண தண்டனை குறித்த மனசாட்சி உசுப்பலுக்கு அந்த விவரங்கள் தேவையற்றவை.

அன்று காலை அக்கைதி அவனது இறுதிப் பயணத்திற்குத் தயார்படுத்தப்படுவதில் கட்டுரை தொடங்குகிறது. ஏதும் இடையூறு நிகழாமல் காரியம் முடிக்கப்பட வேண்டும் என்கிற பதட்டத்துடன் ஒவ்வொரு அரசு ஊழியரும் செயல்படுகின்றனர். நிகழ்ச்சி சுமுகமாக முடிகிறது. டாக்டர் கீழே இறங்கி, தொங்கும்

உடலைத் தள்ளிப் பார்த்து மரணத்தை உறுதி செய்கிறார். எல்லோரும் கிளம்புகிறார்கள். வரும்போது இருந்த டென்ஷன் இப்போது இல்லை. “இன்னைக்கு எல்லாம் கச்சிதமா முடிஞ்சது. சில நேரங்களில் கீழே இறங்கி தொங்குறவனின் காலைப் பிடித்து இழுக்க வேண்டி வரும். அது ரொம்ப மோசம்” என்கிறார் ஒரு உதவியாளர். “பிடிச்சுத் தொங்கறதா, அது ரொம்பத்தான் மோசம்” என்கிறார் சிறைஅதிகாரி. திடீரென உதவியாளன் சொல்கிறான்: “இவனது அப்பீல் மறுக்கப்பட்ட செய்தியைச் சொன்னபோது இவன் என்ன செஞ்சான் தெரியுமா? மூத்திரம் பேஞ்சுட்டான்”. எல்லோரும் புன்னகைக்கின்றனர். உதவியாளன் மறுபடியும் பேசுகிறான்: “இவன் எவ்வளவோ பரவாயில்லை. ஒரு பிரச்சினையும் இல்லாமல் ஒத்துழைச்சான். அன்னைக்கு ஒருத்தன் கம்பியைக் கெட்டியா புடிச்சிக்கிட்டு வரவே மாட்டேன்னுட்டான். நாலஞ்சு பேர் புடிச்சி இழுக்க வேண்டியதாயிடுச்சி. என்னப்பா, எங்க எல்லாருக்கும் எவ்வளவு தொல்லை கொடுக்கிற பாருன்னு அவனிடம் சொன்னோம்”.

இந்த நினைவுகளை அசைபோட்டபடி, ஒரு பாட்டில் விஸ்கியை ஓப்பன் பண்ணுகிறார்கள். இடையில் ஒரே ஒரு பத்தியில் தான், மரணதண்டனை மீதான தனது எதிர்வினையை ஆர்வெல் பதிவுசெய்கிறார். அந்தப் பத்தி இதுதான்:

> “அது ரொம்ப வியப்புக்குரிய ஒன்றுதான். அந்தக் கணம் வரை ஆரோக்கியமான, சிந்தனையுள்ள ஒரு மனிதனைக் கொல்வதன் பொருள் என்ன என்பதை நான் உணரவில்லை. தூக்கிலேறப் போகும் அந்த மனிதனை அழைத்துச் செல்லும்போது அவன் வழியிலிருந்த சேற்றில் கால்படாமல் சற்று ஒதுங்கி நடந்தானே அப்போதுதான் எனக்கு அந்தச் சூழலின் ‘அபத்தம்’ விளங்கியது. ஒரு உயிர், ஒரு வாழ்க்கை அதன் முழு வீச்சில் உள்ளபோது அதை அத்தோடு முடித்து விடுவதில் அடங்கியுள்ள விளக்க இயலாத தவறை நான் உணர்ந்தேன். அவன் செத்துக் கொண்டிருக்கவில்லை, எங்கள் எல்லோரையும் போலவே அவனும் முழுமையாக உயிர் வாழ்ந்து கொண்டிருந்தான், அவனது அங்கங்கள் எல்லாம் சரியாகச் செயல்பட்டுக் கொண்டிருந்தன, வயிறு உண்டதைச் செரித்துக் கொண்டிருந்தது, தோல் தன்னைப் புதுப்பித்துக் கொண்டிருந்தது. அவனது நகங்கள் வளர்ந்து கொண்டிருந்தன. செல்கள் தோன்றிக் கொண்டிருந்தன. எல்லாம் அதனதன் பணியை அதற்குரிய முட்டாள்தனமான புனிதத்துடன் சேயலாற்றிக் கொண்டிருந்தன. அந்தத் தூக்கு மரத்தில் அவன் நின்று கொண்டிருந்த போதும், அந்த லீவர் இயங்கி பத்தில் ஒரு வினாடியில் அவன் குரல்வளை எலும்பு முறியும் கணம்

வரையிலும் அவன் நகங்கள் வளர்ந்து கொண்டேயிருக்கும். அவன் கண்கள் அந்தச் சுவரை, கற்களைப் பார்த்துக் கொண்டேயிருக்கும். அவன் மூளை இன்னும் சிந்தித்துக் கொண்டிருக்கும். என்ன நிகழப்போகிறது என்பதை சிந்தித்துக் கொண்டிருக்கும். சேறு காலில் படாமல் விலகி நடக்க வேண்டும் என்பதுவரை பகுத்தறிவு பூர்வமாக அந்த மூளை சிந்திக்கும்.

அவன், நான், மற்றவர்கள் எல்லோரும் ஒரே குழுவாக ஒரே சூழலை, ஒரே உலகைப் பகிர்ந்தபடி, பார்த்துக் கொண்டு, கேட்டுகொண்டு சென்று கொண்டிருக்கிறோம். ஆனால் இரண்டு நிமிடங்களில், ஒரு கணத்தில் எங்களில் ஒருவன் இல்லாமல் ஆகப்போகிறான். ஒரு சிந்திக்கும் மூளை இல்லாமல் போகப் போகிறது; ஒருவனது உலகமே இல்லாமல் போகப்போகிறது..."

ஆம், எல்லா மரணதண்டனைகளும் வெறுமனே குற்றவாளிகளை அல்ல, சிந்திக்கும் மனித உயிர்களைக் கொல்கிறது. குற்றங்களை ஒழிப்பதற்குப் பதில் குற்றவாளிகளை ஒழித்துக்கட்டுகிறது.

☐ வல்லினம், சனவரி, 2013.

பயங்கரவாதத்தின் வேர்கள்:
காஷ்மீரும் உலக அரசியலும்

இந்த ஆண்டு புத்தகச் சந்தையில் வாங்கிய நூல்களுள் இரண்டு முக்கியமான நூல்களை வாசித்தேன். ஒன்று, நந்திதா ஹக்சரின் 'தீவிர இந்து தேசியமும் காஷ்மீரிகளின் தீராத்துயரமும்' (விடியல் பதிப்பகம், பக்கம் 392, விலை ரூ 200, தொடர்பு: 0422-2576772). மற்றொன்று, மஹ்மூத் மம்தானியின் 'நல்ல முஸ்லிம் கெட்ட முஸ்லிம்' (முரண் பதிப்பகம், பக்கம் 360, விலை ரூ 320, தொடர்பு: 95000 75795). இரண்டுமே மொழிபெயர்ப்பு நூல்கள். முதல் நூலை அருள்குமரனும் இரண்டாவது நூலை அ. குமரேசனும் மொழியாக்கி இருக்கிறார்கள்.

பிரதமர் மன்மோகன்சிங், சட்ட அறிஞர் உபேந்திர பக்ஷி, வரலாற்றறிஞர் பிபன் சந்திரா உள்ளிட்ட ஒன்பது பேருக்கு எழுதப்பட்ட திறந்த மடல்களையும் ஒரு நீதிக்கதையையும் உள்ளடக்கி இருக்கிறது நந்திதா ஹக்சரின் தொகுப்பு. டிசம்பர் 13, 2001 ஆம் ஆண்டு நடத்தப்பட்ட நாடாளுமன்றத் தாக்குதல் வழக்கில் இந்தியக் காவல்துறையும் நீதித்துறையும் இணைந்து நடத்திய கட்டப்பஞ்சாயத்தின் வன்முறைகளை இத்தொகுப்பில் அம்பலப்படுத்துவதன்வழி இந்திய தேசியத்தின் முகத்திரையைக் கிழித்துக்காட்டுகிறார் நந்திதா.

டிச. 13 ஆம் நாள் நடத்தப்பட்ட நாடாளுமன்றத் தாக்குதலில் 8 பாதுகாப்புப் படையினரும் ஒரு தோட்டப்பணியாளரும் தாக்குதலில் ஈடுபட்ட 5 பேரும் உயிரிழந்தனர். இந்த வழக்கில் முக்கிய குற்றவாளிகளெனக் 'கண்டுபிடிக்கப்பட்டு' தூக்குத் தண்டனை விதிக்கப்பட்ட இருவர்: டில்லிப் பல்கலைக்கழக பேராசிரியர் அப்துல் ரகுமான் கிலானி மற்றும் அப்சல் குரு. நந்திதா, கிலானியின் சார்பாக வாதாடிய வழக்கறிஞர்களுள் ஒருவர். குற்றமற்றவர் என்பது நிறுவப்பட்டு உச்சநீதிமன்றத்தாலும் உயர்நீதிமன்றத்தாலும் கிலானி

விடுதலை செய்யப்பட்டுள்ளார் எனினும் கிலானியின் கைது, விசாரணை என்கிற பெயரில் காவல்துறை செய்த சித்திரவதைகள், மனித உரிமை மீறல்கள், மதவாத வன்முறைகள், நீதிமன்றங்களின் பக்கச்சார்புகள், ஊடகங்களின் கள்ளமௌனம், அப்சல் குருவிற்கு இழைக்கப்பட்ட அநீதிகள் என அனைத்தையும் தொகுத்தளிப்பதன் மூலம் இந்திய தேசியத்தின் பெயரால் மேலெழுந்துள்ள பாசிச - மதவாதப்போக்கை இத்தொகுப்பு ஆவணப்படுத்தியிருக்கிறது.

கிலானி, அப்சல்குரு இருவருமே காஷ்மீரிகள். காஷ்மீர் மக்களின் சுயநிர்ணய உரிமைக்கானப் போராட்டத்தை ஆதரிப்பவர்கள். கிலானியின் தந்தை மௌலானா சையது அப்துல் வலியுல்லா சிறந்த கல்வியாளராகப் போற்றப்பட்டவர். கல்வி, சமூக சீர்திருத்தம் ஆகியவற்றில் மிகுந்த ஆர்வமுடையவர். கிலானியின் பத்தாவது வயதில் அவர் இறந்து போனாலும் அதற்குள்ளாகவே கற்பதில் தீரா ஆர்வம், மதச்சீர்திருத்தத் தேவை, பிறசமய நல்லிணக்கம், கொண்ட கொள்கையில் உறுதி ஆகிய பண்புகளை மகனிடம் வளர்த்துவிட்டிருந்தார். கிலானிக்கும் கல்வியின் மீது மிகுந்த ஈடுபாடு இருந்தது. தனது மேற்படிப்பை இந்தியாவில் தொடர்ந்த கிலானி, டில்லிப் பல்கலைக்கழக முதுகலைப் பட்டப்படிப்பில் தங்கப்பதக்கத்தை பரிசாகப் பெற்றார்.

காஷ்மீரில் ஆயுதப்போராட்டம் தொடங்கிய 80 களின் இறுதியில் கிலானி இந்திய மாணவராக இருந்தார். காஷ்மீருக்குள் நேரடியாகக் களமிறங்கிச் செயல்படவில்லை என்றாலும் இந்தியாவில் காஷ்மீர் போராட்டத்துக்கு எதிரான தாக்குதல்களைக் கண்டித்து அவர் தொடர்ந்து இயங்கிக் கொண்டிருந்தார். முசாபர் நகரிலுள்ள சம்சுல் உலூம் மதரசாவில் கிலானி பயின்று கொண்டிருந்தபோது அங்கிருந்த ஆசிரியர்கள் காஷ்மீரிகளை 'துரோகிகள்' என்றே அழைத்தனர். அவர்களை மறுத்துப் பேசியபோது கிலானி 'புரட்சிக்காரர்' என்று அழைக்கப்பட்டார்.

காஷ்மீர் குறித்து வெளிப்படையாகக் கருத்துத்தெரிவிக்க வேண்டாம் என்று கூறிய தமது இந்திய நண்பர்களின் எச்சரிக்கைகளையும் பொருட்படுத்தாமல் கிலானி ஒளிவு மறைவின்றி செயல்பட்டு வந்தார். காஷ்மீர் தொடர்பாக எட்டப்படவேண்டிய தீர்வு குறித்துக் கலந்துரையாட டில்லிப் பல்கலைக்கழகத்தில் பல கூட்டங்களுக்கு ஏற்பாடு செய்தார். காஷ்மீர் அரசியல் கைதிகள் மனிதமற்ற முறைகளில் நடத்தப்படுவதைப் பொதுமக்களின் கவனத்திற்குக் கொண்டு

செல்வதற்காக காஷ்மீர் தலைவர்களால் டில்லியில் நடத்தப்பட்ட தர்ணா போராட்டங்களில் தவறாது கலந்து கொண்டார். காஷ்மீர் தலைவர்களான சபீர்ஷா, யாசின் மாலிக் போன்றோரை டில்லிப் பல்கலைக்கழக வளாகத்திற்குள் அழைத்துவந்து உரையாற்றச் செய்யுமளவிற்குத் துணிவு நிறைந்த காஷ்மீர இளமாணவராக கிலானி செயல்பட்டார். இந்தச் செயல்பாடுகளெல்லாம் உளவுத்துறை ஏடுகளில் தீவிரவாத நடவடிக்கைகளாகக் குறித்து வைக்கப்படும் என்பதையும் இந்தச் செயல்பாடுகளுக்காகவே தான் ஒரு தீவிரவாதியாய் நிறுத்தப்படவிருப்பதையும் அப்போது கிலானி அறிந்திருக்கமாட்டார்.

காஷ்மீர் மக்களிடம் கல்வி குறித்த விழிப்புணர்வை ஏற்படுத்த வேண்டும் என்பதிலும் கிலானி ஆர்வமாக இருந்தார். காஷ்மீரில் ஒரு மாதிரிக் கல்விக்கூடத்தை நிறுவவேண்டும் நாளடைவில் அது ஒரு பல்கலைக்கழகமாக வளரவேண்டும் என்பதெல்லாம் அவரது கல்லூரி நாள் கனவாக இருந்தது. 1998 ஆம் ஆண்டு டில்லிப் பல்கலைக்கழகத்தில் அவருக்கு நிரந்தர விரிவுரையாளர் பணி கிடைத்தது. 2000 ஆம் ஆண்டு டில்லியில் ஒரு வாடகை வீட்டைத் தெரிவு செய்த கிலானி, தனது மனைவி ஆரிபா, மூன்று வயது மகன் ஆத்திஃப் ஆகியோருடன் அங்கு குடியேறினார். காஷ்மீரில் படித்துக்கொண்டிருந்த ஏழுவயது மகள் நஸ்ரத்தையும் டில்லியில் சேர்த்துத் தனது குடும்பத்துடன் ஒரு இன்பமான வாழ்க்கையை நடத்த அவர் திட்டமிட்டிருந்தார்.

காஷ்மீரின் சோபூர் நகரைச் சேர்ந்தவர் முகமது அப்சல் குரு.

'அன்பிற்குரிய அன்னையே எனக்காக வேண்டிக்கொள்
காஷ்மீருக்காகக் களப்பலி ஆவதே என்றன் வேண்டுதல்'

என்கிற நாஸ் பரேல்வியின் கவிதை வரிகளால் ஈர்க்கப்பட்டு காஷ்மீரின் சுயநிர்ணய உரிமைப் போராட்டத்தில் பங்கெடுத்த எண்ணற்ற இளைஞர்களில் ஒருவராக அப்சல் குருவும் இருந்தார். இப்பாடலினால் தூண்டப்பட்டு எல்லை தாண்டிச்சென்ற அப்சல், காஷ்மீருக்குள் அந்நியரின் சார்பாக அந்நியருக்காகப் போராடுவதை விரும்பாமல் மூன்று மாதங்களில் பாகிஸ்தானிலிருந்து காஷ்மீருக்குத் திரும்பினார். கல்வி கற்று மருத்துவராக வேண்டும் என்ற கனவு மீண்டும் மேலெழுந்தது. ஏழ்மைச்சூழல் காரணமாக மருத்துவராக முடியாவிடினும் கல்வியின் மீதான அவரது ஆர்வம் தணியவில்லை. தனது சொந்த முயற்சியில் ஆங்கில அறிவை வளர்த்துக்

கொண்டார். டில்லிப் பல்கலைக்கழகத்தில் சேர்ந்து இளங்கலைப் பட்டப்படிப்பை முடித்தார். படிப்பை முடித்துக் காஷ்மீர் திரும்பியதும் 'ஜம்மு-காஷ்மீர் விடுதலை முன்னணியிலிருந்து' விலகிச் சரணடைய விரும்பினார். ஒருவர் சரணடைய விரும்பினால் அமைப்பைச் சேர்ந்த மேலும் இருவரை சரணடைய அழைத்து வரவேண்டும். அந்த நிபந்தனையையும் அவர் நிறைவு செய்தார். அப்சல் முறைப்படி சரணடைந்துவிட்டதாக எல்லைப் பாதுகாப்புப் படையினர் சான்றிதழ் வழங்கினர்.

அமைப்பில் இருந்து வெளியேறிய அப்சல் சிறப்பு அதிரடிப் படையினரின் குறிகளுக்கு இலக்கானார். 'சிறப்புக் காவல்துறை அதிகாரிகள்' (எஸ்.பி.ஒ) என அழைக்கப்படும் உளவு சொல்பவராக - அதாவது காஷ்மீர் போராளிகள் குறித்து இந்திய ராணுவத்திற்குத் தகவல் அளிப்பவராக - செயல்படுமாறு நிர்பந்திக்கப்பட்டார். இந்தச் செயலை விரும்பாத அப்சல் அவர்களின் கட்டளைகளில் இருந்து தப்புவதற்காக - மருந்துகள், மருத்துவக்கருவிகள் விற்பனை செய்யும் தனது பணியின் சொற்ப வருமானத்தில் இருந்து கையூட்டும் கொடுக்கவேண்டி இருந்தது. 1998இல் அப்சல் - தபஸ்ஸூம் திருமணம் நடந்தது. அதிரடிப்படையினரின் மிரட்டல்கள் தொடர்ந்தவண்ணம் இருந்தன. எப்படியேனும் ஒரு அமைதியான வாழ்க்கையை வாழ்ந்துவிடலாம் என்று எண்ணிக்கொண்டிருந்த அவர்களின் காதலுக்கு காலிப் மகனாகப் பிறந்தான். தொடர்ந்து கொண்டிருந்த காவல்துறை அச்சுறுத்தல்களிலிருந்து விலகி ஒரு அமைதியான வாழ்க்கையை வாழ்வதற்கு டில்லி சென்று குடியேறுவதே சிறந்தவழி என்று தீர்மானித்த அப்சல் டில்லியில் ஒரு வாடகை வீட்டையும் ஏற்பாடு செய்தார். ஈத் பெருநாளுக்குப் (டிசம்பர் 17) பிறகு டில்லியில் குடியேற திட்டமிட்டிருந்தார்.

ஆனால், குடும்பம், உறவுகள், அன்பு, அமைதி என்பதான காஷ்மீரிகளின் வாழ்க்கைக் கனவுகள் மீதெல்லாம் சாபங்களை அள்ளிவீசும் இந்திய தேசியத்திற்குக் கிலானியும் அப்சல்குருவும் மட்டும் விதிவிலக்காகிவிட முடியுமா என்ன?

டிசம்பர் 14 அன்று சாதாரண உடையணிந்த அதிரடிப்படையினரால் கிலானி அவர் பயணம் செய்துகொண்டிருந்த பேருந்தில் இருந்து வெளியே இழுத்துவரப்பட்டார். அசோகமரங்கள், புல்வெளிகள் சூழ்ந்த ஒரு மாடமாளிகையின் நீண்ட கூடத்தில் நிறுத்தப்பட்டு அம்மணமாக்கப்பட்டார். தலைகீழாக தொங்கவைத்து அவரது குதிகால்களில் ஓங்கி அடித்தவாறு இழிமொழிகளில்

காவல்துறையினர் வசை கூறினர் "இந்தியப் பிரிவினையின்போது இசுலாமியர் அனைவரையும் கொன்றொழித்தோம். இனியும் மீதமிருக்கின்றனர்" என்று ஒருவர் கூறினார். "இந்த இசுலாமிய விதைகளை வளரவிட்டதால் காந்தியும் நேருவும் தவறு செய்துவிட்டார்கள்" என்று இன்னொருவர் கூறினார். ஒட்டுமொத்த இசுலாமிய சமூகத்தின் பிணையாக கிலானி அவர்களிடம் அகப்பட்டார்.

வசைமொழிகளுக்குப் பின் பனிக்கட்டிப் பாளத்தில் படுக்கவைத்து அடித்தனர். உணர்விழக்கும் வரையில் அடித்து அரைகுறையாக ஆடை அணிவித்து லோதிசாலைக் காவல்நிலையத்திற்குக் கொண்டு சென்றனர். குடும்பத்தினரைக் கைது செய்து கிலானியின் பிஞ்சுக்குழந்தைகளை அவர் கண்முன் கொண்டுவந்து நிறுத்திப் பார்க்கச்செய்தனர். தங்களின் அன்புத்தந்தை, காவல்நிலையத்தின் குளிர்ந்த தரையில் கைகளிலும் கால்களிலும் இரும்புச்சங்கிலியால் கட்டப்பட்டு உடலெங்கும் இரத்தம் கசிய சுருண்டுகிடந்ததைக் கண்ட குழந்தைகள் உறைந்துநின்றனர். மனைவி கதறி அழுதார். நாடாளுமன்றத் தாக்குதலுக்கு ரகசியத்திட்டமிட்டதாக ஒப்புக்கொண்டு வாக்குமூலம் அளிக்கவேண்டும் என்றும் இல்லாது போனால் மனைவியை பாலியல் பலாத்காரம் செய்யப்போவதாகவும் மிரட்டினர். கிலானியை அடித்து உதைத்துக் காலால் எத்தி, அவர் மீது காறி உமிழ்ந்து காஷ்மீரி, இசுலாமியன், பாகிஸ்தான் காரகன் (Agent) என்றெல்லாம் இழித்துரைத்து அவரிடம் தொடர்ந்து 'விசாரணை' நடத்தினர்.

கிலானியின் தொலைபேசிக்கு வந்த அழைப்புகளை கண்காணித்ததன் அடிப்படையில் அப்சல் குருவும் அவரது ஒன்றுவிட்ட சகோதரரான சௌகத் குருவும் டிசம்பர் 15 அன்று காஷ்மீரில் கைது செய்யப்பட்டனர். வழக்கம்போல விசாரணை தொடங்கியது. சௌகத், அப்சல் இருவரின் வாயிலும் காவல்துறையினர் சிறுநீர் கழித்தார்கள். ஒரு காவலர் இன்னொரு காவலரின் தோள்மீது கைபோட்டு அணைத்தவாறே கேட்டார்: 'அரே யார் தும் னே கியோன் நஹிகியா?' (ஏ நண்பா நீ ஏன் அவன் வாயில் சிறுநீர் கழிக்கவில்லை?). சௌகத்தின் மனைவி நவ்ஜோத் சிந்துவும் இவர்களுடன் கைது செய்யப்பட்டார். எனினும் கணவன் -மனைவி இருவரும் குற்றமற்றவர்கள் என்பது நிறுவப்பட்டு பின்னர் விடுவிக்கப்பட்டனர்.

இத்தகைய 'விசாரணைகள்' அப்சலுக்கு ஒன்றும் புதிதல்ல. இந்திய உளவுப் பணிக்கென நிர்பந்திக்கப்பட்ட போதே இத்தகைய சித்திரவதைகளை அப்சல் அனுபவித்திருக்கிறார். உளவுப்பணியை ஏற்க வற்புறுத்தி அவருடைய ஆணுறுப்பில் தொலைபேசி வயர்களைச் செலுத்தி அதனூடே மின்சார அதிர்ச்சி கொடுக்கப்பட்டது. உள்ளூர்த் தீவிரவாதிகளோடு அப்சலுக்குத் தொடர்பிருப்பதாகச் சொல்லி அவரைக் கைது செய்த காவல்துறையினர் அப்சலை நிர்வாணமாக்கி அடித்து உதைத்தனர். ஐந்து மணிநேரம் கழித்து அவர் தவறுதலாகப் பிடித்துவரப்பட்டது தெரிந்தபோது அவரை விடுவிக்க ஒரு லட்சம் ரூபாய் கோரினர். உறைநிலை அளவிற்குக் குளிர்நீர் நிரம்பிய தொட்டிக்குள் அப்சலை நிர்வாணமாக இறங்கச் செய்தவர்கள் நீருக்குள் மின்சாரத்தைச் செலுத்தினர். அவருடைய குதவாய் வழியாக உறைநிலைப்பட்ட நீரையும் பெட்ரோலையும் ஊற்றினர்.

இத்தகைய வன்முறைகளை எல்லாம் அப்சல் குரு மட்டுமல்ல இந்தியக் கொடுங்கோலாட்சியின் கீழ் அந்தத் துயரப் பள்ளத்தாக்கில் வாழும் ஒவ்வொரு காஷ்மீரியும் எதிர்கொண்டபடியே தான் வாழ்கிறார்கள். விசாரணை என்ற பெயரில் இழுத்துச் சென்று அடித்து உதைத்துப் பிணமாக்கி வீதியில் எறிவது, தேடுதல் வேட்டை என்கிற பெயரில் வீடு புகுந்து பெண்களை வன்புணர்ச்சிக்குள்ளாக்குவது, விடுதலைப் போராளிகளைக் கைது செய்து எரியும் மண்ணெண்ணெய் அடுப்பில் வதைத்துக் கருக்கிக் கொலை செய்வது... இப்படியாக இசுலாமியர்கள் மீது நிகழ்த்தும் அத்தனை வன்முறைகளையும் சட்டம், ஒழுங்கு, கலவரத்தடுப்பு, எல்லைப் பாதுகாப்பு என்கிற கதையாடல்களால் நியாயப்படுத்துகிறது இந்திய அரசு.

குற்றம் நிரூபிக்கப்படுவதற்கு முன்பு ஒருவரைக் குற்றவாளியாகக் கருதக்கூடாது, தண்டனைகள் அளிக்கக்கூடாது என்கிற சட்ட அறங்கள் எல்லாம் 'தீவிரவாதத்தை' ஒடுக்கும் இந்தியச் சட்டங்களுக்கு அறவே கிடையாது. வெளிப்படையான விசாரணை முறைகளும் குற்றம் சுமத்தப்பட்டவருக்கு அளிக்கப்படவேண்டிய தார்மீக உரிமைகளும் இன்றி நீதிமன்றங்களால் நடத்தி 'முடிக்கப்படும்' வழக்குகளே இங்கு ஏராளம். நாடாளுமன்றத் தாக்குதல் வழக்கும் கூட அவற்றுள் ஒன்றுதான்.

இந்திய சனநாயகத்தின் மீதான தாக்குதலாகவே கருதப்பட்டு பெரும் கொந்தளிப்பை ஏற்படுத்திய இந்த முக்கியமான வழக்கு 2002 ஜூலை மாதத்தில் தொடங்கி அதே ஆண்டு நவம்பர் மாதத்தில்

(ஐந்தே மாதத்தில்!) முடிக்கப்பட்டது. இத்தனை அவசரகதியில் முடிக்கப்பட்ட வழக்கின் தீர்ப்புகள் வெறும் ஊகங்களின் அடிப்படையிலும் முன்முடிவுகளின் அடிப்படையிலும் மட்டுமே அமைந்திருந்தன. பாகிஸ்தான் ஆதரவு பெற்ற பயங்கரவாதக் குழுக்களான லக்சர்-இ-தோய்பா மற்றும் ஜெய்ஷ்-இ-முகமது ஆகியவை இந்தத் தாக்குதலை நடத்தின என்றும் தாக்குதலில் உயிரிழந்த ஐந்து பேரும் பாகிஸ்தானியர் என்றும் அரசுத்தரப்பில் கூறப்பட்டது. ஆனால் இவற்றிற்கு எந்த ஒரு ஆதாரமும் இல்லை. இறந்துபோனவர்கள் பாகிஸ்தானியர்கள் என்பதை நீதிமன்றம் இப்படித்தான் உறுதிப்படுத்தியது: "இந்தியாவைச் சேர்ந்த யாரும் அவ்வுடல்களுக்கு உரிமை கோரவில்லை என்பதே அவர்கள் இந்தியர்கள் அல்ல எனக் காட்டுகிறது".

தாக்குதலில் மொத்தம் 6 பேர் ஈடுபட்டதாகவும் ஆறாவது நபர் தப்பிவிட்டதாகவும் அறிவிக்கப்பட்டது. ஆனால், வழக்கு முடியும் வரையில் அந்த ஆறாவது நபர் குறித்து எந்த ஒரு தகவலும் வெளிவரவில்லை. நாடாளுமன்றத்திற்குள் பயங்கரவாதிகள் ஓட்டிவந்த வெடிகுண்டு கார் மீது பின்வரும் வாசகங்கள் எழுதப்பட்டிருந்தன: "இந்தியா ஒரு தீயநாடு. இந்தியாவை நாங்கள் வெறுக்கிறோம். கடவுளின் அருள்பெற்று இந்தியாவை அழிக்க விரும்புகிறோம். அதை நாங்கள் செய்து முடிப்போம். கடவுள் எங்களோடு இருக்கிறார்"

பாகிஸ்தான் பயங்கரவாத அமைப்புகளால் எழுதப்பட்ட ஒரு வாசகத்தில் 'அல்லா' என்ற சொல் இடம்பெறாமல் 'கடவுள்' என்ற சொல் இடம்பெற்றிருந்தது குறித்து புலனாய்வுத்துறை எந்த ஒரு சந்தேகத்தையும் எழுப்பவில்லை என்று நந்திதா குறிப்பிடுவது கவனிக்கத்தக்கது. வெளிப்படையான விசாரணைகளின்றி ஐயத்திற்கிடமான பல்வேறு கேள்விகள் மூடிமறைக்கப்பட்ட இந்த வழக்கில் கிலானியும் அப்சல் குருவும் இந்திய அரசாங்கம், காவல்துறை, நீதித்துறை, ஊடகங்கள் ஆகியவற்றின் கூட்டுச்சதியில் திட்டமிட்டு குற்றவாளிகளாக்கப்பட்டது குறித்து நந்திதா மேலும் விரிவாக விளக்கியிருக்கிறார். விரிவஞ்சி அவற்றை இங்கே தவிர்க்க நேர்ந்தாலும் ஒன்றைச் சொல்ல வேண்டும்.

இந்திய உளவாளி ஆகும்படி துன்புறுத்தப்பட்டு ஹம்ஹாமா முகாமில் அடைக்கப்பட்டிருந்தபோது தாரிக் என்பவரை அப்சல் சந்தித்தார். தாரிக்கும் அதிரடிப்படையினரின் சித்திரவதைக்கு ஆளாகியிருந்தவர். அதிரடிப்படையினர் சொல்வதுபோல்

நடந்து கொள்ளாவிடில் அவர்கள் நம்மை நிம்மதியாக வாழவிடமாட்டார்கள் என அப்சலுக்குத் தாரிக் அறிவுரை கூறினார். அந்த அறிவுரையை ஏற்று அதிரடிப்படையினருக்கு ஒத்துழைக்க அப்சல் ஒப்புக்கொண்டார். இதன்படி, அதிரடிப்படையின் துணைக் கண்காணிப்பாளரான தவீந்தர்சிங்கிற்காக அப்சல் ஒரு சிறிய வேலை செய்யவேண்டும் என்று காவல்துறைக் கண்காணிப்பாளர் அஸ்பாக் உசேனின் மைத்துனர் அல்டாப் உசேன் கேட்டுக்கொண்டார். (அல்டாப் தீவிரவாதிகளின் அச்சுறுத்தலுக்கு ஆளாகியிருந்தவர்) அந்த வேலை என்னவெனில், முகமது என்பவரை அப்சல் டில்லிக்கு அழைத்துச் சென்று அங்கு அவர் தங்குவதற்காக ஓர் அறை ஏற்பாடு செய்து தரவேண்டும் என்பதுதான்.

இந்த உதவியைச் செய்ய மறுத்தால் ஏற்படப்போகும் பின்விளைவுகளை அப்சல் நன்கு அறிவார். எனவே மறுக்காமல் முகமதுவை டில்லிக்கு அழைத்துச் சென்று, டில்லிப் பல்கலைக் கழகத்தின் அருகிலுள்ள கிறித்துவக் காலனி என்னும் இடத்தில் ஓர் அறையை ஏற்பாடு செய்து கொடுத்தார். அப்சலின் உதவியைப் பெற்ற இந்த முகமது வேறு யாருமல்ல. நாடாளுமன்றத் தாக்குதலின்போது நாடாளுமன்ற வாயில் எண் 1 அருகில் பாதுகாப்புப் படையினரால் சுடப்பட்டு இறந்து கிடந்த - ஐந்து தீவிரவாதிகளில் - ஒருவன்தான். இந்த உண்மையை நீதிமன்றத்தில் கூறினால் அப்சலின் தம்பி ஷிலால் கொல்லப்படுவார் என காவல்துறையினர் எச்சரித்தனர். தனக்கு எதிராக இழைக்கப்பட்ட எல்லா அநீதிகளுக்கும் முன்பு அப்சல் ‘மௌன சாட்சியாக’ நின்றிருந்ததற்கு ஒரே காரணம் அப்சலின் அன்பான குடும்பம் தான். தனது நண்பருக்கு எழுதிய கடிதத்தில் அப்சல் இப்படிச் சொன்னார்: ‘நான் எனது உயிரைக் குறித்துக் கவலைப்படாது எனது குடும்பத்தினரைக் காப்பாற்றினேன். ஆதலால்தான் இன்று தூக்குக்கயிற்றின் முன் சாவுக்காகக் காத்திருக்கிறேன்’.

எனினும் இந்திய சனநாயகத்தின் மீதிருந்த இறுதி நம்பிக்கையில் குடியரசுத் தலைவருக்கு எழுதிய விண்ணப்பத்தில் தனது தரப்பு நியாயங்களை அப்சல் விளக்கினார்: “பத்திரிக்கையாளர்களிடம் நான் என்ன கூறவேண்டுமென்று காவல்துறை உதவி ஆணையர் ராஜ்பீர்சிங் என்னிடம் கூறினாரோ அதையே நான் கூறினேன். நாடாளுமன்றத் தாக்குதலில் கொல்லப்பட்ட பயங்கரவாதிகளில் ஒருவரான முகமது, உண்மையில் காந்தகாருக்கு இந்திய ஏர்லைன்ஸ் விமானத்தைக் கடத்திச் சென்ற பெர்ஜர் எனப் பத்திரிக்கையாளர்களிடம் நான் கூறவேண்டும் என்றார்கள்...

அவ்வாறே நான் கூறினேன். தாக்குதலில் பாகிஸ்தானுக்குத் தொடர்பிருந்தது என நான் கூறவேண்டும் என்றார்கள். அவ்வாறே கூறினேன். அவர்கள் சொன்னவாறெல்லாம் நான் சொன்னேன்...”

எல்லா நியாயங்களையும் முன்வைத்தபோதும் அப்சலின் விவரணைகள் அர்த்தமற்றுப் போயின. அநீதி இழைக்கப்பட்ட குற்றவாளிகளுக்கு ஒருநாள் நீதி கிடைக்கலாம். குற்றவாளி ஆக்கப்பட்டவர்களுக்கு...?. உச்சநீதிமன்றம் அப்சலுக்கு இப்படித் தீர்ப்பளித்திருந்தது: “அத்தாக்குதலானது நாடு முழுவதையும் அதிரச்செய்ததனால், அக்குற்றத்தை இழைத்தவருக்குத் தலையாய தண்டனை அளிக்கப்பட்டால்தான் சமூகத்தின் ஒட்டுமொத்த மனச்சான்றை திருப்தி செய்ய இயலும்”.

சமூகத்தின் ஒட்டுமொத்த மனச்சான்றை எந்த அளவுகோலின்வழி நீதிமன்றம் தீர்மானித்தது என்கிற கேள்வி ஒரு புறம் இருப்பினும் இந்தத் தீர்ப்பு பெரும்பான்மை மனச்சான்றுகளைத் திருப்திப் படுத்தியது என்பதை மறுக்கமுடியாது. அப்சலுக்குத் தூக்குதண்டனை விதிக்கப்பட்டபோது இங்கு பெரிய அளவில் எழுச்சிகளோ கொந்தளிப்புகளோ ஆர்ப்பாட்டங்களோ நடக்காதது கண்கூடு. ஒரு சில மனித உரிமை அமைப்புகளும், காஷ்மீர் விடுதலை இயக்கங்களும் மட்டுமே தீர்ப்பை விமர்சித்தன.

இந்த ஆவணங்களைத் தொகுத்தளிப்பதன்வழி நந்திதாவும் நம்முன் இந்தக் கேள்விகளைத்தான் எழுப்புகிறார்: இந்திய அரசு, காவல்துறை, நீதிமன்றம் மட்டுமன்றி இந்தியாவின் பெரும்பான்மை மக்களும் கூட கிலானிக்கும, அப்சல் குருவுக்கும் எதிராக நின்றது எப்படி? கைது செய்யப்பட்ட மறுகணமே கிலானியையும் அப்சல் குருவையும் குற்றவாளிகளாக்கி ஊடகங்கள் மக்கள் முன் நிறுத்தியது எவ்வாறு? சுமத்தப்பட்ட குற்றங்களுக்கு எந்த ஒரு ஆதாரமும் இல்லாத போதும் கிலானியும் அப்சல் குருவும் இன்றளவும் தீவிரவாதிகளாகப் பார்க்கப்படுவது எதனால்? தன் பக்கத்து உண்மைகளைச்சொல்லி தான் குற்றமற்றவன் என்று நிறுவும் வாய்ப்பை ஒருவருக்கு அளிக்காமலேயே உச்சபட்சமான மரண தண்டனையை அவருக்கு அளிப்பது என்பது அடிப்படையான நீதிவழங்கு நெறிமுறைகளுக்கு எதிரானது என்பதைக் குரலுயர்த்திச் சொல்ல இங்கு (நந்திதா போன்ற ஒரு சிலரைத்தவிர) யாருக்கும் மனமும் துணிவும் வராமற் போனதேன்?

இந்த எல்லாக் கேள்விகளுக்கும் ஒரே பதிலில் விடை அளிக்கவேண்டுமானால் கிலானியின் கைது குறித்து நந்திதா சொல்லியதைத்தான் கூறவேண்டும்: “கிலானி குற்றவாளி என அனைவரும் நம்பினர். ஏனெனில் அவர் ஒரு காஷ்மீரி இஸ்லாமியர். தாடி வளர்த்துள்ளார். அரபுமொழி கற்பிக்கிறார். அவரைக் குற்றவாளியாக்க இவை போதாதா? பயங்கரவாத எதிர்ப்பு நீதிமன்றம் அவருக்கு மரணதண்டனை அளித்தது என்பது வியப்புக்குரியது அல்ல.” இதையே நாம் அப்சல்குருவிற்கும் பொருத்திக்கொள்ளலாம். ஆம். இந்த வழக்கில் அவருக்கு எதிராக இருந்த ஒரே ஆதாரம், அவர் நீண்டதாடி வைத்திருக்கும் ‘முகமது அப்சல்குரு’ என்பதுதான். ஏனெனில், இஸ்லாம் அடிப்படையில் தீவிரமானது. குர்ஆனில் அரசியல் பயங்கரவாதத்திற்கான விதைகள் தூவப்பட்டுள்ளன. நபிகளின் அரசியல் வாளோடு பிறந்தது. இஸ்லாமியப்பரவல் வாளின் துணையோடு நிகழ்ந்தது. மதரசாக்கள் தீவிரவாதிகளின் உற்பத்திக்கூடம்... மொத்தத்தில் இஸ்லாமிய சமூகம் என்பது பயங்கரவாதத்தின் ஊற்றுக்கண். செப்டம்பர் 11க்குப் பிந்திய உலக வரலாற்றில் இஸ்லாம் இப்படித்தான் கட்டமைக்கப்பட்டுள்ளது.

இங்கே ஒன்றை எண்ணிப்பார்க்க வேண்டும். சமகால அரசியல் வன்முறைகளை கி.பி. 1400இல் (நபிகளும் இஸ்லாமும் தோன்றிய காலத்தில்) திணித்து வரலாற்றை உறைய வைப்பது என்ன நியாயம்? மாலேகான் குண்டுவெடிப்பு, குஜராத் இனப்படுகொலை, நார்வே தாக்குதல் என எந்த ஒரு வன்முறைத் தாக்குதலும் இந்துத்துவ, கிறிஸ்துவ பயங்கரவாதங்களாகப் பார்க்கப்படாதபோது 9/11ஐ ஒட்டி இஸ்லாம் மட்டும் பயங்கரவாத மதமாக சித்தரிக்கப்படுவது எப்படி? இஸ்லாமிற்கும் பயங்கரவாதத்திற்குமான முடிச்சு இறுக்கிக் கட்டப்பட்டது எப்போது?

பயங்கரவாத வன்முறை உலக அளவில் மலிந்துபோயிருக்கும் சூழலில் நாம் விடை தேடவேண்டிய இந்தக் கேள்விகளுக்கு பனிப்போர் - அமெரிக்கா - கூலிப்படை- பயங்கரவாதம் - இஸ்லாம் என்பதான விரிந்த தளங்களில் வைத்து பதிலளிக்கிறது, மஹ்மூத் மம்தானியின் ‘நல்ல முஸ்லிம் கெட்ட முஸ்லிம்’.

பயங்கரவாதத்தை இஸ்லாமியப் பண்பாட்டின் விளை பொருளாகவும் முஸ்லிம்களை நபிகளின் காலத்தோடு உறைந்து போன பழமைவாதிகளாகவும் காண்பதன் அபத்தத்தைச் சுட்டிக்காட்டுகிற மஹ்மூத், உலக அளவில் பயங்கரவாதம்

ஏவல்படைகளாக உருவாக்கப்பட்ட சூழலையும் இஸ்லாமோடு அது இட்டுக்கட்டப்பட்ட வரலாற்றையும் விரிவாக விளக்குகிறார். 'பயங்கரவாதத்திற்கு எதிரான போர்' என்று கூக்குரலிடுகிற அமெரிக்கா பனிப்போர் காலகட்டத்தில் *(1964-1990)* பயங்கர வாதத்தை எப்படித் தனது கைக்கூலியாக வளர்த்தெடுத்தது என்பதை வரலாற்றினூடே நிறுவுகிறார். மூன்றாம் உலக நாடுகளில் சோவியத் யூனியனைத் தீர்த்துக்கட்டும் லட்சியத்தோடு அமெரிக்கா களமிறங்கிய பனிப்போர் 1964 வியட்நாம் படையெடுப்போடு தொடங்கியது. 1975இல் முடிவுற்ற அப்போரில் அமெரிக்கா படுதோல்வியைச் சந்தித்தது.

இந்தத் தோல்வியின் அனுபவத்திலிருந்து மூன்றாம் உலக நாடுகளில் கடைபிடிப்பதற்கான புதிய போர்ப்படை உத்தியை அமெரிக்கா கற்றுக்கொண்டது. அந்த உத்திதான் முகமூடிப் போர்முறை. 'ஆசியப்போர்களை ஆசியப் பையன்களே நடத்திக் கொள்ளட்டும்' என்று அறிவித்த நிக்ஸன் அரசு, மூன்றாம் உலக நாடுகளில் தனது கூலிப்படைகளை ஏவி மறைமுகப் போர்களை நடத்தியது. பொதுவிசாரணைகளிலிருந்து தப்பிவிடலாம் என்கிறவகையில் ஏவல்போர்கள் ஆதாயமானவை. எனினும் இதற்கான பணத்தை பொது நிதியிலிருந்து எடுக்கமுடியாது. எனவே சட்டத்திற்குப் புறம்பான போதைப்பொருள் வர்த்தகத்தோடு கைகோர்த்து ஏவல்போர்களுக்கான நிதியை அமெரிக்கா உருவாக்கியது.

இத்தகைய போரில் ஈடுபட்ட கூலிப்படையினர் ஆகக்கொடும் வன்முறைகளை கட்டவிழ்த்துவிட்டனர். வழிப்பறி, வன்புணர்ச்சி, சித்ரவதை, அடித்து உதைத்தல், சுட்டுக்கொல்லுதல், தூக்கிலேற்றுதல் என மிகப்பெரும் மனித உரிமை மீறல்களை போர்க்களமாக்கப்பட்ட மூன்றாம் உலகநாடுகளில் அரங்கேற்றினர். 1985இல் ரொனால்ட் ரீகன் இரண்டாவது முறையாக ஆட்சிக்கு வந்தபோது - அமெரிக்காவின் போர் அதிகாரங்களுக்குக் கடிவாளம் போட்டிருந்த - கிளார்க் சட்டத்திருத்தம் முறைப்படி விலக்கிக்கொள்ளப்பட்டது. அதற்குப்பிறகு, பனிப்போர் தத்துவவாதிகள் ஏவல்போர்களை உற்சாகமாக நடத்தியதோடு படிப்படியாக பயங்கரவாதத்தை உலக அளவில் கட்டமைத்தார்கள். சோவியத் யூனியனை வீழ்த்தி உலக வல்லரசாக மகுடம் சூட்டிக்கொள்வதற்கான ஒரே வெற்றிப்பாதையாக பயங்கரவாதத்தை அமெரிக்கா தேர்ந்தெடுத்தது.

உலகம் முழுவதும் - மொசாம்பிக் நாட்டின் ரெனாமோ முதல் அங்கோலாவின் யூனிட்டா வரையில், நிகரகுவாவின் கான்ட்ராஸ் முதல் ஆப்கானிஸ்தானின் முஜாஹிதீன் வரையில் - பயங்கரவாத இயக்கங்களுக்கும் பயங்கரவாத சார்பு இயக்கங்களுக்கும் அமெரிக்கா தோள் கொடுத்தது. சுருக்கமாகச் சொல்வதானால் பல்வேறு நாடுகளில் ஆட்சிக்கு வந்திருந்த கொரில்லா போராட்டக் குழுவினரையும் சோவியத் ஆதரவாளர்கள் என்று கருதிய அரசுகளையும் ஒழித்துக்கட்டுவதில் பயங்கரவாதிகளைப் பயன்படுத்திக்கொள்ள அமெரிக்கா முடிவெடுத்தது; இதற்கெனவே பயங்கரவாதிகளைத் தட்டிக்கொடுத்து வளர்த்தது. நிகரகுவாவின் மிகப்பெரும் பயங்கரவாத வன்முறை அமைப்பாக உருவாகியிருந்த ‘கான்ட்ராவினருக்கு’ அதிபர் ரீகன், ‘விடுதலைப் போராளிகள்’ என்று பட்டமளித்தார். இவர்கள் நம் நாட்டை நிறுவிய முன்னோர்களுக்கு இணையானவர்கள் என்று புகழாரம் சூட்டினார். பிற்காலத்தில், வெள்ளை மாளிகையின் புல்வெளித்திடலில் ஆப்கானிஸ்தான் முஜாஹிதீன் தலைவர்களை ஊடகச் செய்தியாளர்களுக்குத் தடபுடலாக அறிமுகப்படுத்திய ரீகன், ‘இந்த மேன்மையானவர்கள் நெறிமுறைகளைப் பொறுத்தவரை அமெரிக்காவை உருவாக்கிய முன்னோர்களுக்குச் சமமானவர்கள்’ என்று உச்சி முகர்ந்தார்.

இத்தகைய புகழாரங்களின் மூலம் சோவியத் யூனியனுக்கு எதிரான போராட்டத்தில் இஸ்லாமிய தீவிரவாதக் குழுக்களுக்கு அமெரிக்கா கொம்புசீவிவிட்டது. பனிப்போரின் உச்சக்களமாக இருந்த ஆப்கனில் சோவியத்தை வீழ்த்துவதற்கு அமெரிக்கா பாகிஸ்தானுடன் கூட்டு சேர்ந்தது. முஜாஹிதீன்களுடன் இணைந்து போரிடுவதற்காக உலகெங்கிலும் உள்ள தீவிர இஸ்லாமியவாதிகள் தேர்ந்தெடுக்கப்பட்டனர். அவர்களுக்குப் பாகிஸ்தானில் போர்ப்பயிற்சி அளிக்கப்பட்டது. நுட்பமான வெடி இணைப்புகள், நேரப்படி வெடிக்க வைக்கும் தொழில் நுட்பங்கள், எதிரிகளைக் கடத்தும் வழிமுறைகள், தானியங்கி ஆயுதங்களைப் பயன்படுத்தும் முறைகள், கண்ணி வெடிகளையும் குண்டுகளையும் தொலைவிலிருந்து இயக்குதல் உள்ளிட்ட அறுபதுக்கும் மேற்பட்ட கொடூரமான திறன்கள் சிஐஏ முகாம்களில் பயிற்றுவிக்கப்பட்டன. ஆப்கன் போர்ப்படைக்குத் தலைமை தாங்குவதற்கான தளபதியாக ஒசாமா பின்லேடன் அமெரிக்க ஒப்புதலுடன் தேர்ந்தெடுக்கப்பட்டார். கிட்டத்தட்ட ஒரு நூற்றாண்டு காலமாக ஆயுதம் தாங்கிய போராட்டம் எதையும் காணாதிருந்த - உலகளாவிய இஸ்லாமியக் குழுக்களை ஒரு பயங்கரவாத

யுத்தத்திற்கு தயார்படுத்திய அமெரிக்கா, வெறும் பயிற்சியை மட்டும் அளிக்கவில்லை. பயங்கரவாதத்தைத் தனியார்மயமாக்கி ஒரு பயங்கரவாதப் போர்ப்படையையே உருவாக்கி இருந்தது. உலகஅளவில் சிதறி இருந்த இஸ்லாமிய தீவரக்குழுக்கள் தங்களுக்குள் ஒருங்கிணைந்ததும் இந்தப் பயிற்சிமுகாமில் தான்.

மஹ்மூத் மேலும் குறிப்பிடுவதுபோல, சிஐஏ செய்த உண்மையான தீங்கு ஆயுதங்கள் வழங்கியதும் பணம் கொடுத்ததும் அல்ல. வன்முறையை எப்படி உருவாக்குவது, எப்படிப் பரப்புவது என்று கற்றுக்கொடுத்ததுதான். உலக வல்லரசு எனும் வாகை சூடுவதற்கு உலகளாவிய அழிவுகளை வெறும் பக்கவிளைவுகளாகக் கடந்து சென்ற அமெரிக்கா, சோவியத்தை மட்டுமல்ல தன்னெழுச்சியாகப் போராடிய அத்தனை தேசியவாத அரசுகளையும் அழித்தொழித்தது. அமெரிக்க நாட்டாமையின் கட்டளையை மீறுகிற எந்த ஒரு ஆட்சியும் எத்தகைய விலையைக் கொடுக்கவேண்டி இருக்கும் என்பதற்கு சதாம் உசேன் மிகச்சிறந்த எடுத்துக்காட்டு. ஒசாமா பின்லேடனை உருவாக்கிக் களமிறக்கிய வல்லரசு அவரைக் கொன்று உடலைக் கடலில் வீசியெறிந்ததிலும் வியப்பதற்கு ஒன்றுமில்லை.

இன்னொன்றும் கவனிக்கத்தக்கது. பயங்கரவாதச் செயல்கள் எல்லாவற்றையும் மஹ்மூத், அமெரிக்காவுடன் வரட்டுத்தனமாக முடிச்சுப்போட்டுவிடவில்லை. அரச பயங்கரவாதத்தையும் சமூக பயங்கரவாதத்தையும் அவர் வேறுபடுத்திக் காட்டுகிறார். அரசு பயங்கரவாதம் தன்னை நியாயப்படுத்திக்கொள்ள சட்டம ஒழுங்கைக் காரணம் காட்டுகிறதென்றால், சமூக பயங்கரவாதம் தனக்கு நீதி மறுக்கப்படுவதை காரணங்காட்டுகிறது.

சமகால அரசியல் இஸ்லாமில் காணப்படும் இரு போக்குகளை மஹ்மூத் இழை பிரித்துக் காட்டுகிறார். முதல்போக்கு: இஸ்லாமியச் சட்டத்திற்குச் (ஷரியா) சமகால விளக்கமளிக்கப்பட வேண்டும். இந்த விளக்கம் மதத் தலைவர்களால் (உலமாக்கள்) அளிக்கப்படுவது என்கிற நிலையை மாற்றி அதை முஸ்லிம் சமூகம் (உம்மா) முன்னெடுக்க வேண்டும் என வலியுறுத்துவது. இவ்வணுகல்முறை, கால மாறுதலுக்கு ஏற்ப சட்ட மாறுதல்களைக் கோருகிறது.

இரண்டாவது அணுகல்முறை அரசை மய்யப்படுத்தி கவி இக்பால் போன்றோரால் முன்னெடுக்கப்பட்ட இத்ஜிகாத்தைப் பின்னுக்குத் தள்ளுவது. அரசியல் சீரமைப்பை இது ஒதுக்குகிறது. இந்த வகையில் அமெரிக்க அணுகல் முறையும் இந்த இரண்டாம்

வகைத் தீவிரவாத அணுகல்முறையும் ஒன்றாகிவிடுகின்றன. இரண்டுமே இன்றைய உடனடித் தேவையாக உள்ள அரசியல் சீர்திருத்தத்தைப் பின்தள்ளிவிடுகின்றன. இரண்டுமே வன்முறைக்குக் காரணமாகிவிடுகின்றன.

ஆக, சமகால பயங்கரவாதம் மற்றும் தீவிரவாதங்களுக்குப் பின்னாலுள்ள அரசியல் காரணங்களைக் களையாமல், இவற்றை ஒரு கலாச்சாரப் பிரச்சினையாகவும், சட்ட ஒழுங்குப் பிரச்சினையாகவும் அணுகுவதன் மூலம் இவற்றுக்கான தீர்வை ஏற்படுத்திவிட இயலாது என்பதை மிக விரிவான ஆதாரங்களுடன் நிறுவுகிறார் மஹ்மூத் மம்தானி.

மஹ்மூத் சுட்டிக்காட்டியதைப்போல், 9/11 பயங்கரவாதம் இஸ்லாமின் விளைச்சல் அல்ல. அமெரிக்கா விதைத்த வன்முறையின் விளைச்சல். சமகால அரசியல் வன்முறைகளுக்கு சமகால அரசியல் பிரச்சினைகள்தான் காரணமேயன்றி பின்னோக்கிய வரலாறு காரணமல்ல. பயங்கரவாதம் எத்தனை பெரிய அழிவுகளை ஏற்படுத்தியிருக்கிற போதும் அதன்குரல் செவிமடுத்துக் கேட்கப்படவேண்டிய ஒன்று. ஏனெனில் பயங்கரவாதம் ஒரு குற்றச்செயலைப்போல் தவறுகளை மட்டுமே உள்ளடக்கியது அல்ல. அரசியல் பிரச்சினைகளை உள்ளடக்கியது. அந்தப் பிரச்சினைகளை செவிமடுக்கும் உரையாடலைச் சாத்தியப்படுத்தாமல் வெறும் ராணுவபலத்தினால் பயங்கரவாதத்தை அழித்துவிடமுடியாது.

இந்தியாவிற்கும் இதைப் பொருத்திப்பார்க்கலாம். ‘அஃப்சா’ சட்டங்களும் ‘கலகப்பகுதி’ சட்டங்களும் காஷ்மீர் பிரச்சினைக்கான தீர்வை அளிக்கமுடியாது. காஷ்மீர் தீவிரவாதம் குர்ஆனில் இருந்து முளைத்ததல்ல. 1987ஆம் ஆண்டு காஷ்மீர் சட்டசபைத்தேர்தலில் இந்திய அதிகாரம் நிகழ்த்திய சனநாயகப் படுகொலையில் இருந்து அது கிளைத்தது. அவர்களுக்குத் தீர்வு வேண்டும். சுயநிர்ணய உரிமை வேண்டும். சுதந்திரக் காற்றை சுவாசிக்க வேண்டும். அதிகார அடக்குமுறைகள் ஒழிக்கப்பட வேண்டும். அவர்களின் படுக்கை அறைகளிலிருந்து இராணுவம் நீக்கப்பட வேண்டும். இந்தக் கோரிக்கைகளை சாத்தியப்படுத்தும் உரையாடலுக்கு வழிகாணாமல் காஷ்மீர் தீவிரவாதத்தை அகற்றிவிடமுடியாது. இவற்றை வலியுறுத்தும் சனநாயகக் குரல்களைப் பொருட்படுத்தாமல், காஷ்மீரை இந்தியக் குவாண்டனமோபேயாக்கி தனது மதவாத தேசியத்திற்குக் கிலானிகளை, அப்சல் குருக்களை, தபஸ்ஸும்களை பலிவாங்கும் இந்திய அதிகாரத்தை வரலாறு மன்னிக்காது.

இறுதியாக, மொழிபெயர்ப்புகள் குறித்துச் சொல்லவேண்டும். நந்திதாவின் நூலை அருள்குமரன் நேர்த்தியாக மொழி பெயர்த்திருக்கிறார். ஆங்காங்கே பெய்யப்பட்டிருக்கிற தூய தமிழ்ச் சொற்கள் செவிக்கு இன்பம்பயப்பவை. எனினும் அவற்றிற்கு அகராதிப்பொருள் கொடுக்கவேண்டிய சூழலும் இருக்கிறது. அவ்வாறு பின்னிணைப்பது தூயதமிழ்ச் சொற்களை காலாவதியாகாமல் காப்பதற்கும் உதவும். நந்திதாவின் நூல் தலைப்பான 'Framing Geelani, Hanging Afsal - Patriotism in the Time of Terror' நூலைக் குறைந்தபட்சம் "பயங்கரவாத காலத்தில் தேசபக்தி" என்றாவது மொழிபெயர்த்திருக்க வேண்டும். அ. குமரேசனின் மொழிபெயர்ப்பு சிறப்பாக அமைந்திருக்கிறது. ஆனால் மூலநூலில் உள்ள 28 பக்கக் குறிப்புகள் விடுபட்டிருப்பது ஒரு பெருங்குறை. நூலை விளங்கிக் கொள்வதில் அது பெருந்தடையை ஏற்படுத்தி விடுகிறது. அறிமுகக் கட்டுரையின் தலைப்பாகிய 'Modernity and violence' என்பதை 'நவீன சிந்தனையும் வன்முறையும்' என்று மொழி பெயர்த்திருக்கிறார். 'நவீனத்துவமும் வன்முறையும்' என்றுதான் பெயர்த்திருக்க வேண்டும். "நவீனம்" (Modern) என்பதும் "நவீனத்துவம்" (Modernity) என்பதும் இரு வேறு பொருள்களையுடைய கருத்தாக்கங்கள்.

நூலாசிரியர் நந்திதா ஹக்சர், ஜவகர்லால் நேருவின் அந்தரங்கச் செயலாளராகவும் வெளியுறவுத்துறையில் முக்கிய பொறுப்புகள் வகித்தவராகவும் இருந்த பி.என். ஹக்சரின் மகள், பிறப்பால் காஷ்மீர் பண்டிட் (பார்ப்பனர்) என்பதை நமது சனாதனத் தமிழ்ச் சூழலில் அழுத்திச் சொல்லவேண்டியிருக்கிறது. சென்ற ஆண்டு சென்னையில் நடந்த கூட்டமொன்றில், "அப்சலுக்கு மரண தண்டனை அளிக்கப்படக்கூடாது என்று மட்டும் கூறவில்லை. அப்சலுக்கு மரணதண்டனை விதித்ததே தவறு என்று கூறுகிறோம். ஏனெனில் தன்னைக் காத்துக்கொள்ள நீதிமன்றத்தில் அவருக்கு வாய்ப்பளிக்கப்படவேயில்லை" என நந்திதா முழங்கியது குறிப்பிடத்தக்கது. உணர்ச்சிமயமிக்க ஆற்றொழுக்கான நடையில் இந்நூல் மிளிர்வதற்கான அடிப்படை நூலாசிரியர் இப்பிரச்சினையில் கொண்டுள்ள ஆத்மார்த்தமான ஈடுபாட்டிலேயே அடங்கியுள்ளது.

கொலம்பியா பல்கலைக்கழகத்தில் மானுடவியல் பேராசிரியராகப் பணியாற்றி வருகிற மஹ்மூத் மம்தானி, ஆப்ரிக்கா மற்றும் சர்வதேச அரசியல், காலனிய, பின் காலனிய ஆய்வுகள் ஆகியவற்றில் நிபுணத்துவம் பெற்றவர். 'சலாம் பாம்பே' முதலிய புகழ்பெற்ற படங்களை எடுத்தவரும் இந்த ஆண்டு பத்மபூஷண்

விருதுபெற்றவருமான மீரா நாயரின் கணவர். எட்வர்ட் சேதிற்குப் பிறகு இத்துறையில் முக்கியமாகப் பேசப்படக் கூடிய இவர் இந்திய வம்சாவழியினர் என்பது குறிப்பிடத்தக்கது. ஏற்கனவே உருது, இந்தி, மலையாளம் முதலான மொழிகளில் இந்நூல் பெயர்க்கப்பட்டுள்ளது.

நந்திதாவின் நூலை மிக நேர்த்தியாக அச்சாக்கியிருக்கிற விடியல் பதிப்பகம் மிகக்குறைந்த விலையில் (விலை: ரூ. 200) வாசகர்களுக்கு அளித்திருப்பது பாராட்டுதலுக்குரியது. சமகால அரசியல் நூல்கள் மொழிபெயர்க்கப்படுவது அரிதாக இருக்கும் சூழலில் 2000த்திற்குப் பிந்திய சமகால அரசியலை விவாதிக்கும் இந்நூல்களை தமிழுக்கு வழங்கிய விடியல் பதிப்பகமும் முரண் பதிப்பகமும் பாராட்டுதலுக்குரியவை. சமகால உலக அரசியல் மற்றும் பயங்கரவாதத்தின் வேர்களைக் கண்டறிவதில் அக்கறையுள்ள ஒவ்வொருவரும் வாசிக்க வேண்டிய நூல்கள்.

■ தீராநதி, மார்ச், 2012.

அமெரிக்க அங்கிளிடம் அரசியல் கலகம்: மண்ட்டோவின் கடிதங்கள்

"அவர் நமக்குத் தெரிந்தவற்றை மட்டும் வைத்துக்கொண்டு நாம் கண்டுகொள்ள மறுப்பனவற்றையும் கற்பிக்கின்றார்"

தோஸ்தோவொஸ்கியைப் பற்றி கமூ கூறிய இந்த வரிகள் சாதத் ஹசன் மண்ட்டோவிற்கும் பொருந்தும்.

நமக்குத் தெரிந்த இந்த உலகத்து மனிதர்களை மட்டும் வைத்துக் கொண்டு நமக்குத் தெரியாத மனித மனங்களின் உன்னதங்களை அவர் படைத்துக்காட்டினார். "சாதத் ஹசன் ஒருநாள் இறந்து போவான் ஆனால் மண்ட்டோவிற்கு மரணம் கிடையாது" என்று தான் அனுமானித்தபடியே தெற்காசியாவின் முக்கிய கதைசொல்லிகளில் ஒருவராக வாழ்ந்து கொண்டிருக்கிற சாதத் ஹசன் மண்ட்டோ, அமெரிக்காவின் 'அங்கிள் சாம்க்கு' எழுதிய கடிதங்களை மொழியாக்கித் தந்திருக்கிறார் ராமாநுஜம். அமெரிக்க வல்லரசின் குறியீடான (இந்தியாவிற்கு பாரத மாதாவைப் போல்) 'அங்கிள் சாம்க்கு' எழுதப்பட்டுள்ள ஒன்பது கடிதங்களை 144 பக்கங்களில் "அங்கிள் சாம்க்கு மண்ட்டோ கடிதங்கள்" என்ற நூலாக நேர்த்தியாகப் பதிப்பித்துள்ளது பயணி வெளியீட்டகம்.

1951க்கும் 1954க்கும் இடையில் எழுதப்பட்ட மண்ட்டோவின் இக் கடிதங்கள் உலகளாவிய அரசியல் மீதான விமர்சனத்தை வறட்டுக் கோட்பாடுகளாய்த் திணிக்காமல் அங்கதச்சுவையுடன் உரையாடி ஒரு அரசியல் கலகத்தை விளைவிக்கின்றன. ஏகாதிபத்தியத்தின் சூழ்ச்சிகள், இஸ்லாமிய தேசங்களில் அரசியல் குழப்பங்கள், புரிதல்களற்ற இந்திய-பாகிஸ்தான் அரசியல் செயற்பாடுகள், நுகர்வுக் கலாச்சாரத்திற்குள் வணிகமாக்கப்பட்ட உடல்கள் என பல்வேறு அரசியலைப் பேசும் இக்கடிதங்கள் மண்ட்டோவின் கூரிய அரசியல் பார்வைக்குச் சாட்சியம் பகர்கின்றன.

இந்திய-பாகிஸ்தான் பிரிவினை என்கிற பேரதிர்ச்சியில் நிலைகுலைந்து போன மண்ட்டோ, அமெரிக்க அங்கிளுக்கு எழுதும் முதல் கடிதத்தை மனதில் தேங்கிக்கிடக்கும் வலியின் ஆழத்திலிருந்தே துவக்குகிறார்.

> "என் நாட்டைப் போலவே நானும் சுதந்திரம் பெற்றுவிட்டேன். மிகச்சரியாக அதே பாணியில். அங்கிள் இறகுகள் துண்டிக்கப்பட்ட பறவை எவ்வளவு சந்தோஷமாக இருக்க முடியும் என்பதை, எல்லாம் அறிந்த உங்களால் கற்பனை செய்துபார்க்க முடியும்"

'இறகுகள் துண்டிக்கப்பட்ட பறவை' என்ற குறியீடு மண்ட்டோ என்கிற தனிமனிதனின் சுதந்திரம் குறித்ததாக மட்டும் இல்லாமல் பாகிஸ்தான் என்கிற தனிப்பெரும் தேசத்தின் சுதந்திரத்தைக் குறிப்பதாகவும் இருக்கிறது. இஸ்லாமியர்களின் நலனை முன்னிறுத்திப் போராடிப்பெற்ற பாகிஸ்தான் தேசத்தின் சுதந்திரத்தை மண்ட்டோ என்கிற இஸ்லாமியரே 'இறகுகள் துண்டிக்கப்பட்டதாக' விளங்கிக்கொண்டதன் பின்புலம் என்ன என்பதை எண்ணிப்பார்க்க வேண்டும்.

இதற்காக மண்ட்டோ காலத்திய அரசியல் சூழலுக்குள் நாம் நுழைய வேண்டி உள்ளது. சிதைந்து கொண்டிருந்த முஸ்லிம் லீக்கை வலிமை கொண்ட படையாக மீட்டெடுத்த ஜின்னா 1937இல் தான் முஸ்லிம் அரசியலில் நுழைகிறார். 1937 மற்றும் 1938ஆம் ஆண்டுகளில் முஸ்லிம் லீக்கின் தீர்மானங்கள் முஸ்லிம்களோடு முஸ்லிம் அல்லாத இதர சிறுபான்மையினரின் நலன்களையும் உள்ளடக்கியதாக இருந்தது. ஆனால் 1939 முதல் தீவிரமாக 'முஸ்லிம் தேசிய உணர்வைக்' கட்டமைக்க வேண்டிய நிர்ப்பந்ததை இந்திய அரசியல் சூழல் ஜின்னாவுக்கு உருவாக்கியது. இந்த 'தேச உணர்வு', அதற்கே உரித்தான பண்புடன் முஸ்லிம் அல்லாதவர்களை 'மற்றமையாக' ஒதுக்கியதோடு ஒட்டுமொத்த முஸ்லிம்களின் நலனில் கவனத்தைக் குவிக்கவும் தவறியது. இந்து ராஜ்ஜியத்திடமிருந்து முஸ்லிம் சிறுபான்மையினருக்கு விடுதலை என்பதாகத் தொடங்கப்பட்ட போராட்டம், இறுதியில் முஸ்லிம் தேசத்தைக் கட்டமைப்பதாக மட்டுமே சுருங்கிப்போனது. பிரிவினைக்குப் பின்பு பாகிஸ்தானை ஆட்சி செய்த தலைவர்களும் ஒட்டுமொத்த முஸ்லிம்களின் மீதான அக்கறை என்பதைவிட பாகிஸ்தான் தேசியத்தைக் காப்பதிலும் தங்களுடைய பதவி நாற்காலியைத் தக்க வைப்பதிலுமே கண்ணும் கருத்துமாய் இருந்தனர். இத்தகைய அரசியல் சூழலை மிகச்சரியாக உள்வாங்கிக் கொண்ட மண்ட்டோ,

"என் மனைவியும் குழந்தைகளும் பாகிஸ்தானில் இருக்கிறார்கள். அந்த நிலம் இந்தியாவின் ஒரு பகுதியாய் இருந்தபோது என்னால் அதை அடையாளம் காணமுடிந்தது. அந்த நிலப்பரப்புக்கு இப்போது புதுப்பெயர் உண்டு என்றாலும் அந்தப்பெயர் அந்த நிலப்பரப்புக்கு என்ன செய்துவிட்டது என்று எனக்குப் புரியவில்லை"

என்று புலம்பினார்.

"பாகிஸ்தான் இராணுவம் காஷ்மீருக்காகச் சண்டை போடுகிறதா அல்லது காஷ்மீர் முஸ்லிம்களுக்காகச் சண்டை போடுகிறதா? காஷ்மீர் முஸ்லிம்களுக்காகத்தான் என்றால் அவர்கள் ஏன் ஹைதராபாத்தில் உள்ள முஸ்லிம்களுக்காகவும் போர் புரிவதில்லை? ஏன் மற்ற முஸ்லிம் நாடுகள் இந்த யுத்தத்தில் பங்கு எடுத்துக்கொள்வதில்லை"

என்கிற மண்ட்டோவின் கேள்விக்கணைகள் பாகிஸ்தானுடைய நோக்கத்தின் மீது ஐயத்தை வெளிப்படுத்தும் அதே நேரத்தில் இந்திய - பாகிஸ்தான் பிரிவினையின் மீது அவருக்கிருந்த வெறுப்பையும் வெளிக்காட்டுகிறது. சொந்த சாதியைக் கைவிடுதல் என்பது தான் மற்றமைகளின் மீதான நியாயத்திற்கு ஒரே வழியாக இருக்க முடியும் என்பது குறித்தெல்லாம் நாம் இன்று விவாதிக்கிறோம். தனது கதைகளின் மூலம் மனிதங்களை நேசிக்கக் கற்றுக்கொடுத்த மண்ட்டோ, தனது சொந்த நாட்டுடனும், சொந்த இனத்துடனும் ஒன்ற முடியாமல் தவித்ததில் வியப்பில்லை.

"பாகிஸ்தானுக்கு இலவசமாக கோதுமையை அனுப்பி வைக்கிறீர்கள். பாகிஸ்தானும் அதை ஒப்புக்கொள்கிறது. நீங்கள் ஒருமுறை பணம் கொடுத்ததை நானும் ஒப்புக்கொள்கிறேன். கராச்சியில் உங்களுக்கு நன்றி சொல்லும் விதமாக ஒட்டக ஊர்வலம் நடத்தப்பட்டது. நீங்கள் எங்களுக்குப் பெரும் சேவை செய்துள்ளதாகத் துண்டறிக்கைகள் விநியோகிக்கப்பட்டன. உங்களுடைய கோதுமையை ஜீரணம் செய்ய, எங்களுடைய வயிற்றை எல்லாம் அமெரிக்கத் தன்மை கொண்டதாக மாற்றவேண்டியுள்ளது என்பது வேறு விஷயம்"

ஏழாவது கடிதத்தில் பதியப்பெற்றுள்ள இந்த வரிகள், மூன்றாம் உலக நாடுகளுக்குப் பொருளாதார உதவிகளை வாரி வழங்கிய அமெரிக்கா, தன் 'வள்ளல்' தன்மைக்குள் சாதுரியமாய் மூடிமறைத்த சூழ்ச்சிகளைத் தோலுரித்துக்காட்டுகிறது. உதவி என்பதாகத் தொடங்கி உள்நாட்டு விவகாரங்களில் தலையிட்டு உலகிற்கே நாட்டாமை செய்த வல்லரசின் வரலாறு நாம் அறிந்ததே. ஆனால் அமெரிக்க ஏகாதிபத்தியத்தின் அரசியல் சூழ்ச்சிகளை

சமகாலத்திலேயே அவதானித்து வெளிப்படுத்தி இருக்கிற மண்ட்டோவின் அரசியல் தெளிவு, சிறந்த கதைசொல்லியாக மட்டுமின்றி அரசியல் விமர்சகராகவும் அவரை முன்னிறுத்துகிறது.

அமெரிக்க ஏகாதிபத்தியத்தின் வன்மங்களை அம்பலப்படுத்துகிற மண்ட்டோ, அமெரிக்காவின் அடிவருடிகளாகிப் போன முல்லாக்களையும் விட்டுவைக்கவில்லை.

"மிகத்துல்லியமாக 'ஷரியா' படி தயாரிக்கப்பட்ட அமெரிக்கக் கத்தரிக்கோல்களால் ஒழுங்குபடுத்தப்பட்ட தலையோடும் அமெரிக்க இயந்திரத்தால் தைக்கப்பட்ட பைஜாமாக்களோடும் உள்ள முல்லாக்களை என்னால் கற்பனை செய்துபார்க்க முடிகிறது. சிறுநீர் சொட்டுகளை உறிஞ்சிக்கொள்ள அவர்கள் உபயோகிக்கும் களிமண் கட்டிகூட – எந்த மனிதக் கைகளாலும் தொடப்படாத தயாரிப்பாகத்தான் இருக்கும். அவர்களுடைய பிரார்த்தனைப் பாய்கள் கூட அமெரிக்கத் தயாரிப்பாகத்தான் இருக்கும். பிறகு எல்லோரும் உங்கள் முகாமை சேர்ந்தவர்களாக மாறிவிடுவார்கள். வேறு எவருக்கும் அல்லாமல் உங்களுக்கு மட்டுமே விசுவாசமுள்ளவர்களாக இருப்பார்கள்"

அமெரிக்க அங்கிளின் இரும்புக்கரங்களிடம் பெற்ற உதவிகளுக்காக முல்லாக்கள் அமெரிக்க விசுவாசிகளாக மாறிப் போனதை இப்படி வெட்ட வெளிச்சமாக்கியதோடு, "இந்த முல்லாக்களிடம் ஆயுதங்களைக் கொடுப்பதற்காகத்தான் இந்த இராணுவ ஒப்பந்தமே என்று நினைக்கிறேன்" என அமெரிக்க - பாகிஸ்தான் இராணுவ ஒப்பந்தத்தையும் விமர்சிக்கிறார்.

இஸ்லாமிய தேசங்களில் பயங்கரவாதத்தைக் கட்டமைத்ததில் அமெரிக்காவின் பங்களிப்பிற்கு மேற்கூறிய வரிகள் சாட்சிகளாகின்றன. இஸ்லாமிய தேசங்களை - வளைகுடா நாடுகளை தனது நவகாலனியாக மாற்றுவதற்காக அமெரிக்கா செய்த சதிகளுக்கான எதிர்வினைகள்தான் இன்று அங்கே "பயங்கரவாதம்" உருவாவதற்குக் காரணமாகியுள்ளது. இதற்கு சரியான சாட்சியாக விளங்கும் ஈரானின் அரசியலை நாம் இங்கே நினைவுபடுத்திப் பார்க்கலாம்.

1953 ஈரானில் சனநாயக ஆட்சி நடத்திய முகம்மது மொசாதிக், எண்ணெய் வயல்களை நாட்டுடைமை ஆக்கினார். இதனால் தனக்கேற்படும் இழப்பை விரும்பாத அமெரிக்கா, மொசாதிக்கின் ஆட்சியை வீழ்த்திவிட்டு ஷா ரீசா பாலவியின் முடியாட்சியை உருவாக்கியது. ஷா பதவியேற்றவுடன் எண்ணெய் வயல்களில் 40 சத

உரிமையை அமெரிக்க நிறுவனங்களுக்கு வழங்கினார். பின்னாளில் ஷாவுக்கு எதிரான இஸ்லாமியப் புரட்சி உருவாவதற்கு அமெரிக்கா வித்திட்டது. ஆனால் இதை இஸ்லாமிய புரட்சி என்று அமெரிக்கா சொல்லாது, 'இஸ்லாமிய பயங்கரவாதம்' என்று தான் சொல்லும்.

அமெரிக்க அங்கிளின் நட்புக்கரத்திலிருந்து நீளும் சூழ்ச்சிகளை உணர்ந்திருத்ததைப் போலவே, அகில உலகமும் அங்கிளின் இரும்புப் பிடியில் இருந்து விலகவே முடியாதபடி சிக்கியிருக்கும் அவலத்தையும் மண்ட்டோ உணர்ந்து தான் இருந்தார் என்பதை ஐந்தாவது கடித வரிகள் அறிவிக்கின்றன.

"எனக்குத் தெரிய வேண்டியதெல்லாம் நிலையான அமைதியை நிலைநாட்டுவதற்காக இந்தப் பூமியின் முகத்திலிருந்து எத்தனை நாடுகள் அகற்றப்பட வேண்டும் என்பது மட்டும் தான். பள்ளியில் படிக்கும் என்னுடைய அக்கா குழந்தை நேற்று உலக வரைபடத்தை வரையச் சொல்லிக் கேட்டுக்கொண்டது. ஆனால் சற்றுக் காத்திருக்கவேண்டும் என்றும் முதலில் நிலைத்து நிற்கப்போகிற நாடுகளின் பெயர்களை அங்கிளிடம் பேசித் தெரிந்து கொள்கிறேன் என்றேன். உங்களிடம் பேசியபிறகு உலக வரைபடத்தை வரைந்து கொடுப்பதாக உறுதி தந்தேன்".

அமெரிக்க அங்கிளின் உள்ளங்கையில் சுழன்று கொண்டிருக்கும் உலக உருண்டையில் அட்சரேகைகள், தீர்க்க ரேகைகள், எல்லைக் கோடுகள் அனைத்துமே அமெரிக்க வல்லரசு ஈன்றெடுத்த அணு ஆயுதங்களால் அழித்து அழித்து வரையப்படும் அவலத்தை பகிரங்கப்படுத்தும் இந்த வரிகள், நம்முடைய சந்ததிக்கு நாம் கொடுக்கப்போகிற உறுதி என்ன என்கிற பதில் தெரியாத கேள்வியையும் நமக்குள் எழுப்புகிறது.

"ருஷ்யா நைட்ரஜன் குண்டுகள் தயாரித்துக் கொண்டிருப்பதாக கேள்விப்பட்டேன். எட்டாம் வகுப்பில் நைட்ரஜன் என்ற வாயுவை சுவாசித்த மனிதன் சாகாமல் இருக்க முடியாது என்று எங்களுக்குச் சொல்லிக் கொடுக்கப்பட்டது. நான் நினைக்கிறேன் இந்த நைட்ரஜன் குண்டுகளுக்கான பதில் ஆக்சிஜன் குண்டுகள் தான்... ருஷ்யர்கள் அவர்களுடைய நைட்ரஜன் குண்டுகளை மேலே விட்டெறிய, நீங்கள் உங்களுடைய ஆக்சிஜன் குண்டுகளை கீழே விட்டெறிய அவையெல்லாம் தண்ணீராக மாறிவிட... இந்த உலகம் தான் எவ்வளவு வேடிக்கையானதாக இருக்கும்"

அமெரிக்க - ரஷ்யப் பனிப்போர் தொடங்கியிருந்த சூழலில் எழுதப்பட்ட இவ்வரிகள், அமெரிக்க - ரஷ்ய ஆயுதத் தயாரிப்புகள் இந்த உலகத்தையே தண்ணீருக்குள் மூழ்கடிக்கப் போகிற விபரீதத்தை எடுத்துக் கூறுகின்றன. இரண்டாம் உலகப்போருக்குப் பிறகு வல்லரசுப் பட்டத்தைக் கைப்பற்றுவதில் அமெரிக்கா, ரஷ்யாவிற்கு இடையே இருமுனைப்போட்டி துவங்கியது. அணு ஆயுதத் தயாரிப்பு, ஏவுகணைத் தயாரிப்பு என உலகளாவிய அழிவிற்கான தயாரிப்புகளை உற்பத்தி செய்வதில் ஒன்றுக்கொன்று சளைத்ததில்லை என்பதை இருநாடுகளும் நிரூபித்தன.

இந்தப் பூமியிலிருந்து ருஷ்யாவை அகற்றி விடுமாறு அங்கிளிடம் மண்டியிட்டுக் கேட்டுக்கொள்ளும் மண்ட்டோ 'நீங்களும் உயிரோடு இருக்கும்போதே உங்களுடைய இறுதிப்பயணத்தைப் பார்ப்பதற்கு ஏற்பாடு செய்ய வேண்டும் என்பதே என் தாழ்மையான வேண்டுகோள்' என்றும் கூறுகிறார். போரை நோக்கி உலகை நகர்த்திச் செல்லும் இருபெரும் வல்லரசுகளின் வீழ்ச்சியால் உலகைச் சமன்படுத்த விரும்பும் தன் பேராசையை இதன்மூலம் வெளிப்படுத்துகிறார்.

ஏகாதிபத்தியம், கம்யூனிஸம், என உலக அரசியலை மட்டுமல்லாமல், வழவழப்பான அமெரிக்க நிர்வாண கால்கள், பர்தாவிற்குள் மறைக்கப்பட வேண்டிய பாகிஸ்தான் கால்கள் என உடல் அரசியலையும் அலசி ஆராயும் இந்தக் கடிதங்களில் கொட்டிக்கிடக்கும் அங்கதங்கள் நமக்குள் ஆயிரமாயிரம் கேள்விகளை முளைக்கச் செய்கிறது. மண்டையைப் பிளக்கும் தத்துவ விவாதங்களைவிடவும் இவை எழுப்புகிற கேள்விகள் காத்திரமானவை என்பது எண்ணத்தக்கது.

மரபு, கலாச்சாரம், ஒழுக்கவாதம் என்கிற சமூகத்தின் மைய நீரோட்டத்திற்கு எதிராகவே பயணித்த மண்ட்டோவின் மனிதர்களைத் தமிழ்ச்சூழலுக்கு அறிமுகப்படுத்தியதோடு, தீர்க்கமான அரசியல் பார்வையால் மண்ட்டோவின் வேறொரு பரிமாணத்தை வெளிக்காட்டுகிற அவரின் ஒன்பது கடிதங்களை அறிமுகப்படுத்தியுள்ள ராமாநுஜமும், கடிதங்களை நேர்த்தியாக அச்சாக்கியுள்ள 'பயணி' விஜய் ஆனந்தும் பாராட்டுக்குரியவர்கள்.

■ அடவி, பிப்ரவரி, 2010.

யாருக்குள்ளும் எரியாத நெருப்பொன்றின்மேல் புலம்பும் கவிதைகள்

'போதலின் தனிமை' யாழன் ஆதியின் ஐந்தாவது கவிதைத் தொகுப்பாக வெளிவந்திருக்கிறது (வெளியீடு: கருப்புப் பிரதிகள், விலை: ரூ. 75). தனது முந்தைய கவிதைத் தொகுப்புகளின்வழி தலித்மக்களின் பண்பாட்டையும் அரசியலையும் யாழன் பதிவாக்கியிருந்தார். இந்தத் தொகுப்பில் காதலின் தனிமை, தனிமையின் இரங்கல், அரசியல், சமூகம், இயற்கை என பல்வேறு பார்வைகளினூடே கவிதைகளை முன்வைத்திருக்கிறார்.

"எத்தனை வடிவங்களில் திசைமாறுகிறது/ வாழ்க்கை/ நீ வரைந்த இந்தக் காற்றோவியம் போலவே"

என்று சொல்லி வாழ்வின் பரிமாணங்களையும் - அதன் ஏற்ற இறக்கங்களையும் கலைந்து திசைமாறும் ஓவியமாகக் காண்கிற கவிமனம் அதேவேளையில், "யாருக்குள்ளும் எரியாத நெருப்பொன்றின்மேல் நின்றுகொண்டு/ ஒளிபிறக்கும் என் காலத்தின் முகைகளை/ மலரவொண்ணாமல்/ யார் செய்தது என" கூவிப்புலம்பவும் செய்கிறது.

அண்மையின் முத்தங்களற்ற தனிமை, ஒற்றைச் சொல்லைத் தூக்கி அடிக்கவாவது யாருமற்ற நதிக்கரை, தானே பேசி தனியாய் வாழ்கின்ற லிபிகள் என அந்தரங்கத்தில் தனித்துக் கிடக்கும் வாழ்க்கை யாழனின் கவிதைகளில் கையறுநிலையாய் வெளிப்படுகிறது.

"அதீதங்களைக் கனவுகாணும்/ விழிகளோ மனமோ/ துயரெண்ணி வருந்துவதைத் தவிர/ வேறென்ன செய்ய இயலும் வாழ்வின்/ கடைசியில்" என்று சொல்லித் தனிமையின் ஆற்றாமைக்கு மனம் கசிகிறது. துயில முடியாத இரவில் மிதந்து

அலையும் உடலின்மேல் ரணங்கள் இறுகி வலைகளைப் பின்ன "உடலைப் பிடித்த வலையை/ இழுக்க முயற்சிக்க/ யாருமில்லை கரையில்" என்று சொல்லித் தவிக்கிறது.

ஆனால் இந்தக் கவிதைகளின் இரங்கல் தனது அந்தரங்கத்தின் மீதான சுய இரங்கலாக மட்டும் வெளிப்படவில்லை. ஒரு காடு அழிக்கப்படுகிறபோதும், ஆறுகள் கொலை செய்யப்படுகிறபோதும், சிறுகுழந்தை அலைக்கழிக்கப்படுகிறபோதும், பட்டினிக் கொடுமையால் சாலையோரச் சிறுவன் உறக்கம் தொலைத்து சுருண்டுகிடக்கிறபோதும், சாதிய அதிகாரங்களால் தனது சமூகம் ஒடுக்கப்படுகிறபோதும் - சுற்றுச் சூழலுக்காக, பிஞ்சுக் குழந்தைக்காக, தனது மக்களுக்காக, தனது சமூகத்திற்காக இந்தக் கவிதைகள் மனமிரங்கிப் புழுங்குகின்றன.

"முன்பிருந்ததைப் போல காடில்லை/ அடர்ந்த புதர்களில் அணில்கள் பருக/ நிழல் கரைந்த நீரில்லை/ உயரக்கிளைகளில் உட்கார்ந்து/ உலகம் காண முயலும் கிளியின் காலடியில்/ பழமேதும் இல்லை/ மூங்கில் செடிகளில் கூரிலைகள்/ அசையும் பச்சைக் கீற்றுகளில்லை/ ஆயினும் காடிருக்கிறது/ காடென்னும் பெயரில்" என்று சொல்கிறபோது காடுகள் அற்றுப்போன நிதர்சனத்தில் கவிதை உறைந்துபோகிறது.

நமது இல்லங்களில் குழந்தைகள் அழுவதைப் பார்த்திருக்கிறோம். அழ அழப் பார்த்துக்கொண்டே இருந்திருக்கிறோம். நமது பணிகளின் இடையூறாய்க் கருதி குழந்தைகளை அடக்கி வைத்திருக்கிறோம் அல்லது ஒரு இனிப்பையோ பொம்மையையோ கொடுத்து சப்தத்தைக் குறைத்திருக்கிறோம். ஆனால் நாம் அழுகிற போது ஒரு குழந்தையின் மனம் என்ன செய்யும்? நமது அழுகையின் வேதனையைக் குழந்தைகள் எப்படி எதிர்கொள்ளும்? நாம் காணத்தவறிய அல்லது கண்டும் மிக எளிதாகக் கடந்துபோன அந்தக் காட்சியை யாழன் தனது கவிதையாக்கிப் பதிவு செய்கிறார். 'பதிலிலிகள்' என்னும் அந்தக் கவிதை:

"அழும் குழந்தையின் சப்தத்திற்கு/ பதில்தர தோதாக இருக்கும்/ உங்கள் சப்தங்களை கொஞ்சம் கணக்கிடுங்கள்/ அதட்டி இருப்பீர்கள்/ உச் கொட்டி என்னவென்று கேட்டிருப்பீர்கள்/ விரல்காட்டி மிரட்டி பூதம் வர/ சைகை காட்டியிருப்பீர்கள்/ பால் தருவதற்காய் செய்து கொண்டிருக்கும்/ வேலையை விட்டு பின்புறம்/ ஈரக்கையைத் துடைத்துக்கொண்டே/ காலதிர

ஓசையெழுப்பிச் சென்றிருப்பீர்கள்/ அப்பாவோ பேயோ வருவதாய்ச் சொல்லி/ பயங்காட்டி இருப்பீர்கள்/ சப்தங்களாலே சப்தத்திற்கு பதில்/ தர அறிந்திருந்த நீங்கள்/ என்றேனும் குழந்தை அழ அழுததுண்டா/ நான் பார்த்திருக்கிறேன்/ பெரியவர்கள் அழ/ அழும் குழந்தைகளை"

இந்தக் கவிதையை வாசித்து முடிக்கையில் குழந்தைகளின் அழுகைகளுக்கு முன் மனமிரங்காத நமது அதிகார மனங்களை குற்றவுணர்ச்சி பீடிக்கிறது. மற்றமைகளோடு சிரித்து மகிழ்வதற்கு மட்டுமல்ல மற்றமைகளுக்காகச் சேர்ந்து அழும் மனங்களையும் நமது குழந்தைகளிடமிருந்து வரமாகப் பெறவேண்டும்.

யாழன் ஆதியின் தலித்தியக் கவிதைகள் இங்கே குறிப்பிட்டுச் சொல்லவேண்டியவை. மராட்டிய தலித் எழுத்துக்கள் அம்பேத்கரின் எழுத்து, இயக்கச் செயல்பாடுகளிலிருந்தே தீவிரம் பெற்றதாக அர்ஜுன் தாங்ளே குறிப்பிடுவார். நமது தமிழ்ச் சூழலிலும் கூட அம்பேத்கர் நூற்றாண்டை ஒட்டித்தான் தலித்திய எழுச்சியும் தலித் இலக்கியங்களும் தீவிரம் பெற்றன. 90 களுக்கு முன்பாக உயர்சாதியினர் படைத்த இலக்கியங்களில் பெரும்பாலும் தலித்துகளின் இருப்பு அழிக்கப்பட்டு அல்லது சாதியப் படிநிலைகளின்படி கீழ்ப்படுத்தப்பட்டு அல்லது வெறும் இரக்கத்திற்குரியவர்களாகச் சித்தரிக்கப்பட்டு அமைந்திருந்தன. ஆனால் அம்பேத்கர் நூற்றாண்டு எழுச்சிக்குப் பிறகு தலித்கள் இதுகாறும் ஒடுக்கப்பட்ட தங்களின் குரலை வேறெப்போதையும் விட உரதது ஒலிக்க ஆரம்பித்தார்கள். கொடுந்தமிழ் என இலக்கணம் வகுத்து இழித்துரைத்துக்கப்பட்ட மக்களின் சொல்லாடல்களையெல்லாம் இலக்கியத்தின் பாடுபொருளாக்கினார்கள். உயர்சாதி இலக்கியத் தூய்மைகள் கேலிக்குள்ளாயின. வரலாறு கண்டிராத பல புதிய அனுபவங்கள் இலக்கியங்களாகின. தலித் இலக்கியங்கள் வெறும் அழகியல் கொண்டாட்டங்களாக இல்லாமல் இந்தச் சாதியச் சமூகத்தின் வாக்குமூலங்களாக (testimonials) அமைந்தன. இந்த 20 வருட காலத்தில் தலித் இலக்கியத்தின் சாதனை என்பது உயர்சாதி எழுத்தாளர்கள் மத்தியில் ஒரு விழிப்புணர்வையும் குற்றவுணர்வையும் ஏற்படுத்தியிருப்பதில் அமைந்திருக்கிறது.

தீண்டாமை என்பது அனைத்து தலித்களுக்கும் பொதுவான ஒரு அம்சமாயினும் புவியியல் மற்றும் உட்பிரிவு வேறுபாடுகளைப் பொருத்து அவை பல்வேறு சாத்தியக் கூறுகளை (verieties) உள்ளடக்கியதாக இருக்கின்றன. தலித்கள் என்றபோதும்

தமிழகத்தின் கடைக்கோடியைச் சேர்ந்த மந்திரவாதி என்.டி. ராஜ்குமாரின் அனுபவங்களும், வடகோடியில் வசிக்கும் நகரவாசியும் வங்கி அதிகாரியுமான இந்திரனின் அனுபவங்களும் எத்தனை வித்தியாசமானவை?

இங்கு யாழன் ஆதியின் கவிதைகளும் கூட தலித் எழுத்துகளின் பொதுமைத் தன்மையோடும் யாழன் ஆதிக்கே உரிய தனித்தன்மையோடும் வேறுபட்டு விளங்குகின்றன; இந்தச் சாதியச் சமூகத்தைக் கேள்விக்குள்ளாக்குகின்றன. துயர்கொள்ளும் இரவுப் பொழுதில் அனந்தசயனத்தில் பள்ளிகொள்ளும் திருமாலை நோக்கி, "பாம்பின் படிகளேறி உறங்குமுனக்கு/ அடிவயிற்றில் கடிக்கவில்லையா/ சாக்கடைக்கொசு ஒன்றுகூட" என்று கேள்வியெழுப்பும் 'அனந்தசயனக்' கவிதை ஒடுக்கப்படும் அடித்தட்டு வாழ்நிலையில் இருந்து சாத்தியமாகக்கூடிய பார்வையை முன்வைத்து எல்லார்க்கும் எல்லாம் அருளும் இறையம்சத்தை எள்ளிநகையாடுகிறது.

ஏதோ ஒரு கிராமத்தில், எங்கேனும் விழாக்களில் தீயைச் சுற்றித் தீயைத் தின்று, தீ வித்தைகாட்டும் தீக்காரர்களின் வாழ்வியல் அவலத்தைப் படம்பிடித்துக்காட்டுகிறது "தீக்காரன்" என்னும் கவிதை. வெறும் கைத்தட்டலுக்காகவும் ஓரிரு சில்லறைகளுக்காகவும் தீயைச் சுவைத்து தீயை மார்போடு அணைத்து, தீயின் மேல் அமர்ந்து, சில சமயம் தீயையே உடையாக்கிக் கொள்ளும் தீக்காரன், "இன்னும் கைத்தட்டல் கேட்குமெனின்/ தன் குறியாகவே தீயை உள்ளாடைக்குள்/ மறைத்தும் வைக்கின்றான்" என்று சொல்கிற யாழனின் வரிகள், தீப்பற்றும் அவனுடலைக் குறித்த பதற்றமில்லாமல் விழாக் கூட்டத்தில் முண்டியடிக்கும் மந்தைகளின் மீது ஓங்கி அறைகிறது.

தலித் வாழ்வியலை எடுத்துரைப்பதோடு இந்தச் சாதியச் சமூக வாழ்வை அத்துமீறுவதற்கான உத்வேகத்தையும் யாழனின் கவிதைகள் உட்செரித்துள்ளன. "உழைப்பின் சொற்களை எடுத்துப் பாடுகின்றன/ தடைகளின் மேல்நின்று வீரியப்பறவைகள்/ மையங்களை நோக்கிய விளிம்பின் எத்தனிப்பில்/ சிதைகின்றன எல்லாம்" என்னும் கவிதை மையங்களைச் சிதைக்கும் தலித் எழுச்சியின் குறியீடுகளாய் வீரியப்பறவைகளை முன்நிறுத்துகின்றன.

இவ்வாறு எழுச்சியோடு இந்த அதிகாரத்துவச் சமூகத்தை எதிர்கொள்ளும் கவிதைகள் சில இடங்களில் சுய இரங்கலாவும்

துயருற்றிருக்கின்றன. “பாடலாகி இருக்கும் எங்கள் அழுகைகளை/ யார்மீட்ட வருவார்கள்?/ கருவிகளை எங்கே கொண்டு வைத்தார்கள்/ மேடையெதுவென தெரியாத வெளியில்/ எங்கே இசைக்கப் போகிறார்கள் எங்கள் அழுகைகளை/ நேரமிருப்பின் அவர்களின் பிரதிகளையாவது தருவார்களா?” என்று மனம் வெதும்புகின்றன.

ஈழத்துயரம், அகதியாக்கப்பட்ட வாழ்வு, தனிமரமாகிப்போன வீடு, குருவிகற்ற வனாந்திரம் எனப் பல்வேறு வாழ்நிலைகளையும் பதிவு செய்யும் யாழனின் கவிதைகள் மீது நமது விமர்சனங்களையும் சொல்லியாக வேண்டும். ஒரு தலித் கவிஞராக வெளிப்பட்டு சாதியத்தை, இந்துத்துவத்தை அவற்றின் ஆதிக்கங்களைச் சாடிய யாழன் ஆதியிடமும் ஆணாதிக்கம் இன்னும் விடுபடாமல் இருப்பது உண்மையில் நம்மை அதிர்ச்சியடையச் செய்கிறது. ‘பிரதிபலன்’ என்னும் அவரது கவிதை நவீன பெண்மொழியின் கலகத்தையும் அத்துமீறல்களையும் அது தகர்த்தெறியும் ஆணாதிக்கக் கலாச்சாரவாதத்தையும் வெறும் வெற்றுத்தாள்களாக்கிப் புறந்தள்ளுவது எப்படியென நமக்கு விளங்கவில்லை. தோழர்களின் வாசிப்பிற்காக அந்தக் கவிதை இதோ:

“பிரதிகளைப் பற்றி உனக்கென்ன தெரியும்/ அதன் வாசனைகளில் நஞ்சைப் பரப்புவதைத் தவிர/ லிபிகளைச் சவுக்காக நெய்யும்/ உன் பிரதி வீண்/ கண்ணீரிலான என் பிரதிகள்/ ஒருபோதுமுன்னை இரவாதன/ உன்பிரதிகளை ஒத்த ஒரு சாயலும்/ என்பிரதிகளுக்கு வாய்த்திடவே கூடாத/ நாளே எனக்கு எப்போதும் வேண்டும்/ யோனிகளையும் முலைகளையும்/ எடுத்துத் துப்பும் உன் பிரதிகளைக் கடந்து/ நான் நடக்கிறேன் வெகுதொலைவில்/ பெண்ணின் எழும்புதலில் உடைந்து/ வெளியாகும் என் பிரதிகள் காலங்களைப் பிரசவிக்கும்/ அழுகையின் வீறலையோ/ மழையின் சாரலையோ/ பூக்களின் மகரந்தங்களையோ/ ரத்தத்தின் கறைகளையோ/ ஒருபோதும் விடாதவை என் பிரதிகள்/ உன்போலல்ல வெறும் வெற்றுத்தாள்கள்”

கவிதை இங்கே முடிகிறது. பீ, மூத்திரம், மாட்டுக்கறி, பன்றிக்கறிகளை இலக்கியப் பாடுபொருளாக்கிய தலித்தியக் கலகத்திற்கு எள்ளளவும் குறையாததுதான் யோனிகளையும் முலைகளையும் பாடுபொருளாக்கிய நமது பெண்ணியக் கவிதைகள். பெண்ணுடலை வெறும் பாலியல் துய்ப்பிற்கான பண்டமாக்கி, தனது வாரிசு உருவாக்கத்திற்காய் புனிதப்படுத்தி, காலமெல்லாம் கண்காணித்து வந்த கலாச்சார போலிஸ்களுக்கு எதிராக நமது

பெண்கவிகள் யோனிகளை பட்டாம்பூச்சிகளாக்கிப் பறக்கவிட்டதும் பெருவனக்காடுகளாக்கி கம்பீரமாய் நின்றதும் முலைகளோடு கொஞ்சி விளையாடியதும் மழைநாளில் குலவையிட்டுப் பாடியதும் கலாச்சார தேசியவாதிகளுக்குச் செரிக்காமல் போகலாம், யாழன் ஆதிக்குச் செரிக்காதது எப்படி?

இவ்விடத்தில் இன்னொன்றும் சொல்லத்தக்கது. கவிதையின் கலகமும் பிரதி தரும் இன்பமும் மொழியின் உத்திகளுக்குள் புதைந்துகிடப்பதல்ல. மொழியின் அரசியலுக்குள் ஊடாடி இருப்பது. இந்த அரசியல் என்பது தத்துவங்களை விழுங்கிச் செரித்த அறிவுஜீவிகளிடமிருந்து உதிர்வது மட்டுமல்ல. சகல அதிகாரங்களுக்கும் முன்பாக தமது தொன்மத்தின் கூறுகளை வாழ்விக்கப் போராடும் அடித்தட்டு மக்களின் பேச்சிலும் செயலிலும் வாழ்விலும் இரண்டறக் கலந்திருப்பதும்தான். உண்மையில் இந்த மக்களின் அரசியலே வேறெந்தக் கோட்பாட்டைவிடவும் உக்கிரமானது; வலிமையானது. இத்தகைய மக்கள் கலகத்திற்கு யாழன் ஆதியிடமிருந்தே ஒரு கவிதையைச் சொல்லலாம். அவரது இரண்டாவது கவிதைத் தொகுப்பான 'செவிப்பறை'யில் இடம்பெற்றிருக்கிறது அந்தக்கவிதை:

காத்தமுத்து தங்கச்சிய/ கற்பழிச்ச/ மேல்சாதிக்காரன (என்ன சாதின்னு சொன்னா இப்பவும் எங்க ஊட்டு குடிசைங்க எரிஞ் சிடும்)/ மாரியம்மா கோயில் மறப்புல/ குறி அறுத்துப் போட்டாராம் சின்னசாமி தாத்தா/ பேரச் சொல்லிப் புகாரு கொடுக்க/ கஞ்சிபோட்ட காக்கிச்/ சொக்காக்காரன் ஊடுதேடி வந்தப்ப/ கொதிக்கிற மாட்டுக்கறி கொழம்பெடுத்து/ மொகறக்கட்ட மேலேயே ஊத்திப்புட்டாரு/ தேரன்னைக்கு/ 'பற பாடுக்க தேரு ஊருக்குள் வரப்படாது'ன்ன சொன்ன அந்தாளுமேல ஒண்ணுக்கடிச்சி/ 'மாரியாத்தாளுது குடிடான்னு/ கம்பெடுத்து வீசி சலாவர்சையிலே/ கலக்கிட்டாராம்/ இதுமாதிரி இன்னும் நிறைய/ சொல்லும் பொன்னியம்மா பாட்டி/ வாழறதுக்கும் சாகறதுக்கும்/ எடங்கேட்டு எடங்கேட்டு/ நடையா நடக்கிற/ எங்கனாவில் தாத்தா வருவார்/ கிடா மீசையோடும் வெட்டரிவாளோடும்/

யாழன் ஆதியின் வேறெந்தக் கவிதையை விடவும் பொன்னியம்மா பாட்டியின் இந்தச் சொற்கள் - சின்னசாமி தாத்தாவின் இந்தப் புரட்சிகள் கலகம் நிறைந்தவை. காரணம் இவை அரசியலை நடைமுறையில் சாத்தியப்படுத்துபவை. 'என்ன

சாதின்னு சொன்னா இப்பவும் ஊட்டு குடிசையை எரிக்கும்' சாதியத்தின் குறிகள் அறுத்தவை.

'இலக்கியத்திற்கெல்லாம்' அப்பாற்பட்ட இந்த இலக்கிய வாதிகளின் புரட்சிகளை அறிய நேரும்போது, கவிஞர் லட்சுமணன் எழுதிய 'ஒடியன்' கவிதைத் தொகுப்பு நினைவிற்கு வருகிறது. பழங்குடி இருளர் மக்களின் வாழ்வியலை அவர்களின் இருளர் மொழியிலேயே பதிவாக்கிய இத்தொகுப்பு, அதிகாரத்துவங்களுக்குள் அடங்கமறுக்கும் பழங்குடிகளின் தொன்மக்கலாச்சாரத்தை உள்ளபடியே படம்பிடித்துக் காட்டுகிறது. அத்தொகுப்பிலிருந்து ஓரிரு கவிதைகள் இங்கே (புரிதலுக்காக கவிதையைத் தமிழிலும் பொருள்படுத்தியிருக்கிறார் கவிஞர் லட்சுமணன்):

'காடூ டவுனு/ காரமடே/ எங்கே போனாலூ/ தம்மி முன்னாலே போகினா/ காளி பின்னாலே நடக்கினா/ தப்புன்னா/ புருசனியே அடிப்பினா/ இன்னாக்கு அச்சாமே பாக்கா/ ஆனேகட்டிக்கு வந்தவாசி/ சுண்ட முள்ளுல/ நாளெல்லா அடிச்சாலூ/ தீருகாதில்லே இவுங்க வெசாம்'

பொருள்: எங்கே போனாலும் இருளச்சி முன்னால் போகிறாள் கணவன் காளி பின்தொடர்கிறான். காளி தவறு செய்தால் தம்மி ரெண்டு சாத்து சாத்துகிறாள். விழிபிதுங்க வெறித்துப் பார்க்கிறார்கள் கீழிருந்துவந்து குடியேறியவர்கள். விசக்கடி ஏற்பட்டால் அதை கழிக்க சுண்டமுள்ளால் மூன்றுமுறை அடிக்கும் முறை இருளர்களிடையே வழக்கத்தில் உள்ளது. அப்படி அடித்தாலும் வந்தவாசிகளுக்குள் (வந்து குடியேறியவர்களுக்கு) உள்ள விசம் தீராது என்கிறாள் தம்மி.

'பாடம் நடத்துகாதில்லே/ பள்ளிக்கோடம் வருகாதில்லே/ வேலே நேரத்துலே/ வெளியே போகினான்னு/ ஏழுமலே வாத்தியானே/ எத்து ஊருக்கு மாத்தின.../ ஆபிசன லெத்து அச்சா/ ஜீப்பூலே வெட்டி போடு/ ரெண்டு பலாப்பழோ'

பொருள்: பாடம் நடத்தாத வாத்தியாருக்கு தண்டனை என்று அவனை எங்கள் ஊருக்கு மாற்றிய அதிகாரிக்கு பரிசாக அவர் ஜீப்பில் இரண்டு பலாப்பழங்களை வெட்டிப் போடவேண்டும் என்கிறார் ஆதிவாசி. வெட்டிய பலாப்பழத்தின் வாசனையை எங்கிருந்தாலும் கண்டுபிடித்துவிடும் யானை.

உயர்திணை X அஃறிணை என்கிற பாகுபாடுகளுக்கு அப்பால் யானைகள், மலைகள், கன்றுக்குட்டி, வனக்காடு எல்லாவற்றையும் சக உயிர்களாக நேசிக்கும் பழங்குடிச் சமத்துவம், வந்தேறிகளின் கலாச்சாரத்தை எள்ளி நகையாடும் தொன்மக்கூறு, எல்லாவற்றுக்கும் அப்பால் சுரண்டப்படும் அவர்களது அவலவாழ்வு அனைத்தையும் இலக்கிய ஆவணமாக்கித் தரும் இத்தொகுப்பு எல்லோரும் வாசித்தறிய வேண்டியது. விளிம்புகளின் வரலாற்றை எழுத்தாக்கிய கவிஞர் லட்சுமணன் பாராட்டப்பட வேண்டியவர் (வெளியீடு: மணிமொழி பதிப்பகம், திருவண்ணாமலை, விலை: ரூ. 50). தலித் அனுபவம் என்பது ஊருக்கு ஊர், உட்பிரிவுக்கு உட்பிரிவு வேறுபாடுகளைக் கொண்டிருந்தாலும் அதிகார எதிர்ப்புக் கூறுகளில் சின்னசாமித் தாத்தா, தம்மி, இருளர் எல்லோரும் ஒன்றிணைவது கவனிக்கத்தக்கது.

இறுதியாக ஒன்று. தலித் இலக்கியம் என்பது பார்ப்பனிய, உயர்சாதிச் சமூகத்திற்கு எதிரான சாட்சியங்களாக மட்டுமல்ல அதன் அதிகாரங்களைக் குலைத்துப்போடும் கலகங்களாகவும் திமிறி எழுவது. அந்தவகையில் தலித் இலக்கியம் இயல்பிலேயே சாதியப் பண்பாட்டைச் சிதைக்கும் உக்கிரத்தைத் தனதாக்கியிருக்கிறது. ஆனால் யாழன் ஆதியின் கவிதைகள் சில இடங்களில் கலகக்கூறுகளைக் கைவிட்டு வெறும் பதிவுகளாகச் சுருங்கியிருக்கிறது. இவற்றின்மீது யாழன் ஆதி கவனம் குவிக்கவேண்டும்; தலித் கவிதைகளினூடாய் யாழன் இடைவிடாது பங்களிக்கவேண்டும்.

{குறிப்பு: இந்தக் கட்டுரை, 'புனைவு' அமைப்பு மதுரையில் நடத்திய கவிதை விமர்சனக் கூட்டத்தில் வாசிக்கப்பட்டது. அப்போது ஏற்புரை வழங்கிய கவிஞர் யாழன் ஆதி, மேலே குறிப்பிட்டுள்ள "பிரதிபலன்" என்னும் கவிதை காலச்சுவடைக் கண்டிக்கும் விதமாகத் தன்னால் எழுதப்பட்டது என்றும் காலச்சுவடு பெண்களின் பாலியல் கவிதைகளை வணிகயமயமாக்குவதையே அக்கவிதை விமர்சிக்கிறது என்றும், எவ்வகையிலும் இது பெண்ணெழுத்துக்கு எதிரான கவிதை இல்லையென்றும் விளக்கமளித்தார். ஒரு கவிதையைப் பொருள் கொள்வதில் வாசிப்பவரின் தன்னிலை மற்றும் அனுபவங்கள் முக்கியப் பங்காற்றுகின்றன. குறிப்பான ஒரு நிகழ்வை அல்லது பொருளை ஒட்டி எழுதப்படும்போது அதையொட்டிய வாசிப்பிற்குக் கவிதைக்குள்ளேயே இடமளிக்க வேண்டும். அல்லது கவிதையின் இறுதியில் எந்தச் சூழலில் எழுதப்பட்டது என்பதை குறிப்பாகவேனும் வெளியிடவேண்டும். அப்படியெல்லாம் எழுதுவது வழக்கம்தானே!)

■ அம்ருதா, ஆகஸ்ட், 2012

ஆனந்தி ஏன் கொலை செய்யப்பட்டாள்?: நாடகத்தை முன்வைத்து...

'ஆனந்தி ஏன் கொலை செய்யப்பட்டாள்?' நாடகத்திற்கான அழைப்பிதழில் நாடகத்தின் மையக்கரு இப்படியாக விளக்கப்பட்டிருந்தது: "அழகான - ஏழை - அப்பாவிப் பெண் ஆனந்தி வாழ்க்கையில் அலைக்கழிக்கப்பட்டு, வாழமுடியாத நெருக்கடிக்குத் தள்ளப்பட்டு விஷம் குடித்துச் செத்துப் போகிறாள். வயிறெல்லாம் வெந்துபோய், வாயில் ரத்தநுரை தள்ளியபடி, கோரமாக, அரசுப் பொது மருத்துவமனையின் வராந்தாவில் கிடத்தப்பட்டிருக்கும் இந்த அபலைப் பெண்ணின் சாவுக்கு யார் காரணம்? இது தற்கொலையல்ல; கொலையே. ஆனந்தியின் சாவுக்குக் காரணமானவர்கள் குற்றவாளிகள் அல்லவா? அவர்கள் தானே உண்மையான கொலையாளிகள்? கொலையாளிகளை அடையாளம் தேடியபடி நகருகிறது நாடகம்".

சமூகநல வாரியத்தில் செல்வாக்குமிக்க பதவிவகிக்கும் உறுப்பினர் இராஜேஸ்வரி. அரசியல் பலம்வாய்ந்த பிரபலமான தொழிலதிபர் குமாரசாமி. இவர்களது மகள் பிரியா, மகன் இரவி. மூத்த தொழிலதிபரின் மகன் பாஸ்கர் ராமநாதனுக்கும் பிரியாவிற்கும் திருமணம் நிச்சயிக்கப்படுகிறது. அன்றைய மாலைப் பொழுதில், யாருமே எதிர்பார்க்காத ஒரு தருணத்தில் இன்ஸ்பெக்டர் சத்யன் அறைக்குள் நுழைகிறார். சூழல் இறுக்கமாகிறது. விஷம் குடித்த பெண்ணொருத்தி (ஆனந்தி) வயிறெல்லாம் வெந்துபோய் ஜென்ரல் ஆஸ்பத்திரியில் இறந்துபோனதாகவும் அது தொடர்பாக சில தகவல்களைப் பெற வந்திருப்பதாகவும் சொல்கிற இன்ஸ்பெக்டர் தனது விசாரணையைத் துவக்குகிறார். உண்மை வெளிவருகிறது.

ஆனந்தி குமாரசாமியின் கம்பெனியில் பணிபுரிந்தபோது கூலி உயர்வுக்காகப் போராடியதால் டிஸ்மிஸ் செய்யப்படுகிறாள். பின்பு அவளுக்கு சிவா சில்க்ஸில் வேலை கிடைக்கிறது. அங்கு வருகிற

பிரியா, ஆனந்தியின் அழகைக் கண்டு பொறாமை கொண்டு முதலாளியிடம் புகார் செய்து ஆனந்தியை வேலையில் இருந்து நீக்குவிக்கிறாள்.

வயிற்றுப் பிழைப்புக்கு வேறு வழியில்லாத ஆனந்தி 'கார்டன் கிளப்பில்' காலம் கழிக்கிறாள். அங்கு தன் பெயரை நிர்மலா ராணி என மாற்றி வைத்துக்கொள்கிறாள். கிளப்புக்கு வருகிற பாஸ்கர் நிர்மலாவைச் சந்திக்கும்போது, வயது முதிர்ந்த ஒருவனின் பாலியல் சீண்டலுக்கு அவள் ஆளாகிக்கொண்டிருக்கிறாள். அந்தச் சூழலிலிருந்து அவளை விடுவிக்கிற பாஸ்கர் அனாதரவாய்க் கிடக்கும் அவளுக்குப் பொருளுதவி செய்கிறான். அவர்களின் உறவு 'நெருக்கமடைகிறது'. தொழில்ரீதியான வேலை காரணமாய் மும்பைக்குச் செல்கிற பாஸ்கர் பிரிவை நிரந்தரமாக்குகிறான்.

மறுபடியும் பிழைப்புக்குத் திண்டாட்டம். மீண்டும் கார்டன் கிளப். இம்முறை ஆனந்திக்கும் ரவிக்குமான சந்திப்பு நிகழ்கிறது. விருப்பமில்லாத போதும் இரவியின் வற்புறுத்தலால் அவனோடு உறவு கொள்கிறாள். தொடர்கிற நீட்சிகளில் ஆனந்தி கருவுறுகிறாள். இருவருமே செய்வதறியாது திகைக்கிறார்கள். இரவி வீட்டில் இருந்து பணத்தைத் திருடி வந்து கொடுக்கிறான். திருடப்பட்டதை அறிந்த ஆனந்தி அதை வாங்க மறுக்கிறாள். இரவியுடனான உறவும் முறிந்தபிறகு ஆதரவற்றோருக்கு உதவும் நலவாரியத்திடம் தஞ்சம் புகுகிறாள்.

அங்கு உயர்பதவியில் இருக்கும் இராஜேஸ்வரி ஆனந்தியின் கடந்தகாலம் பற்றி விசாரிக்கிறாள். இரவியைக் காட்டிக்கொடுக்க விரும்பாத ஆனந்தி முன்னுக்குப் பின் முரணான தகவல்களையே கொடுக்கிறாள். ஆனந்தியின் இந்தச் செயல்களால் வெறுப்படையும் இராஜேஸ்வரி, "இதெல்லாம் உதவுறதுக்கு ஏத்த கேஸ் இல்ல" என்று முடிவு செய்கிறாள். இறுதியாக, உயிர்க்கொல்லும் நஞ்சின் உதவியை நாடுகிறாள் ஆனந்தி. அது அவளுக்கு மறுப்பின்றி உதவுகிறது.

குற்றவாளிகளிடம் இருந்து இந்த உண்மைகளை மிச்சமின்றிக் கறந்துவிடுகிற இன்ஸ்பெக்டர் அவர்களைக் கடுமையாக எச்சரித்துவிட்டு வெளியேறுகிறார். திடீரென்று பிரியாவுக்கு ஒரு சந்தேகம் எழுகிறது. வந்தவர் உண்மையான இன்ஸ்பெக்டர் தானா எனக் கேள்வி எழுப்புகிறாள். உடனடியாக தலைமை மருத்துவமனைக்கு ஃபோன் பண்ணுகிறார்கள். கடந்த இரண்டு

சித்திரம் பேசேல் | மீனா | 117

மாதமாகவே தற்கொலை கேஸ் எதுவும் இல்லை என்ற செய்தி கிடைக்கிறது.

அதன்பிறகும் கூட பிரியாவும் ரவியும் குற்ற உணர்ச்சியில் இருந்து மீளமுடியாமல் இருக்க மற்றவர்கள் தப்பித்தோம் பிழைத்தோம் என்று மகிழ்கிறார்கள். அந்த நேரத்தில் தொலைபேசி மணி ஒலிக்கிறது. குமாரசாமி எடுக்கிறார். அவரின் முகம் இறுகுகிறது. சற்றுமுன்பு பெண்ணொருத்தி விஷம் குடித்து இறந்து போனதாகவும் விசாரணைக்காக போலிஸ் வந்துகொண்டு இருப்பதாகவும் எதிர்முனையின் குரல் காட்டமாய் ஒலிக்கிறது. எல்லோரும் உறைந்துபோய் நிற்கிறார்கள்.

1946 இல் "The Inspector Calls" என்ற பெயரில் ஜே.பி. பிரீட்ஸ்லி இயற்றிய இந்த நாடகத்தை "ஒரு விசாரணை" என தமிழில் பெயர்த்தவர் ஞாநி. தமிழ் வடிவத்தைப் பின்பற்றி "ஆனந்தி ஏன் கொலை செய்யப்பட்டாள்?" என்ற நாடகமாக அரங்கேற்றியவர்கள் திருப்பத்தூர் தூய நெஞ்சம் கல்லூரியின் மாற்று நாடக இயக்கத்தினர். நாடகத்தை ஒருங்கிணைத்து, முக்கிய கதைப்பாத்திரமான இன்ஸ்பெக்டர் சத்யனாக வந்து நடிப்பில் மெருகேற்றியவர் பேரா. கி. பார்த்திபராஜா.

ஆனந்திகளைத் தற்கொலைக்குத் தூண்டுவது குறித்து மயிரிழையும் உறுத்தலற்றுக் கிடக்கும் கொலையாளிகளுக்கும் பெண்ணுடல்கள் சுரண்டப்படுவதையும் சடலங்களாக எறியப்படுவதையும் தினசரிச் செய்திகளில் பத்தோடு பதினொன்றாகக் கடந்து போகிற சமூகத்திற்கும் தாம் கைவிட்ட அறங்கள் குறித்து ஒரு குற்ற உணர்ச்சியை அளிக்க முயற்சித்திருக்கிறது இந்த நாடகம். ஆனால் காட்சிகளை மீண்டும் மீண்டும் அசைபோட்டு எத்தனைமுறை நிகழ்த்திப் பார்த்தாலும் நமக்கு விளங்கிவிடாத ஒரே கேள்வி, பிரீட்ஸ்லியின் ஆகச்சிறந்த படைப்பு என்றும் "Best Revival Of a Play" என்றும் கொண்டாடுகிற அளவிற்கு இந்தப் பிரதியில் என்ன இருக்கிறது? என்பது தான்.

குற்ற உணர்வற்றுக் கிடக்கும் சமூகத்திற்கு அதை உணர்த்துவதை விடவும் ஒரு பிரதியில் வேறென்ன பயன்பாட்டு மதிப்பு வேண்டும் என கேட்கத்தோன்றலாம். இந்தப் பிரதியின் மீதான சிக்கல் பயன்பாட்டு மதிப்புகளின் போதாமை அல்ல. பயனற்ற பல்வேறு மதிப்புகளும் குவிந்துகிடப்பது தான். ஆனந்தி ஒடுக்கப்படும் அடித்தட்டுவர்க்கப் பெண் என்கிற வகையில் உழைப்பு மட்டுமல்ல

அவளின் உடலும் சுரண்டப்படுகிறது. சுரண்டலின் உச்சத்திற்கு உயிரையே பலி கொடுக்கிறாள்.

இங்கொன்றை எண்ணிப்பார்க்க வேண்டும். ஆனந்தியைத் தற்கொலைக்குத் தூண்டியது அவள் மீதான உழைப்புச் சுரண்டல் அன்று. குமாரசாமியின் கம்பெனியில் இருந்து நீக்கப்பட்டதும் 'சிவா சில்க்ஸைக்' கண்டடைகிறாள். அதிலிருந்து வெளியேற்றப்பட்டதும் 'கார்டன் கிளப்பில்' பிழைப்பை உறுதி செய்துகொள்கிறாள். இப்படியாக முதலாளித்துவ வர்க்கம் உழைப்பைச் சுரண்டுகிற போதெல்லாம் அதற்கு எதிராக தொடர்ந்து இயங்கிக்கொண்டுதான் இருக்கிறாள். ஆனால், ஆணாதிக்கம் சுரண்டுகிறபோது அதனை எதிர்க்கத் திராணியற்றுப் போவது மட்டுமில்லை, அதனை எதிர்ப்பதற்கான சொரணையே அற்றுப்போவது தான் வேதனை.

பாஸ்கர் சொல்கிறான்: "அவ என்கிட்ட இருந்த அளவுக்கு நான் அவகிட்ட (அன்பாக) இருந்தேன்னு சொல்லமுடியாது... ரொம்ப ரொம்ப நன்றியுணர்ச்சி அவளுக்கு இருந்தது... அவ என்னைத்துளி கூட தப்பு சொல்லல. இப்ப தோணுது அவ என்ன Blame பண்ணியிருந்தாலே நல்லாயிருந்திருக்கும்".

அன்பற்ற இடத்தில் அன்பு வைப்பதும் அன்பற்ற ஒருவனுக்காக ஏங்கித் தவிப்பதும் (பாண்டிச்சேரிக்குச் சென்று பாஸ்கரோடு இருந்த கணங்களை நினைத்து ஆறுதல் அடைகிறாள்) பெண்ணின் சுயமரியாதைக்கு எத்தனை பெரிய இழுக்கு? வேலையிலிருந்து நீக்கப்பெற்றால் அடுத்த வேளை சோற்றுக்கு நாதியற்றுப் போவோம் என்பதை அறிந்தபோதும், தனது உரிமைக்காக (கூலி உயர்வுக்காக) குமாரசாமியின் கம்பெனியில் குரலை உயரத்திய ஆனந்தி, 'தேவைகள்' தீர்ந்தபின்பு திரும்பிப் பார்க்காத ஒருவனுக்கு நன்றியுணர்ச்சி காட்டியது; இறுதிவரையிலும் அவனைக் குற்றமே சொல்லாதது என்பதெல்லாம் எத்தனை பெரிய அபத்தம்?

ரவி சொல்கிறான்: "அவகிட்ட எனக்கு செக்ஸ்தான் தேவைப்பட்டது... ஒருவிதத்துல அவ என்ன குழந்தை மாதிரி நடத்தினான்னு தான் சொல்லணும். இத்தனைக்கும் அவளுக்கு என் வயசுதான்".

கருவிற்கு யார் காரணம் என்பதைச் சொல்லி இருந்தால் சமூகநல வாரியத்தின் மூலம் இராஜேஸ்வரி நிச்சயம் உதவியிருப்பாள். விஷத்தைக் கையிலெடுக்க வேண்டிய அவசியமே இருந்திருக்காது. இதெல்லாம் ஆனந்திக்கும் தெரிந்திருந்தபோதும் உடலை மட்டுமே

அனுபவித்துச் சென்ற ஒருவனை குழந்தையாகப் பாவித்ததும் சிக்கலுக்குப் பொறுப்பேற்க வைக்காததும் ஏன்? உயிர்போகிற தருணத்தில் கூட காட்டிக்கொடுக்காதது எப்படி? ஒருவேளை, கூட இருந்தாலே கணவன், கொஞ்ச நேரம் படுத்தாலே புருஷன் என்பதாலா??

இரவி இன்னொன்றையும் தெளிவாகச் சொல்கிறான்: "அவளுக்கு என்னைக் கல்யாணம் பண்றதுல இஷ்டமே கெடயாது. நான் உண்மைல அவள லவ் பண்ணல, அது இதுன்னு காரணம் சொன்னா"

ஒன்றைச் சிந்திக்க வேண்டும். உடலுறவில் பிள்ளைப் பேற்றுச் சிக்கலைத் தவிர்த்தல், பால்வினை நோய்களைத் தடுத்தல் ஆகிய காரணங்களால் பாதுகாப்பாக உறவு வைத்துக் கொள்வது பற்றிய விழிப்புணர்ச்சி நமது சமூகத்தில் தற்போது பரவலாக ஏற்பட்டிருக்கிறது. சமீபத்தில் எனக்கு வந்த ஒரு குறுஞ்செய்தி:

Boy: Can I Touch ur Software?

Girl: First Show Me Your Hardware

Boy: Should I Install it in ur System?

Girl: Cover it With Anti Virus & then Install

Purinjava Than Pista.

இளம் தலைமுறை இப்படியாக விழிப்படைந்து கொண்டிருக்கிற சூழலில், திருமணம் செய்துகொள்ள வேண்டும் என்கிற எண்ணம் உறுதியாக இல்லாத போதும் ஆணுறை அணிய வற்புறுத்தாத ஒருத்தியை, (கலாச்சார சமூகத்தில் பெண்ணுறை குறித்து விழிப்புணர்வுகளுக்கு வாய்ப்பில்லை) தனது பாதுகாப்பு குறித்த உணர்வற்றுக் கிடந்த ஒருத்தியை எந்த விமர்சனமும் இல்லாமல் முன்னிறுத்துவது பெண் சமூகத்தைப் பின்னோக்கி இட்டுச்செல்வதற்கன்றி வேறெதற்குப் பயன்படும்?

அந்தக் குறுஞ்செய்தியை மட்டும் கொண்டு நம் சமூகத்தில் பெண்கள் எல்லோரும் விழிப்படைந்துவிட்டதாகக் மகிழ்ந்துவிட முடியாது. அறியாமையில் கிடக்கும் பெண்களும் ஏராளம் தான். இந்தவகையில் இலக்கியத்தின் பணி என்பது பெண்களை விடுதலைக்குத் தூண்டுவதாக இருக்கவேண்டும். "தேவைகள் குறித்த உணர்வை அடைதலே விடுதலை" என்று ஏங்கல்ஸ் வர்ணித்தார்.

பெண் விடுதலைக்கான முன்நிபந்தனையும் "தேவைகள் குறித்த உணர்வைத்" தூண்டுவது தான். அதை நீர்த்துப் போகச் செய்துவிட்டு, ஆதிக்க வர்க்கத்திற்கும் சனாதன சமூகத்திற்கும் புத்தி புகட்டிக் கொண்டிருப்பதால் ஆகப்போவது ஒன்றும் இல்லை. ஆனால் இந்தப் பிரதி முழுக்கவும் இந்தத் தவறுதான் நடந்திருக்கிறது. ஆனந்தியின் உயிரைப் பலிவாங்கும் சமூகத்திற்கு அதன் தவறைச் சுட்டிக்காட்டிய பிரீட்ஸ்லி, ஆனந்தியின் அடிமைப்புத்தி இழைக்கும் தவறுகளை இந்தச் சமூகத்தின் பெண்களுக்குச் சுட்டிக்காட்டத் தவறிவிட்டார்.

இதோடு நின்றிருந்தால் கூடப் பரவாயில்லை. இருப்பதெல்லாம் போதாதென்று இன்னொரு புதுக்கரடி விடுகிறார். இராஜேஸ்வரி குடும்பத்திற்கு சரியான பாடத்தைப் புகட்ட வந்த இன்ஸ்பெக்டர் சத்யன் இறுதியாகச் சொல்வது: "ஒரு ஆனந்தி செத்துப்போயிட்டா, ஆனா இன்னும் நூற்றுக்கணக்கான, ஆயிரக்கணக்கான, லட்சக்கணக்கான, கோடிக்கணக்கான ஆனந்திகளும் ஆனந்தன்களும் நம்மோட இருக்காங்க".

ஆனந்தன்களா? நம்மோடா? இதென்ன கூத்து?? ஆணாதிக்கச் சமூகத்தில் ஆனந்திகளுக்கு இழைக்கப்படும் கொடுமைகளையும் ஆனந்திகள் எதிர்கொள்ளும் அவலங்களையும் தள்ளப்படும் தற்கொலை விளிம்புகளையும் ஆனந்தன்கள் எந்த நூற்றாண்டில் சந்தித்தார்கள்? இனிதான் எப்போது சந்தித்துவிடப் போகிறார்கள்?

பரவாயில்லை. இல்லாததை இட்டுக்கட்டும் கும்பலையெல்லாம் நம்மூரிலேயே பார்த்துப் பார்த்து நொந்து போயிருக்கிற நமக்கு இங்கிலாந்தில் இருந்து வந்து ரொம்பவே ஆறுதல் அளிக்கிறார் ஜே.பி. பிரீட்ஸ்லி!

இப்படியாகப் பிரதிக்குள் மட்டுமில்லை, பிரதியின் போக்கிலும் நெருடல் இருக்கத்தான் செய்கிறது. கதைமாந்தர்கள் அனைவரும் ஆனந்தி என்ற ஒரே பெண்ணைத்தான் சந்தித்தார்கள் என்பதற்கான வலுவான ஆதாரங்கள் பிரதிக்குள் இருக்கிறபோதும் ஒவ்வொருவரும் வேறுவேறு பெண்ணைச் சந்தித்திருக்கிறார்கள் என வலிந்து புகுத்தப்பட்டிருக்கும் திடீர் திருப்பம், ஆனந்தி இறக்கவில்லை எனச்சொல்வது, சில கணங்களில் தொலைபேசி ஒலித்து பெண் ஒருத்தி இறந்துவிட்டாள் எனச் சொல்லி உறைய வைப்பது என்னும் காலாவதியான உத்தி, திரும்பத் திரும்பச் சொல்லப்பட்டு அலுப்பூட்டும் உரையாடல்கள், ரொம்பவும்

சோர்வளிக்கும் மொழிநடை என்றவாறு அவை நீள்கின்றன. இது மொழிபெயர்ப்பின் சிக்கலா என்பதும் ஒப்பிட்டு அறியத்தக்கது.

பிரதியின் மீதான இத்தகைய விமர்சனங்களையெல்லாம் கணக்கிலெடுக்காமல் அப்பாவித்தனமாய் நம்பிவிடுவதும் எதுவித மாற்றங்களையும் முன்வைக்காத ஒரு கதைக்கருவை மாற்று நாடகம் என்ற பெயரிலும் மேடையேற்றுவதும் ஏற்க இயலாதது. 'மாற்று நாடகங்களின் மூலம் 'மாற்றுகளை' சாத்தியமாக்கிய அகஸ்டோ போலை இங்கு நினைத்துப் பார்க்கத் தோன்றுகிறது. "எங்கெல்லாம் இரு தரப்புப் பேச்சுவார்த்தை என்பது ஒரு தரப்புப் பேச்சுவார்த்தையாகிறதோ அங்கெல்லாம் ஒடுக்குபவரும் ஒடுக்கப்படுபவரும் இருக்கிறார்கள் என அர்த்தம்" என்று மொழிந்த அகஸ்டோ போல், மேடையின் மூலம் நடிகர்கள், பார்வையாளர்கள் எனக் கட்டமைக்கப்பட்டிருந்த அதிகார முரணைத் தகர்த்தார். நடிகர்கள் ஒரு சமூகச் சிக்கலை எடுத்துக்கொள்வது, அவர்களுக்குள்ளேயே விவாதிப்பது, அவர்களே தீர்வைச் சொல்வது என்கிற ஒரு தரப்புப் பேச்சுவார்த்தையாக அவரது நாடகங்கள் அதிகாரத்தை உமிழவில்லை. சிக்கலைப் பார்வையாளர்களிடம் கொண்டு செல்வது, அவர்களோடு கலந்துரையாடுவது, அதனூடாகத் தீர்வைக் கொணர்வது என்கிற ரீதியில் உரையாடல்களை அவரது நாடகங்கள் நிகழ்த்திக்காட்டின. அவரது வாத விவாத அரங்கு, கட்புலனாகா அரங்கு ஆகியவை நமது வீதி நாடகங்களோடு ஒப்பிடத்தக்கன. பார்வையாளர்களிடம் சிந்தனையைக் கிளர்கிற நாடகங்களை நமது மாற்று நாடக செயற்பாட்டாளர்கள் தீவிரப்படுத்த வேண்டும்.

"மாற்று நாடகம்" என்ற ஆர்வத்திலும் அழைப்பிதழில் நாடகத்தின் மையக்கருவை வாசித்த அதிர்விலும் நிகழ்வைக் காணச்சென்றேன். இப்போது புரிகிறது. பிரதியில் நடந்ததைவிட பெரும்பிழை அந்த அழைப்பிதழில் நடந்திருக்கிறது. நாடகத்தின் மையக்கரு குறித்த சிறுவிளக்கம் இப்படி இருந்திருக்க வேண்டும்: "சேலையில் முள் விழுந்தாலும் முள்ளில் சேலை விழுந்தாலும் கிழியப்போவது சேலைதான்".

■ உயிர் எழுத்து, ஜூலை, 2010.

'அட்டகத்தி': தமிழ் சினிமா வரலாற்றில் ஒரு திருப்பம்

நூறாண்டுகாலத் தமிழ் சினிமா வரலாற்றில் ரொம்பவும் கவனமாய்க் கட்டமைக்கப்பட்டு வந்த காதலின் பரிணாமம் உடைந்து சிதறுவதோடு சமீபகால தமிழ்ச்சினிமா கவனப்படுத்தும் விளிம்புநிலை வாழ்வியலும் 'அட்டகத்தி' திரைப்படத்தில் நுட்பமாகத் துலக்கம் பெற்றுள்ளது.

சென்னைப் புறநகரில் உள்ள ஒரு கிராமப்பகுதிதான் கதைக்களம். கிராமம், நகரம் என்னும் சூழல்கள் தமிழ் சினிமாவிற்குப் புதிதல்ல என்றபோதும் காலங்காலமான கிராமத்து, நகரத்துக் கதைகள் யாரையெல்லாம் மையப்படுத்தின என்பதை ஒப்பிட்டுப் பார்க்கும்போது 'அட்டகத்தி'யின் இடத்தை விளங்கிக்கொள்ள முடிகிறது. 'மண்வாசனை', 'தேவர் மகன்', 'சின்ன கவுண்டர்', 'நாட்டாமை' உள்ளிட்ட திரைப்படங்கள் கிராமிய வாழ்வைப் படம்பிடிப்பவையாக மட்டும் இல்லாமல், நடுத்தரவர்க்கச் சாதிப் பெருமைகளை உயர்த்திப்பிடிப்பவையாக இருந்தன. நகர்ப்புற வாழ்வை மையப்படுத்திய பாலச்சந்தர் போன்றவர்களின் திரைப்படங்கள் மத்தியதர உயர்சாதி வாழ்வையே பேசுவதாக இருந்தன.

ஆனால், சமீபகாலத் தமிழ்சினிமா இந்த மையங்களைப் புறந்தள்ளி ஒடுக்கப்பட்டோர், விளிம்புநிலையினர், திருநங்கைகள் போன்ற வரலாறு மறுக்கப்பட்டவர்களின் வாழ்வியலையும் சொல்லத் தொடங்கியுள்ளது. நகர்ப்புற வாழ்வின் பன்மைத்தன்மைகள் கணக்கில் கொள்ளப்படுகின்றன. கிராமங்களிலிருந்து புலம்பெயர்ந்து வந்து சென்னையில் வதியும் தொழிலாளிகள் ('அங்காடித் தெரு'), பாலியல் தொழிலாளிகள் எல்லோருமே 'Zoom' பண்ணப்படுகிறார்கள். சினிமாத்துறைக்குள் புதிய இளைஞர்களின் வரவு, அவர்களின் சமூகப்பின்புலம்,

வழமைகளைக் கட்டுடைப்பதில் அவர்களுக்கிருக்கும் வேட்கை ஆகியவையே இதனைச் சாத்தியமாக்குகின்றன. அதேவேளை இந்த மாற்றங்களுக்கு முகம் கொடுக்க முடியாத பழமைவாதிகள் தேங்கிப்போவதும் இயல்பாகிறது. வாழ்நாள் சாதனைக்காகச் சென்ற ஆண்டில் 'தாதா சாகிப் பால்கே' விருது இயக்குநர் பாலச்சந்தருக்குக் கொடுக்கப்பட்டபோது, 'தற்போதெல்லாம் அதிகம் படங்கள் இயங்காதது ஏன்' என்ற கேள்வியும் அவர்முன் வைக்கப்பட்டது. அதற்கு அவர், 'இப்போதெல்லாம் படமெடுக்கவேண்டுமென்றால் மதுரையைப் பற்றிச் சொல்லத் தெரிந்திருக்க வேண்டும். எனக்கு அதெல்லாம் வராது' என்கிற பொருளில் பதிலளித்தார். அவர் சொல்லியது முற்றிலும் உண்மை. ஆனால் மதுரையை மட்டுமல்ல சென்னையையும் கூட அவரால் முழுசாகச் சொல்லிவிட முடியாது. அதன் பன்மைதன்மைகளை அவரால் கவனப்படுத்திவிட முடியாது. திரைத்துறையின் தற்போதைய புதுவரவுகள் அதைச் சிறப்பாகவே செய்துகொண்டிருக்கிறார்கள். அவர்களே இத்தகைய பின்புலங்களிலிருந்து வருவது இதில் முக்கிய பங்கு வகிக்கிறது.

அந்தவகையில் 'அட்டகத்தி' திரைப்படம் இதுவரையில் சொல்லப்படாத புறநகர் கிராம வாழ்வை, தலித்களின் பண்பாட்டை காதலின் பரிமாணத்தை ரொம்பவும் இயல்பாக ஆவணப்படுத்தியிருக்கிறது.

கதைநாயகன் 'தினகரன்' +2 ஆங்கிலத் தேர்வில் தோல்வி அடைந்துவிட்டு டுடோரியல் கல்லூரிக்குச் சென்றுகொண்டிருக்கிறான். அவனோடு மனோ, மாரி, தேவா, மகேந்திரன் என்றொரு இளைஞர் பட்டாளமே சுற்றுகிறது. இவர்களின் ஃபுல்டைம் வொர்க் காதல், காதல், காதல்... தான். எப்படியேனும் கைவசம் ஒரு காதலியைப் பெற்றுவிடவேண்டும் என்பதுதான் இவர்களின் தற்போதைய இலட்சியம். பேருந்தில் வருகிற பள்ளி மாணவி பூர்ணிமாவை தினா (தினகரன்) சைட் அடிக்க அவளும் சைட் அடிக்கிறாள். பின் காதலைச் சொல்லப்போகும் வேளையில் "அண்ணா ப்ளீஸ்னா... பின்னாடிலாம் வராதீங்கன்னா..." என்று சொல்லிப் 'பாசமலராகி' விடுகிறாள். தலையிலடித்துக் கொண்டு திரும்பும் நாயகன் திவ்யா, நதியா, அத்தைப் பொண்ணு அமுதா என்று விடாமுயற்சியோடு களம் இறங்குகிறான். எல்லா இடத்திலும் ஏதேனும் ஒருவகையில் 'பல்பு' தான். 'ச்சீச்சி... இந்தப்பழம் புளிக்கும்' என்று சொல்லி காதல் கனவுகளைக் கைவிடுகிறான். +2 வில் தேர்ச்சி பெற்றுவிட்டு அரசுகலைக் கல்லூரியில் பி.ஏ வரலாற்றுத் துறையில் சேருகிறான்.

அதே கல்லூரியில் பள்ளிப் படிப்பை முடித்துவிட்டுவந்த பூர்ணிமாவும் சேர்கிறாள்.

தினகரனை அவளே தேடிவந்து பேசுகிறாள். இருவருக்கும் இடையில் நட்பு ஏற்படுகிறது. பூர்ணிமா தன்னைக் காதலிப்பதாக நினைத்து அவளைச் சுற்றிச் சுற்றி வருகிறான். ஆனால் அவள் தான் விரும்பிய காதலனுடன் ஓடிப்போய்த் திருமணம் செய்துகொள்கிறாள். ஒருகணம் கண்ணீர் மல்கிக் குலுங்கி அழுதாலும் இதை take it easy - ஆக எடுத்துக்கொண்டு தனது பாதையில் மீண்டும் உற்சாகத்தோடு பயணிக்கிறான். எதிர்பாராதவிதமாக ஒரு பெண்ணைச் சந்திக்கிறான். அங்கேயும் காதல் அரும்புகிறது. மனைவியாகிறாள். ஒரு குழந்தைக்குத் தந்தையாகிறான். ஆசிரியனாக வாழ்க்கை நகர்கிறது.

ஒரு சராசரியான யதார்த்த வாழ்வைப் பிரதிபலிக்கும் இந்தக்கதை அடிப்படையில் இரண்டு முக்கிய அம்சங்களைக் கவனப்படுத்துகிறது. ஒன்று தலித் வாழ்வியலின் கொண்டாட்டக்கூறுகள்; மற்றொன்று காதலின் புனிதம் கட்டுடைக்கப்படுதல். மாட்டுக்கறிச் சோறு, நிலவொளியில் கானாப் பாட்டு, குடித்துவிட்டுக் கலாய்க்கும் கணவனை எதார்த்தமாக எடுத்துக் கொள்ளும் மனைவி, கோலியாட்டம், எழவு வீட்டில் இளவட்டங்கள் போடும் குத்தாட்டம் எல்லாமே தமிழ் சினிமாவில் ஏற்பட்டுவரும் மாற்றங்களைச் சுட்டுகின்றன. 'பாலச்சந்தர்களால்' முடியாத காரியத்தை 'ரஞ்சித்கள்' சாதித்துக் காட்டுகிறார்கள்.

'மூன்றாம் பிறை', 'குணா', 'காதல் கோட்டை', 'காதலுக்கு மரியாதை' எனப் பல வெரைட்டிகளில் வெளிவந்த காதல் காவியங்கள் முன்னிறுத்திய "புனிதக் காதல்" "ஒருமுறை மட்டுமே அரும்பும் தெய்வீகக் காதல்" போன்ற தத்துவங்களை இந்தப்படம் எள்ளிநகையாடுகிறது; காலங்காலமாய் கற்பிதம் செய்யப்பட்டு வந்த கலாச்சாரக் கட்டுப்பெட்டித்தனத்தை போகிற போக்கில் கொட்டிக்கவிழ்க்கிறது. தினகரன், காதலில் தோல்வி ஏற்பட்டதும் அசால்டாக அடுத்த காதலுக்குத் தாவுவது, 'இதுக்கெல்லாம் ஃபீல் பண்ணமுடியுமாடா?' என்று சொல்லிக் கடந்துபோவது, என்பதான திரைக்கதை மாற்றங்களைப் பார்க்கும்போது தமிழ் சினிமாவின் மீது நம்பிக்கை ஏற்படத்தான் செய்கிறது. 'அட்டகத்தி'யை தனது தயாரிப்பில் வெளியிட முன்வந்த ஸ்டுடியோ கிரீன் கே.ஈ. ஞானவேல்ராஜா பாராட்டிற்குரியவர்.

படத்தில் குறிப்பிடவேண்டிய இன்னொரு அம்சம், “கதாநாயகத்தனத்தின் (ஹீரோயிசம்) மரணம்”. நமது வறண்டு போன தமிழ் சினிமாவில் ஹீரோ என்பவன் எப்போதுமே வெல்ல முடியாத அதிமனிதன் (super man) தான். ஊரே திரண்டு வந்தாலும் எல்லோரையும் அல்லாக்காய் தூக்கி மல்லாக்கப் போடுபவன். யாராலும் அசைக்க முடியாதவன். எப்போதுமே வெற்றி வாகை சூடுபவன். ஆனால் அட்டகத்தி ‘தினகரன்’ அப்படியானவன் அல்லன். குத்துவாங்கி முகம் சிவப்பவன். அடிஉதைபட்டுத் தலைதெறிக்க ஓடுபவன். கானாப் பாடல் பாடி குதூகலிப்பவன். எழவு வீட்டில் குத்தாட்டம் போடுபவன். மொத்தத்தில் அவன் ஒரு ஹீரோதான், ஆனால் ‘ஹீரோ’ இல்லை.

நடிகர்கள் அத்தனை பேரும் புதுமுகங்கள். ஒவ்வொருவரும் தனது பங்கைச் சிறப்பாகச் செய்திருக்கிறார்கள். குடிகாரத் தந்தை வேலு, மனைவி மீனாட்சி, அத்தைப் பெண் அமுதா, பூர்ணிமா, திவ்யா, நதியா, நண்பர்கள் பட்டாளம் எல்லோருடையதும் கச்சிதமான நடிப்பு. கதாநாயகன் ‘தினகரனாக’ வரும் தினேஷின் நடிப்பைக் குறிப்பிட்டுச் சொல்லவேண்டும். மிகைப்படுத்தல்களோ ஆர்ப்பாட்டங்களோ இல்லாத தனது இயல்பான நடிப்பின்மூலம் முதல் படத்திலேயே முத்திரை பதித்திருக்கிறார். Casual, formal, லுங்கி, இடுப்புத்துண்டு அத்தனைக்கும் ‘நச்’ என்று பொருந்தும் உடல்வாகு, நமட்டுச் சிரிப்பு, துறுதுறுக்கும் கண்கள், கற்றை மீசை, செழித்த தாடி… எந்தக் காட்சியிலும் சலிக்கவில்லை. பூர்ணிமாவின் மீதான காதலில் முதல்முறை தோற்கும்போது, “உனக்கு லவ ஃபெயிலியர்டா சோகமா தான இருக்கணும்” என்று மனசாட்சி உசுப்ப, இல்லாத சோகத்தை இழுத்துவர முயற்சிக்கும் காட்சிகள் நடிப்பின் உச்சம். இருபது, நாற்பது வருடங்களாக நான்கைந்து நாயகர்களையே பார்த்துச் சலித்துப் போன பெண் ரசிகைகளுக்கு தினேஷ் ஒரு நல்வரவு.

இழிபண்பாடு என்பதாகப் புறக்கணிக்கப்பட்டு வந்த தலித் பண்பாட்டுக்கூறுகளில் வெகுமக்கள் தமக்கான கொண்டாட்டங்களைக் கண்டடைவதும், அந்தக் கானாப் பாடல் (நடுக்கடலுள் கப்பல எறங்கி தள்ள முடியுமா), எழவு ஆட்டம் எல்லாவற்றிலும் ஒத்ததிர்வதும் இயக்குநருக்குக் கிடைத்த ஆகப்பெரும் வெற்றி. இசையமைப்பாளர் சந்தோஷ் நாராயணனின் பின்ணனி இசையும் பாடல்களும் ரசிக்கத்தக்கவை. குறிப்பாக அந்த இரண்டு கானாப்பாடல்கள்: “ஆடி போனா ஆவணி… நீ ஆள மயக்கும் தாவணி” “நடுக்கடலுள கப்பல எறங்கி தள்ள

முடியுமா... ஒரு தலையா காதலிச்சா வெல்ல முடியுமா". மெல்லிசை பாடல்களும் உருகவிடும் ரகம்தான். பின்னணி இசை வெறும் ஒலியாகக் கடந்துவிடாமல் ஒரு மொழியாகி நம்முடன் கலந்துரையாடுவது சிறந்த அனுபவம்.

இளைஞர்களிடையே திணிக்கப்பட்டுள்ள கலாச்சாரவாதங்களை இந்தப்படம் வெகு எளிதாக கலைத்துப்போட்டிருக்கிறது. கதையின் போக்கு ஒரு வழமையான சினிமாத் தொகுப்பாக இல்லாமல் - திரைக்கதையை விடவும் திரைக்காட்சிகளுக்கு முக்கியத்துவம் அளித்துள்ளது. மொத்தத்தில் தமிழில் ஒரு மாற்று சினிமாவிற்கான முயற்சியை 'அட்டகத்தி' சிறப்பாகச் செய்திருக்கிறது. அந்தவகையில் வரவேற்கத்தக்கதெனினும் மனதில்பட்ட சில நெருடல்களையும் சொல்லியாக வேண்டும்.

ஹீரோ சைட் அடிக்கும் எல்லா பெண்களும் மூக்கும் முழியும் ஒட்டிய வயிறுமாய் செக்கச் செவேலென்று இருக்கிறார்கள். கறுப்பாய் இருக்கும் ஹீரோவின் அண்ணன் மற்றும் நண்பனுக்குக் கூட செக்கச் செவேலென்ற காதலிகள் தான். நாசமாய்ப் போன கதாநாயகிக் கலாச்சாரம் ஒரு மாற்று சினிமாவில்கூட உடைபடாதா?

குடியைப் பற்றிய பொதுப்புத்தி மனநிலையையே படம் பிரதிபலிக்கிறது. கல்லூரி மாணவர்களின் யதார்த்தத்தைப் படம்பிடித்துள்ள இயக்குநர், அவர்களின் 'சரக்கடிக்கும்' யதார்த்தத்தைக் கவனமாகத் தவிர்த்திருக்கிறார். ஹீரோ, காதல் சோகத்தில் கூட பெட்டிக்கடைக்குப் போய் "கூல்டிரிங்க்ஸ்" தான் குடிக்கிறார். பேருந்தில் ஹீரோவை ஒரு பெண் இழுத்து இழுத்து உரசும் காட்சியை அப்படி வலிந்து புகுத்தியிருக்க வேண்டாம். என்னதான் "கதாநாயகத்தனத்தின் மரணம்" நிகழ்த்தப்பட்டாலும் கதாநாயகனுக்காகவே ஒரு முழுநீளக்கதையை இட்டுநிரப்புவது என்னும் மோசடிகளுக்கு அவ்வளவு எளிதில் மரணம் வாய்க்காது போலும்!

இறுதியாக, படம் பார்த்துக் கொண்டிருக்கும் போது உறுத்திக் கொண்டே இருந்த ஒரு நினைவையும் சொல்லியாக வேண்டும்... திவ்யா இல்லனா நதியா என்று கடந்துபோகும் ஆணின் ஹீரோயிசத்தைப் போல் ரமேஷ் இல்லனா சுரேஷ் என்று கடந்துபோகும் பெண்ணின் ஹீரோயினிசம் என்றைக்குத் தமிழ் சினிமாவாகும்?

■ வல்லினம், செப்டம்பர், 2012.

ஈழம்: யுத்தப்பாதையில் ஒரு மீள் பயணம்

ராஜபக்சேவின் கொடூரத்தாக்குதலும் விடுதலைப் புலிகளின் எதிர்த்தாக்குதலும் உக்ரத்துடன் இருந்த காலகட்டத்தில் வெளிவந்த நூல்தான் "ஈழம் இன்றெமக்கு வேண்டியது சமாதானமே" (ஷோபா சக்தி, அ. மார்க்ஸ், பயணி வெளியீட்டகம், சென்னை, பக். 47, விலை: ரூ. 25). 'தனிஈழம்' என்பதை மட்டுமே போராட்டத்தின் தீர்வாக வலியுறுத்துவதை மறுத்து, இன்றைய சாத்தியக் கூறுகளைக் கவனத்தில் கொள்ள வேண்டும் என்கிறது இந்நூல். ஒரு பேரழிவைத் தடுக்கும் முகமான போர் நிறுத்தம், அரசியல் தீர்வுக்கான உரையாடலை நோக்கிய முயற்சிகள் ஆகியனவே இன்றைய தேவை என்றும் இந்நூல் வலியுறுத்துகிறது. இறுதிக்கட்டப் போர்க்காலத்தில் எழுதப்பட்ட இந்த நூலின் முக்கியத்துவம் மிகப் பெரிய அவலத்துடன் போர் முடிவுக்கு வந்துள்ள இன்றைய சூழலில் தெளிவாக விளங்குகிறது.

தமிழினத்தைக் கொன்று குவித்து வன்மக் களிப்பில் மிதக்கும் ராஜபக்சே, தமிழர்களைக் காப்பது தமது கடமை என்றும் தமிழர்களுக்கு அரசியல்ரீதியான தீர்வு அளிக்கப்படும் என்றும் வாக்களிக்கிறார். அது எத்தனை பெரிய பித்தலாட்டம் என்பது அவரது கடந்த கால வாக்குறுதிகளைக் கவனித்து வருபவர்களுக்கு எளிதில் விளங்கும். "இந்த நாட்டின் சட்டத்தில் நீதி கிடைக்கும் என்று அவர்கள் (தமிழர்கள்) எதிர்பார்க்க முடியாது. அந்த மக்களின் துன்பங்கள் இந்த நாட்டின் நீதிமன்றங்களுக்குக் கொண்டுவரப்படவில்லை" என்று இலங்கைத் தலைமை நீதிபதி சரத்.என். சில்வா கூறியது நினைவுகூறத்தக்கது. இதைச் சொல்வதன் மூலம் தான் தண்டிக்கப்படலாம் என்ற 'நம்பிக்கையுடனேயே' நீதிபதி இதைச் சொல்லியிருக்கிறார்.

இத்தகைய நிலையில் ராஜபக்சேவின் "விரைவில் அரசியல் தீர்வு" என்கிற அறிவிப்பை நாம் எப்படி எதிர்கொள்வது? பெரிதாக எதையும் தட்டிக்கேட்டுவிடவில்லை என்றாலும் ஐ.நா. சபையின் பார்வை மட்டுமின்றி உலகநாடுகளின் கண்காணிப்பும் இன்று இலங்கையைச் சூழ்ந்திருக்கிறது. இந்தச் சூழலை நாம் எப்படிப் பயன்படுத்துவது? எல்லாவற்றையும் இழந்து நிற்கும் ஈழத் தமிழர்களுக்கு இந்தச் சூழலைப் பயன்படுத்திக் குறைந்த பட்சமான அரசியல் தீர்வையேனும் எப்படிச் சாத்தியமாக்குவது?. சிங்கள ராணுவத்தின் கொடூரமான இறுதித் தாக்குதல்களை முறியடிக்க இயலாமல் இன்று விடுதலைப் புலிகள் முற்றிலுமாய் வீழ்த்தப்பட்டுள்ளனர். இந்த எதார்த்தத்தை ஏற்றுக் கொள்ளாமல் 'பிரபாகரன் உயிருடன் இருக்கிறார்; புலிகள் மறு எழுச்சி கொள்வார்கள்; ஐந்தாம்கட்ட ஈழப்போர் வெடிக்கும்; தனிஈழம் பிறக்கும்' என்றெல்லாம் கடலின் இக்கரையிலிருந்து எழும் குரல்கள் எந்த வகையில் ஈழ மக்களின் அவலத்தைத் தீர்க்க இயலும்? புலிகளின் மறுஎழுச்சி தான் மக்களுக்கான தீர்வைப் பெற்றுத்தரும் எனில் தமிழ் முஸ்லிம்களைக் கட்டிய துணியோடு விரட்டியடித்த இவர்களின் மறுஎழுச்சி சகல தமிழர்களுக்குமான நடுநிலையான தீர்வைக் கொடுக்குமா?

இப்படி அடுக்கடுக்காய் விரிகிற கேள்விகளுக்கெல்லாம் வாய்ப்பளிக்காமல் - விமர்சனத்திற்கே இடமளிக்காமல் 'புலிகளின் மறுஎழுச்சி' 'மீண்டும் ஒரு ஆயுதப் போராட்டம்' 'தமிழீழம் ஒன்றே தீர்வு' என முழங்கத் தொடங்கிவிட்டனர் புலி ஆதரவாளர்கள். இவர்களோடு இணைந்து முழக்கங்களை எழுப்பும்முன் ஆயுதப் போராட்டத்தின் வரலாற்றுத் தடங்களை மீளவும் நினைத்துப்பார்க்க வேண்டியிருக்கிறது. ஈழச் சமூகத்தை மிகை எளிமைப்படுத்திப் புரிந்து கொள்ளாமல், அதன் சகல சிக்கலான பரிமாணங்களுடன் புரிந்து கொள்ள வேண்டியிருக்கிறது. அந்தவகையில் நாம் படித்துப் பார்க்க வேண்டிய வரலாற்றை மிக எளிய - நுண்ணிய அரசியல் பார்வைகளோடு நமக்குப் புரட்டிக் காட்டுகிற நூல் தான் "ஈழம்: இன்றெமக்கு வேண்டியது சமாதானமே"

ஒரு நீண்ட நெடிய உரையாடலானது தமிழருக்கும் சிங்களவருக்கும் மட்டுமின்றி தமிழர்களுக்கிடையேயும் தேவையாயிருக்கிறது என்பதை உணர்த்துகிற இந்நூல், புலிகளின் வரலாற்றுச் செயல்பாடுகளை ஒளிவுமறைவின்றி நமக்கு எடுத்துக்காட்டுகிறது. ஈழத் தமிழ்ச் சமூக உருவாக்கத்தின் நுண் கூறுகளைக் கோடிட்டுக் காட்டுகிறது.

காத்திரமான எழுத்துக்களால் அதிகாரங்களைக் குலைத்துப் போடும் விமர்சகர் அ. மார்க்ஸின் அரசியல் பார்வையும் தனது அசாதாரண எழுத்துக்களின் மூலம் ஈழத்துயரங்களை அம்பலப்படுத்தும் புனைவு எழுத்தாளர் ஷோபா சக்தியின் சிந்தனைகளும் ஒரே தடத்தில் பயணிக்கிற இந்நூல், சந்தர்ப்பவாத அரசியல்வாதிகளின் அறைகூவல்கள், ஆதாயநோக்கு புத்திஜீவிகளின் உணர்ச்சி வெளிப்பாடுகள், கலைச்சேவையை கிடப்பில் போட்டு சமூகசேவை செய்ய ஓடோடி வந்த திரைத்துறையினரின் உணர்ச்சிப் பிரவாகங்கள்... இத்தனைக்கும் மத்தியில் நம் சிந்தனைகளை எதார்த்தத்தின்பால் ஈர்க்கின்றது.

புலிகளின் தியாகத்தையும் வீரத்தையும் மட்டுமே அறிந்திருந்தவர்களுக்கு புலிகளின் மீதான மாற்று வரலாற்றை முன்வைக்கும் இந்நூலின் ஒவ்வொரு பக்கத்திலும் பேரதிர்ச்சி காத்திருக்கிறது. சிங்கள அரசாங்கத்தை மட்டுமின்றி புலிகளின் மனித உரிமை மீறல்களையும் தொடர்ந்து கண்டித்து வருகிற அ. மார்க்ஸ், இந்நூலில் புலிகளின் தவறுகளை கோடிட்டுக்காட்டுகிறார்.

"புலிகளால் கட்டாயமாக இழுத்துச் செல்லப்படும் பெண்குழந்தைப் போராளிகள் போரின் வெம்மையையும் குண்டுகளின் இரைச்சலையும் தாள இயலாமல் யாரையும் கொல்வதைக் காட்டிலும் தாங்கள் மரிப்பது மேல் என 'சயனைட்' குப்பிகளைக் கடித்துச் சாகிற கொடுமையை எப்படித் தாங்குவது? "மற்றவர்களைக் கொல்லும் வலியிலிருந்து இந்தக் குழந்தைகளைச் சர்வேஸ்வரனின் பெருங்கருணை கரைசேர்த்திருக்கிறது" எனக்கூறி அவர்களது சவப்பெட்டிகளின் மேல் சிலுவைக் குறியிடும் பாதிரிமார்களைப் பற்றியும் அந்த அறிக்கை பேசுகிறது".

"மனித உரிமைகளுக்கான பல்கலைக்கழக ஆசிரியர்கள் - ஜாப்னா" (UTHR-J) என்கிற அமைப்பின் மேற்கூறிய அறிக்கையை நம் கவனத்திற்குக் கொண்டு வருகிற அ.மா, சிங்கள ராணுவத்தின் வெறித்தாக்குதலுக்கும் விடுதலைப் புலிகளின் ஆயுதகலாச்சாரத்திற்கும் இடையே மரண ஊசலில் ஆடிக்கொண்டிருந்த ஈழத் தமிழர்களின் அவலநிலையை உணர்த்தி நினைவுகளைக் கனக்கச் செய்கிறார்.

"இன்றைய தேவை ஒரு நீண்ட உரையாடல். ஆயுதங்களைச் சற்றே ஓய்வெடுக்க வைத்துவிட்டுத் தமிழ்பேசும் சகலபிரிவினரையும் உள்ளடக்கிய ஒரு நீண்ட உரையாடல் இன்று தேவை. வெற்றிக்

களிப்புடன் கூடிய இலங்கை அரசு அல்லது விரிவாக்க நோக்கம் கொண்ட இந்திய அரசு அல்லது எள்ளளவும் பிறருக்கு இடம் கொடுத்துப் பழக்கப்பட்டிராத புலிகளின் மேலாண்மையின் கீழ் நடக்கும் உரையாடலாக அமையாமல் இதைச் சாத்தியமாக்கும் வழிமுறைகள் என்ன என நாம் யோசிக்க வேண்டும்'' என்று அ.மா கூறுவது சிந்திக்கத்தக்கது. ராஜபக்சே அறிவித்திருக்கிற 'அரசியல் தீர்வு' பாதிக்கப்பட்டத் தமிழர்களுக்கான நிரந்தரத் தீர்வாக அமைய வேண்டுமெனில் பீரங்கி முழக்கங்களையும் மரண ஓலங்களையும் கேட்டபடி மயான விளிம்பில் நிற்கும் அந்த மக்களிடம் சற்றேனும் உரையாட வேண்டியது எத்தனை அவசியம் என்பதை விளக்க வேண்டியதில்லை.

விடுதலைப் புலிகளின் மீதான பிம்பங்களை தனது அரசியல் பார்வைகளினூடே அ.மா விமர்சிக்க இன்னொரு புறம் தனது அனுபவப் பார்வையினூடாகக் கட்டுடைக்கிறார் ஷோபாசக்தி. மேலும், மக்களின் விடுதலைக்காகத் துவங்கப்பட்ட போராட்டம் தன்னுடைய வளர்ச்சிக்காகப் போராடுவதாகவே இற்றுப்போனதையும் விரிவாக விளக்குகின்றார்.

''தமிழ், சிங்கள, முஸ்லிம் பொதுமக்கள் மீதான அவர்களின் கூட்டுப் படுகொலைகள், இலங்கையிலும் சர்வதேசப் பரப்புகளிலும் அவர்கள் செய்த அரசியல் படுகொலைகள், புகலிட நாடுகளில் வாழும் அகதித் தமிழர்கள் மீது மேற்கு அரசுகளின் சட்டங்களையும் மீறிப் புலிகள் கொடுத்த தொல்லைகள் போன்ற எண்ணற்ற காரணிகளால் ஒரு விடுதலை இயக்கத்தைப் பயங்கரவாத இயக்கமாகப் பரிணமிக்க வைத்தவர்கள் அவர்கள்'' என்று புலிகள் இழைத்த தவறுகளைப் பட்டியலிடுகிறார்.

ஈழத் தமிழர்களின் அரசியல் தீர்விற்காகப் போராட்டத்தைத் தீவிரப்படுத்த வேண்டிய இந்நிலையில் ஷோபாசக்தி வலியுறுத்துகிற மூன்று முக்கியப் புள்ளிகளைக் கவனத்திலெடுக்க வேண்டியது அவசியம். 1. கருத்துச் சுதந்திர மறுப்புக்கு எதிரான போராட்டம். 2. சிங்கள இடதுசாரிகளுடன் உரையாடலை வலுப்படுத்துதல். 3. சிறுபான்மையினர்களின் தலித்துகளின் அரசியல் உரிமைகளை உறுதி செய்யும் வண்ணம் இலங்கையின் அரசியல் சாசனத்தை மாற்றியமைத்தல்.

இந்தத் தீர்வை இலங்கை அரசு முன்வைத்தால் புலிகள் ஏற்கிறார்களோ இல்லையோ மக்கள் ஏற்றுக்கொள்வார்கள் என்கிறார்

ஷோபாசக்தி. கால் நூற்றாண்டாக மரணக்காற்றை சுவாசித்துக் கொண்டிருக்கும் அந்த மக்களுக்காக வன்முறைகளற்ற ஒரு தீர்வைக் கோருவது தான் இன்றைய தேவை என்பதில் மாற்றுக்கருத்து இருக்க முடியாது.

ஈழப்போராட்டத்தில் துவக்கம் முதல் சமீபத்திய நிலை வரையிலான நிகழ்வுகளை ஷோபாசக்தியினுடனான விவாதத்தின் மூலம் அறிய வைத்துள்ள அ.மா.வின் நேர்காணல் நூலில் இடம்பெற்றுள்ளது. 'பயங்கரவாதம்' என்ற சொல்லாடலின் மூலம் ஈழப் போராட்டத்தின் நியாயங்களை புறந்தள்ளும் 'அரச தந்திரங்களை' உரித்துக் காட்டுவதோடு, பயங்கரவாத இயக்கங்களாகக் கருதப்பட்ட 'நேபாள மாவோயிஸ்ட் இயக்கம்' 'பாலஸ்தீன ஹமாஸ் இயக்கம்' ஆகியவற்றிடமிருந்து கற்றுக்கொள்ள வேண்டிய படிப்பினைகளை எடுத்துக்கூறும் அ.மா.வின் பிரான்ஸ் உரையும் நூலின் குறிப்பிடத்தக்க இன்னொரு அம்சம்.

ஈழத்தமிழர்களுக்கானப் போராட்டத்தில் கோஷங்களை முழக்குவதற்கும் பதாகைகளை ஏந்துவதற்கும் முன் ஒவ்வொருவரும் வாசித்துப் பார்க்க வேண்டிய நூல் இது. கொடூரமான இந்தப் போர் முடிவுக்கு வருவதற்கு முன்னதாகவே முன் ஊகித்துப் பல்வேறு அம்சங்களையும் சுட்டிக் காட்டிய வகையில் இக்குறுநூல் இன்று மேலும் முக்கியத்துவம் பெறுகிறது. நூலை நேர்த்தியாக வெளியிட்டுள்ள பயணி வெளியீட்டகம் பாராட்டுதலுக்குரியது.

■ புத்தகம் பேசுது, சூலை, 2009.

டேவிட்: தமிழ் சினிமா வரலாற்றில் இன்னொரு திருப்பம்

நடுத்தரவர்க்க சாதிப் பெருமையும் இந்துமதச் சார்பும் தமிழ் சினிமாவில் ஊடாடிக் கொண்டிருப்பது புதிதானதல்ல. 80, 90களில் இருந்தே இந்த சாதி, மத ஆதிக்கக் கூறுகள் களம் கண்டிருக்கின்றன என்றாலும் பல்வேறு திரைக்கதைகளில் வெளிவரும் காதல் மையப்படங்கள் இந்த சாதியப் படிநிலையை ஆட்டம் காண வைத்தன. சாதியப் பெருமைகளைப் பின்னுக்குத் தள்ளின. ஆனால் தமிழ்த் திரைப்படங்களில் ஊடாடி நிற்கும் இந்துமதச் சார்பு தொடர்ந்தது. இத்தோடு தொண்ணூறுகளுக்குப் பின் தொடர்ச்சியாக இஸ்லாம் மீது தீவிரவாத முத்திரை குத்தும் நிலை ஏற்பட்டது. நான் கடவுள், விஸ்வரூபம் போன்ற படங்களின் மூலம் கட்டமைக்கப்படும் புனிதம் X தீவிரவாதம் என்ற எதிர்வுகள் ஒருபுறம் இருக்க, சமீபத்திய கடல், பரதேசி படங்களின் மூலம் அடுத்த இலக்காக கிறிஸ்துவம் நிறுத்தப்படுவது கவனிக்கத்தக்கது. இப்படியான சூழலில் கடல் படத்தையொட்டி வெளிவந்து விமர்சகர்களால் பெரிதாகக் கண்டுகொள்ளப்படாத 'டேவிட்' படம் குறித்து விவாதிக்க வேண்டியது முக்கியமாகிறது.

டேவிட்: ஒரே பெயர்கொண்ட இருவேறு நபர்களின் வாழ்க்கைப் பின்னல். ஒருவர் மும்பை. இன்னொருவர் கோவா. இசைத்துறையில் ஆர்வம்மிக்க ஒரு கிடாரிஸ்ட் கலைஞனாக வரும் மும்பை டேவிட் (ஜீவா), எப்படியேனும் இசைத்துறையில் ஒரு நல்ல வாய்ப்பைப் பெற்று தனது 'மிடில் கிளாஸ்' நிலையை உயர்த்தத் துடிப்பவன்.

திருமண நாளன்று மணப்பெண் தன்னைவிட்டு ஓடிப்போனதால் ஒரு "bad luck personality" ஆகத் தன்னை உணர்ந்து மது, போதை அவற்றிற்கே உரித்தான ஊதாரித்தனம் ஆகியவற்றோடு "கிறுக்கு சாண்டாவாக" சுற்றித் திரிபவன் 'கோவா' டேவிட் (விக்ரம்).

இவர்கள் இருவரின் வாழ்வில் நிகழும் எதிர்பாராத சம்பவங்கள் தான் கதையின் திருப்பம்.

ஒரு பெரிய மியூசிக் டைரக்டரான திரிலோக் சாருடன் ஒரு 'Leading Guitarist' ஆக உலக அளவில் பயணிப்பதற்கான அரிய வாய்ப்பு ஒன்று ஜீவாவிற்குக் கிடைக்கிறது. கனவுகளெல்லாம் வசப்பட்ட மகிழ்ச்சியோடு வீட்டிற்குள் நுழைகிற அதேவேளை, அவர்களது வீட்டை நோக்கி, 'மதம் மாற்றாதே மதம் மாற்றாதே எங்கள் மதத்தை மாற்றாதே' என்கிற முழக்கத்தோடு பெரும் கும்பலொன்று கையில் கொடிகளுடன் வருகிறது. திகைத்துப் போய் வெளியே வந்தால், அந்தப் பகுதி எம்.எல்.ஏ மாலதி தாய் தனது 'கரசேவகர்கள்' புடைசூழ நின்றுகொண்டு, ஜீவாவின் தந்தையும் கிறித்துவப் பாதிரியாருமான ஃபாதர் நோயல், கொடிய கலாச்சாரத்தை ஆயுதமாக்கிக் கொண்டு நமது மதத்தை அழித்துக் கொண்டிருக்கிறார் என்றும் தமது இந்து, முசல்மான் சகோதரர்களைக் கட்டாயப்படுத்தி லஞ்சத்தைத் திணித்து மதம் மாற்றுகிறார் என்றும் இவர்கள் கட்டாயம் தண்டிக்கப்பட வேண்டும் என்றும் வன்முறையைத் தூண்டுகிறார்.

கொந்தளித்துக் கொண்டிருந்த அவரது 'சேவக் கும்பல்' தாயின் கட்டளையை ஏற்று, ஃபாதர் நோயலை தரதரவென இழுத்துவந்து, செருப்புக் கால்களால் எட்டி உதைத்து, தலைமயிரை இழுத்து, முகத்தில் கரியைப் பூசி தனது வெறியாட்டத்தை நிகழ்த்துகிறது. வயது வந்த இரு மகள்களுக்குத் திருமணம் செய்விப்பதைப் பற்றிய கவலை கூட இல்லாமல் அன்பு, கருணை, கர்த்தரின் வாக்குகள் ஆகியவற்றைப் பிரச்சாரம் செய்வதையும், பாதிக்கப்படுகிற மக்களுக்காக சாதி, மதம் பாராது தனது சொற்ப சம்பளத்தைக் கூட அள்ளிக்கொடுப்பதையும் வாழ்க்கையாகக் கொண்ட தனது தந்தையை நடுத்தெருவில் இழுத்துப்போட்டு அசிங்கப்படுத்தியது டேவிட்டையும் அவனது தங்கைகளையும் நிலைகுலையச் செய்கிறது. டேவிட்டின் 'world tour' கனவு தவிடுபொடியாகிறது. தந்தைக்கு நேர்ந்த அவமானத்தை ஜீரணிக்கவே முடியாமல் அவர்மீது ஏன் இந்தக் குற்றச்சாட்டு வந்தது என்கிற தலைவெடித்துப் போகிற கேள்வியைச் சுமந்து கொண்டு தவிக்கிறான் டேவிட். அதே அடியாட்களுடன் அடிதடி, காவல்நிலையத்தில் புகார், வழக்குரைஞரிடம் ஆலோசனை என எந்தவழியில் சென்றாலும் "அரசியலில் இதெல்லாம் சகஜம்பா" என்பது மாதிரியான பதில்தான் கிடைக்கிறது. இறுதியாக எம்.எல்.ஏ மாலதியை நேரடியாகச் சந்தித்து, அந்தக் குற்றச்சாட்டுக்கு ஆதாரம் என்ன? அப்பாவை

அடித்ததன் காரணம் என்ன? என்று கேட்கிறான். "உங்கள் அப்பா நிரபராதியாகவே இருந்தாலும் நாங்கள் செய்தது சரி தான். இது மற்றவர்களுக்கும் ஒரு எச்சரிக்கையாக இருக்கும்" என்று மாலதி தாய் பதில் சொல்ல, கொதித்துப் போகிறான். நடுரோட்டில் நின்று தனது ஆற்றாமைகளைக் கொட்டித்தீர்க்கிறான். அப்போது, ஏற்கனவே இந்த கும்பலால் பாதிக்கப்பட்ட ஒருவன், "இவர்களைத் திருப்பி அடிக்கவேண்டும், அவர்கள் நம்மேல் கைவைப்பதற்கு முன் நாம அவங்க மேல கைவைக்கணும்" என்கிறான். டேவிட்டிற்கும் இதுதான் சரியெனப்படுகிறது. மாலதி தாயின் கட்சிக்கூட்டம் ஒன்று பிரம்மாண்ட பொதுமேடையில் நடக்கிறது. டேவிட் முதல்வரிசையில் மாலதியைக் குறிவைக்கக் கத்தியோடு காத்திருக்கிறான்.

பெண்கள் மீது பெரிய ஈர்ப்பு எதுவும் இல்லாமல் சுற்றிக் கொண்டிருந்த கோவா டேவிட் (விக்ரம்), ரோமாவை முதல்முறை தரிசிக்கும் போதே காதல்வயப்படுகிறான். ரோமா, தனது நண்பன் பீட்டரின் காதலி என்பதும் அவள் காதுகேளாத, வாய்பேச முடியாத மாற்றுத்திறனாளி என்பதும் தெரியவருகிறது. ரோமா, நட்புரீதியாக கன்னத்தில் கொடுக்கும் முத்தத்தைக் காதல் என்று தவறாகப் புரிந்துகொள்ளும் டேவிட், பணத்துக்காக பீட்டர் ரோமாவை ஏமாற்றுவதாக நினைத்துக்கொள்வதோடு, ரோமாவைக் காப்பாற்றித் தானே திருமணம் செய்துகொள்ள வேண்டும் என்றும் திட்டமிடுகிறான். அதற்காகப் பல்வேறு முயற்சிகள் எடுத்தும் எதுவும் 'வொர்க் அவுட்' ஆகவில்லை. இறுதியாகத் தனது தோழி ஃபெனியின் ஆலோசனைப்படி ரோமா-பீட்டர் திருமணத்தன்று, இவர்களின் திருமணத்தில் தனக்கு உடன்பாடு இல்லை என்று சொல்லித் திருமணத்தை நிறுத்தத் தயாராகிறான்.

மும்பையும் கோவாவும் மாறிமாறி காட்சியாக்கப்பட்டுள்ள போதும் இரண்டும் வெவ்வேறு காலகட்டத்தில் நடப்பவை. மும்பை 1998லும் கோவா 2010லும் நடக்கிறது. இறுதியாக மாலதி தாயைத் தாக்குவதற்கு டேவிட் தயாராகும் போது, ஏற்கனவே பாதிக்கப்பட்ட அந்த நபர் மாலதியைக் குறிவைத்துத் தோள்பட்டையில் சுடுகிறார். மாலதி தாய் ஜீவாவின் முன்பு சரிந்து விழுகிறாள்.

கோவாவில் ரோமா, பீட்டர் திருமணம் நடக்க இருக்கிறது. திருமணத்தை நிறுத்துவதற்காகச் சொல்லவேண்டிய 'டயலாக்' குறிப்புகளுடன் டேவிட் தயாராக இருக்கிறான். ஃபெனி கண்களால் அவனை ஊக்குவித்தவாறே அங்கே அமர்ந்திருக்கிறாள்.

ஆனால் மணக்கோலத்தில் இருக்கும் ரோமாவும் பீட்டரும் ஒருவரையொருவர் மனதார நேசிப்பதை முதல்முறையாகக் கண்டபிறகு தன் முடிவைக் கைவிடுகிறான். ஃபாதர் டேவிட், ஆமாம் மும்பையில் இருந்த அதே டேவிட், ஃபாதராகி ரோமா, பீட்டர் திருமணத்தை நடத்திவைக்கிறார். இரண்டு டேவிட்களும் ஒருவரையொருவர் சந்தித்துக் கொள்கிறார்கள். தந்தையின் எந்தப் பாதிரி வாழ்வை விமர்சித்தானோ அதே வாழ்வைத் தத்துவமாக ஒருவன் புரிந்துகொள்ள, இன்னொருவன் மீண்டும் "கிறுக்கு சாண்டா"வாகி தமது பயணத்தைத் தொடர்கிறான். இருவரது வாழ்விலும் ஏற்பட்ட திடீர்த் திருப்பங்களின் ஊடாக அவர்கள் எடுத்த தீவிர முடிவுகள் நேரெதிராக மாறிவிடுகின்றன, அன்பும் கருணையும் வென்றுவிடுகிறது.

ஆக மத வன்முறை, அவமதிப்புகள், காதல் தோல்வி, சமூக ஏளனம் போன்ற எல்லா வலிகளையும் அன்பு, நேசம், ஊதாரித்தனம் போன்ற விழுமியங்களால் கடந்துபோவதும் பழியுணர்ச்சிகளைப் புறந்தள்ளி சகமனித நேசத்தை வளர்ப்பதும் தான் படத்தின் மையக்கரு என்பதாகக் கதைச் சுருக்கத்தைச் சொல்லிவிடலாம். ஆனால் திரைக்கதையமைப்பும் காட்சிகளும் வசனங்களும் போகிறபோக்கில் கொட்டித்தீர்க்கும் அரசியலை சில பத்திகளுக்குள் விளக்கிவிட முடியாது.

மும்பையின் கதைக்களம் இந்தியச் சமூகத்தில் இந்துத்துவ வன்மத்தை ஒரு அசாத்தியத் துணிச்சலுடன் பகிரங்கப்படுத்தியிருப்பதோடு இந்திய தேசத்தின் - ஒற்றுமையின், ஆகப்பெரும் எதிரிகளாக தலிபான், முஸ்லிம் தீவிரவாதிகளை மட்டுமே முன்னிறுத்தி தேசப்பற்றைக் கொழுந்துவிட்டு எரியச்செய்யும் அயோக்கியத்தனங்களையும் புரட்டிப் போட்டிருக்கிறது. பிரச்சார நெடி இல்லாமல் அரசியலைக் கலைப் படைப்பாக்குவதும் கத்தியும் இரத்தமும் இல்லாமலேயே வன்முறையின் வலிகளை உணரச்செய்வதும் நுட்பமான பணி. அந்தப் பணியை 'டேவிட்' திறம்பட செய்திருக்கிறது. எந்தக் குற்றமும் செய்யாதவராக இருந்தும் தனது தந்தை அவமதிக்கப்பட்ட பிறகு, மண்டையைப் பிளக்கும் கேள்விகளுடன் மாலதி தாயின் அடியாள் (குஜராத் 2002 புகழ் பாபு பஜ்ரங்கியை நினைவுபடுத்தும்) ரானடேவைச் சந்திக்கும் போது, "உங்க அப்பனை அடிச்சதுக்குக் காரணம் பிஸினஸ். வியாபாரம். ஒரு நல்ல வியாபாரிக்கு ஸ்டாக் தீராம பாத்துக்கணும். ஒரு நல்ல அரசியல்வாதிக்கு பிரச்சினை தீராம பாத்துக்கணும். இதெல்லாம் உன்ன மாதிரி மிடில் கிளாஸ்க்கு

தெரியாது. சொன்னாலும் புரியாது' என்று ரானடே 'அரசியல்' வகுப்பெடுப்பதும் சட்டத்தை நம்பி காவல்துறையில் புகார் அளிக்கச் சென்றால், ஏற இறங்கப் பார்க்கும் போலீஸ்காரர், "ஒரு கன்னத்தில் அறைஞ்சா மறுகன்னத்தைக் காட்டுனு உன் சாமிதான சொல்லுச்சு... கம்ப்ளெயிண்டா குடுக்க சொல்லுச்சி?" என்று முகத்தில் அறைவதும் இந்துத்துவத்தின் அரசியலையும் அரசு எந்திரம் முழுவதும் நீக்கமற நிறைந்து நிற்கும் இந்து மனநிலையையும் தோலுரித்துக் காட்டுகின்றன.

காட்சிகள் ரொம்பவும் பூடகமாக இல்லாமல் வெளிப்படையாக மத வன்முறையை அம்பலப்படுத்துவது, மாலதி தாயின் தோற்றம் ஒருவகையில் சுஷ்மா சுவராஜ் அல்லது உமாபாரதியை ஒத்திருப்பது, ஃபாதர் நோயலின் மீதான தாக்குதல் *1998* ஆம் ஆண்டு ஒரிசாவில் கிறித்துவப் பாதிரியார் எரித்துக் கொல்லப்பட்டதை நினைவுபடுத்துவது, இவையெல்லாம் டேவிட் கதைத்தளமானது ஒரு துல்லியமான வரலாற்றுப் பின்னணியை கொண்டிருப்பதை அறிவிக்கிறது.

அந்தக் கும்பலால் நடுரோட்டில் இழுத்துவைத்து உதைக்கப்பட்ட அவமானத்திற்குப் பிறகு, ஃபாதர் நோயல் (நாசர்) கூனிக்குறுகுவதும், இறுகிப்போன மவுனத்தில் கரைவதும், கரிபூசப்பட்ட முகத்தைக் கண்ணாடியில் பார்க்கும்போது சவரன் செய்துகொண்டிருக்கும் பிளேடால் முகத்தைக் கிழித்து ரத்தம் கசியச் சிதைந்து போவதும், பிறகு திடீரென்று வீட்டிலிருந்து காணாமல் போய்விட பதறிப் போன பிள்ளைகள் எங்கெங்கோ தேடியலைந்த பின்பு, "அமைதியை இழந்து தவிக்கிற இந்த உலகத்துல சந்தோஷத்தைத் திரும்பக் கொண்டுவரணும்னா மன்னிக்கணும். உங்களுக்கு யார் என்ன தீங்கு செஞ்சாலும், உங்க கூட சண்டை போட்டாலும் அவங்களை மன்னிச்சி விட்ருங்க. மனித குலத்திலேயே மிகச்சிறந்த குணம் மன்னிப்பு... கர்த்தருடைய குணம் மன்னிப்பு... இன்றைக்கு நாம் மன்னித்தால் கர்த்தர் சரியான நேரத்தில் நம்மை மன்னிப்பார்... ஆக மன்னிப்பு மட்டும் தான் வாழ்க்கையில் சந்தோஷத்தைக் கொண்டுவரும்" என்று குழந்தைகளிடம் பிரச்சாரம் செய்துகொண்டிருக்கும் தந்தையை பிள்ளைகள் ஓடிவந்து அணைத்துக் கொள்வதுமான காட்சிகளைப் பார்க்கும்போது மனித விழுமியங்கள் நிரம்பிய ஒரு அற்புதமான நாவலை வாசித்துமுடித்த அனுபவம் கிட்டுகிறது.

குவார்ட்டரும் கையுமாக சுற்றிக் கொண்டிருக்கும் கோவா டேவிட்டிற்கு தனது காதலி ரோமாவுடன் சேர்வதற்கு ஒரு

அரிய வாய்ப்பு கிட்டுகிறது. ரோமா - பீட்டர் திருமணத்திற்கு முன்னாள் இரவு கடற்கரையின் உச்சிப்பாறையின் மேல் உட்கார்ந்து வழக்கம்போல தண்ணி அடித்துக்கொண்டிருக்கும் டேவிட்டைத் தேடி பீட்டர் மேலேறி வருகிறான். திடீரென்று பாறை வழுக்கி அதன் விளிம்பில் உயிருக்குப் போராடுகிறான். இங்கே இப்படியே பீட்டரை கைவிட்டுவிட்டால் ரோமாவை எளிதாகத் திருமணம் செய்துகொள்ளலாம் என்று நினைத்தாலும் அடுத்த கணம் தனது வன்மத்தை மாற்றிக்கொண்டு நண்பனைக் காப்பாற்றுகிறான். தனது வேட்கையை விடவும் சக உயிரின் முக்கியத்துவம் உணர்த்தப்படுகிறது. திரைக்கதை முழுக்க இப்படி மனிதத்தன்மையும் வன்முறையற்ற மனங்களும் நடமாடுகின்றன.

கதை முழுக்க முக்கியத்துவம் பெறும் பெண்களின் பாத்திரங்கள் இத்திரைப்படத்தின் இன்னொரு குறிப்பிடத்தக்க அம்சம். தமிழ் சினிமா தொழில்நுட்ப ரீதியாக எத்தனையோ மாற்றங்களை அடைந்த போதும், பெண் பற்றிய பிம்பத்தில் அப்படியொன்றும் பெரிய மாறுதல்கள் இல்லை. படத்தில் வசூலை அள்ளிக்குவிக்க, குத்துப்பாட்டு வைத்து டூ-பீஸில் ஆடவிடும் சினிமாக்காரர்கள் அதே பெண்கள் நாயகிகளாக வரும்போது மட்டும் 'வூட்டுக்காரனுக்குக் காட்ட வேண்டியதை ஊருக்கெல்லாம் காட்டாதே" என்று 'ஹீரோயிச' டயலாக் வைத்துக் கலாச்சாரத்தைக் கக்குகிறார்கள். இந்த ஆணாதிக்கவாதங்களைப் புறந்தள்ளி, பெண்ணுடலைக் கொண்டாடுவது, காதலைக் கொண்டாடுவது, தாய், தந்தை, தங்கை, தோழி ஆகிய உறவுகள் குறித்த புதிய பரிமாணத்தை வெளிப்படுத்துவது என 'டேவிட்' பல்வேறு முன்னெடுப்புகளைச் செய்திருக்கிறது.

டேவிட்டின் (விக்ரம்) செத்துப்போன தந்தை ஆவியாக வந்து பெண்கள் மீது ஈர்ப்பே இல்லாமல் இருக்கும் தனது மகனிடம், "இந்த உலகத்திலயே சிறப்பான விஷயம் பொண்ணுங்க தான். பொண்ணோட குரல், பொண்ணோட சிரிப்பு, பொண்ணோட அந்த டச், அவங்க வேர்வை வாசனை..." என்று வர்ணித்துக்கொண்டே போவதும், விக்ரமின் தோழி ஃபெனி (தபு), "இங்க பாரு டேவிட், இந்த உலகத்துல லவ் என்ற பேர்ல ஒரே ஒரு 'எமோஷன்' தான். மத்ததெல்லாம் லூஸ்மோஷன் தான்" என்று எடுத்துரைப்பதும் தனது மகன் ஒரு பெண்ணை விரும்புகிறான் என்று தெரிந்ததும் புளகாங்கிதப்பட்டு "யாருடா அந்த பொண்ணு, விபச்சாரியா, குடிகாரியா, நெட்டை, குட்டை, அவளுக்கு மீசை இருக்கா பரவாயில்லை, நீ கல்யாணம் பண்ணிக்கோ" என்று விக்ரமின் தாய்

அதிரடிப்பதும் ஜீவாவும் அவரது தங்கையும் ஒரே சிகரெட்டை மாற்றி மாற்றி இழுத்து 'தம்' அடிப்பதும் தமிழ் சினிமா அடுத்தகட்டத்திற்கு நகர்ந்திருப்பதை உறுதிப்படுத்துகின்றன. முன்பின் அறியாமல், 'டேவிட்'டிற்கு டிக்கெட் வாங்கிவிடும் நமது கலாச்சாரவாதிகளின் கதி அதோகதி தான்.

பெண்கள் வெறும் கதாபாத்திரங்களாக இட்டு நிரப்பப்படாமல், 'ஹீரோயினிச' ஸ்திரத்தன்மையோடு படைக்கப்பட்டுள்ளது குறிப்பிட்டுச் சொல்லவேண்டிய ஒன்று. ஜீவா, விக்ரம் ஆகிய இரண்டு டேவிட்களுக்கும் உற்ற தோழிகளாக வரும் லாரா தத்தா (காயத்ரி), தபு (ஃபெனி) இருவருமே, ஹீரோக்கள் துவண்டுபோகும் போது தோள்கொடுப்பவர்கள். கண்கலங்கும் போது கண்ணீரைத் துடைப்பவர்கள். அறிவுரை சொல்லி நெறிப்படுத்துபவர்கள். ஆறுதல் சொல்லி ஊக்கப்படுத்துபவர்கள். மொத்தத்தில், இவர்கள் இருவரும் (வழக்கம் போல) ஹீரோக்களுக்கு முதுகு சொரிந்து கொண்டு இருக்காமல், அவர்களின் 'secrect of energy' ஆக இருக்கும் 'ஹீரோயின்கள்'. இங்கு லாரா தத்தா, தபு இருவருக்கும் உள்ள இடைவெளியின் யதார்த்தம் கவனிக்கத்தக்கது. தபு தனது நண்பனோடு குளியலறைக்கு அருகில் மட்டுமல்ல தனது படுக்கையறையிலும் கூட, தனது கணவனின் முன்பும் கூட வைத்து உரையாடுபவள், ஆனால் லாரா தத்தா, தனது நண்பனின் சோகத்திற்கு ஆரத்தழுவி ஆறுதல் சொல்லிய கணத்தைத் தந்தை முறைத்துப் பார்த்துவிட்டுச் சென்ற பிறகு, டேவிட்டை மீண்டும் வீட்டிற்குள் அனுமதிக்கக்கூடத் திராணியற்றவள். இது வெறுமனே இருவேறு பெண்களுக்கிடையிலான வேறுபாடு மட்டும் அன்று. ஒரு குடும்பப் பெண்ணிற்கும், மசாஜ் பார்லர் நடத்தும் - வெளிப்படையாகச் சொல்வதானால் பாலியல் தொழில் நடத்தும் பாலியல் தொழிலாளிக்கும் இடையிலான சுதந்திரத்தின் இடைவெளி. இந்த வகையில் தான், ஜீவா - லாரா நட்பைவிட விக்ரம் - தபுவின் நட்பு விசாலமானதாய் இருக்கிறது. லாரா தத்தாவைப் போல், தனது தந்தையின் ஓரக்கண் பார்வைக்கே நடுங்கிவிடும் பெண்ணாக இல்லாமல், தன் தொழிலை ஒட்டி கைது செய்து சிறையில் அடைத்திருக்கும் போது கூட, 'சீக்கிரம் போப்பா' என்று விரட்டும் போலீஸ்காரரிடம், "ஏ! ஃபிராடு ஓசில மசாஜ் பண்ணிட்டு ரெய்டு வேற பண்றயா? உன் பொண்டாட்டி கிட்ட சொன்னா தொலைஞ்ச நீ" என்று அதிகாரத்தை எதிர்த்துக் குரலுயர்த்த முடிகிறது.

இந்தப் படத்தின் கதை சொல்லும் உத்தி (Narrative Technic) குறித்து சில அம்சங்களைச் சொல்லவேண்டும். முற்றிலும் வன்முறையான இன்றைய இந்தியச் சூழலைப் (மும்பை) பற்றிப் பேசும் இந்தத் திரைப்படம் எந்தவகையிலும் வன்முறையின் கோரத்தாண்டவங்களைத் தத்ரூபமாக்காமல் - அதாவது கமல்ஹாசன், மணிரத்னம் படங்களில் வருவதைப் போல தீவிரவாதிகள் தலையை அப்படியே அரிந்து எடுப்பவர்களாகவோ மூளை சிதற தோட்டாக்களை வெடிக்க வைப்பவர்களாகவோ ரத்த ஆறை பெருக்கெடுத்து ஓடச்செய்பவர்களாகவோ இல்லாமல், இங்கு இந்துமதவாதிகள் வன்முறையை ஒரு எல்லையோடு நிறுத்துபவர்களாக இருக்கிறார்கள்.

ஜீவா தனியாக மாட்டிக் கொள்ளும்போது கூட அவனை கொஞ்சம் ‘தட்டிவிட்டு’, அரசியல் வகுப்பெடுத்து உயிரோடுதான் அனுப்புகிறார்கள். மனிதர்களுக்கிடையே இன்னும் கூட உரையாடலுக்கு சாத்தியம் இருக்கிறது என்பதைத்தான் அந்த மாலதி தாய் மற்றும் அவளது தளபதி (பாபு பஜ்ரங்கி) யுடனான ஜீவாவின் உரையாடல் காட்டுகிறது. படத்திலுள்ள உச்சபட்சமான வன்முறை மாலதி சுடப்படுவது மட்டும்தான். அது கூட கதாநாயகன் அல்லது வில்லனின் வீரச் செயல் அன்று. பாதிக்கப்பட்ட ஒருவன் ஒரே ஒருமுறை சுடுகிறான். அந்தப் பெண் ஒற்றைக் குண்டில் வீழ்கிறாள். அவளும் கூட இறந்திருக்க வாய்ப்பில்லை.

இந்துத்துவ வன்முறையின் கொடூரங்கள் மீது கவனத்தைக் குவிக்காமல், குஜராத் படுகொலை போன்ற வன்முறை வெறியாட்டங்களைக் கண்முன் நிறுத்தி நமது நெஞ்சை உறையச் செய்யாமல், கிறிஸ்தவப் பாதிரியார் தனது குழந்தைகளோடு காரில் வைத்து உயிரோடு எரிக்கப்பட்ட கோரத்தைக் காட்சியாக்காமல், மதவாதம் எப்படி இத்தகைய “வெறுப்பு அரசியல்களுக்கு” (hate politics) அடிப்படையாக இருக்கிறது என்பதையும் மதமாற்றம் குறித்த சொல்லாடல்கள் எப்படி வியாபாரியின் ஸ்டாக் போல வெறுப்பு அரசியலுக்கான ஸ்டாக்காக வைக்கப்படுகிறது என்பதையும் குறித்த சிந்தனை உசுப்பலுக்கு இப்படம் வித்திடுகிறது. வெட்டப்பட்ட தலைகளையும் சிதறிப்போன மூளைகளையும் மட்டுமே காட்டியிருந்தால் இந்த சிந்தனை உசுப்பல்களுக்கு வாய்ப்பிருந்திருக்காது. வன்முறையற்ற வன்முறையின் காட்சியமைப்புகள் இந்த வெறுப்பு அரசியலின் கொடுமுடி குஜராத் 2002 ஆகத்தான் இருக்கும் என்பதை நமக்கு உணர்த்திவிடுகிறது.

இதேபோல் கோவாவின் கதைக்களமும் வேறுபட்ட ஒரு தளத்தில் அமைக்கப்பட்டிருக்கிறது. அங்கே எந்த உணர்வுகளும் சீரியஸாக்கப்படுவதில்லை. தனக்கான மணப்பெண் ஓடிப்போன சோகம், காதல் தோல்வி, சமூக ஏளனம் எல்லாமே கேஷுவலாக எடுத்துக் கொள்ளப்படுகிறது. உணர்ச்சிக் கொந்தளிப்பில் பார்வையாளர்களை மூளை மழுங்கச் செய்யும் அபத்தங்கள் இங்கு இல்லை. கதாநாயகன் முதல் கோவாவின் கிறிஸ்துவப் பாதிரியார் வரை எல்லோருமே காமெடி பீஸ்கள் தான்.

படத்தில் விக்ரமின் இறந்துபோன தந்தை 'ஆவி'யாக வந்து ஒரு பாத்திரம் வகிப்பது அற்புதமான கதையாடல் நுட்பம். இப்படியான கதையாடல் உத்தி ப்ரெக்டின் மாற்று நாடக உத்திகளை ஒரு வெகுஜன சினிமாத் தளத்தில் கொண்டுவந்ததைப் போல் இருக்கிறது. "பார்வையாளரைக் காட்சியுடன் ஒன்றவைத்துப் பாத்திரங்களுடன் அழுதுவிட்டும் சிரித்துவிட்டும் போவது 'பழைய பாணி' நாடகம். எனது 'காவிய பாணி நாடகம்' இதிலிருந்து வேறுபட்டது. அது பார்வையாளரை காட்சியிலிருந்து விலகி நின்று காட்சி குறித்து சிந்திக்க வைப்பது" என்பார் ப்ரெக்ட். (பார்க்க: உடைபடும் மௌனங்களும் சிதறுண்ட புனிதங்களும், அ. மார்க்ஸ். பக்கம் 23-25). அது அரங்கிலும் திரையிலும் பல்வேறு வடிவங்களில் செயல்படுத்தப்படும். இங்கு ஒரு அப்பாவின் ஆவி அப்படிச் செயல்படுகிறது.

இந்த உலகின் துன்ப துயரங்களோடும் அவற்றைத் தீர்க்கிற வழிமுறைகளோடும் பார்வையாளரை உணர்வு ஒன்றவைத்து வீட்டிற்கு அனுப்பிவிடுவதால் அவர் இந்த நிலையை மாற்றுகிற மனிதராக ஆகிவிடமாட்டார். துன்பப்படுபவர்களுக்கு அனுதாபப்படுவோம், போராடுபவர்களின் வீரத்தைப் போற்றுவோம், அவர்கள் சிந்தும் ரத்தத்திற்காக நாம் இரு சொட்டு கண்ணீர் வடிப்போம் என்று எழுந்து செல்வதாக இல்லாமல் அவர்களை அதிர்ச்சிக்குள்ளாக்க வேண்டும். இந்த உலகம் இப்படியே இயங்கிக் கொண்டிருப்பதில்லை என்ற 'இயல்புணர்வு நீக்கம்' (Defamiliarisation) செய்யவேண்டும் என்பதும் பிரெக்டின் கூற்று.

இந்த 'மாற்று நாடக' உத்திகள் 'டேவிட்' போன்ற ஒரு வெகுஜன சினிமாவில் சாத்தியப்பட்டிருப்பது கவனிக்கத்தக்கது. டேவிட்டிலும் கூட, பார்வையாளர்கள் காட்சிகளுடன் ஒன்றிப்போவது, இரண்டறக் கலப்பது என்பதற்கப்பால், இந்தச் சமூகம் எல்லோருக்கும் -

எல்லா மதத்தினருக்கும் ஒரேமாதிரி புலர்ந்து மறைவதில்லை என்ற நிதர்சனத்தை உணர்ந்து 'இயல்புணர்வில்' இருந்து நீக்கம்' பெறுகிறார்கள். பார்வையாளர்கள் அவர்களாகவே இருந்து படத்தைச் சிந்திக்கிறார்கள். ஆம், அவர்கள் படத்தைப் பார்ப்பதில்லை சிந்திக்கிறார்கள்.

படத்தின் அத்தனை கதைப்பாத்திரங்களும் சிறப்பாக நடித்திருக்கிறார்கள். ஃபாதராக வரும் நாசர், காது கேளாத வாய் பேச முடியாத பெண்ணாக வரும் இஷா செர்வானியின் மவுனமான நடிப்பு, தபு, பீட்டர் எல்லோருடையதும் கணகச்சிதமான நடிப்பு. என்ன இருந்தாலும் இப்படி ஒரு ரிஸ்க்கான கதையை தேர்ந்தெடுத்து நடித்ததற்காக விக்ரம், ஜீவா இருவருரையும் எவ்வளவு பாராட்டினாலும் தகும். ஜீவா வேறெந்தப் படங்களையும் விட, டேவிட்டில் தனது நடிப்பிற்கு மெருகேற்றியிருப்பது குறிப்பிடத்தக்கது. பின்னணி இசையும் பாடல்களும் சிறப்பாக அமைந்துள்ளன. "தீராது போகப் போக வானம்" "வருவாயோ வெண்ணிலாவே என்னோடு நீ" ஆகிய பாடல்கள் மனதை வருடுபவை. விக்ரம் ரோமாவைச் சந்திக்கும் போதெல்லாம் ஒலிக்கும் அந்த அற்புதமான பின்னணி இசைக்காகவே படத்திற்குக் காசைக் கொடுத்துவிட்டு வரலாம் போலிருக்கிறது. ஒரு குழுவாக சேர்ந்து இசையமைத்திருக்கும் கலைஞர்கள் பாராட்டிற்குரியவர்கள்.

படத்தில் உள்ள சில பலவீனங்களையும் சொல்லவேண்டும். மனித விழுமியங்களையும் அரசியலையும் மிக நேர்த்தியாக வெளிப்படுத்திய இந்தப்படத்தின் முதல் பத்துநிமிடக் காட்சிகளில் மாற்றுத் திறனாளிகள் கேலிக்குள்ளாக்கப்படுவது, "உன் தங்கச்சி ஒடம்புல பதினாலு மச்சம் இருக்கு, பத்து இந்த ஊர்ல எல்லாரும் பார்த்திருக்காங்க. அதுல 3 அவளால தான் பார்க்கமுடியும்" என்று கொச்சை வசனம் பேசுவது போன்றவற்றைத் தவிர்த்திருக்கலாம். ஒரு மாற்றுத் திறனாளியை முக்கிய பாத்திரமாக அமைத்தபோதும் படத்தில் இந்தத் தவறு நிகழ்ந்து விடுகிறது. இரண்டு டேவிட்களும் ஒருவரையொருவர் சந்தித்தே தீரவேண்டும் என்பதற்காக, மும்பை டேவிட்டைப் ஃபாதராக்கி கோவாவிற்குக் கொண்டு வந்ததும் நெருடுகிறது. அவர் ஒரு கிடாரிஸ்டாகாவே பயணத்தைத் தொடர்வது இயல்பாக இருந்திருக்கும். அந்த 'ஃபாதர்' என்ற தோற்றம் ஜீவாவிற்குக் கொஞ்சம் கூட பொருந்தாமல் துருத்திக்கொண்டு நிற்கிறது. ஒருவேளை விக்ரமை ஃபாதராக்கி, ஜீவாவை 'கிறுக்கு சாண்டா'வாக்கி இருந்தால் பரவாயில்லாமல் இருந்திருக்கும்.

இந்தப் படம் 'popular' ஆக வெற்றியடையாமற் போனதற்கு பொதுவாக இங்குள்ள ஒரு வகையான இந்து மனப்பாங்கு காரணமாக அமையலாம். இந்த மனப்பாங்கு ஒரு அன்னை வேளாங்கண்ணியை ஏற்றுக் கொள்ளும். ஆனால் இந்தக் கிறிஸ்தவச் சூழலை ஏற்காது. இந்தியிலும் தமிழிலும் ஒரே நேரத்தில் வெளியிடப்பட்ட இந்தப் படம் 'டப்பிங்' செய்யப்பட்ட காட்சிகளைக் காட்டிக்கொடுக்கிறது என்றாலும் அது அப்படி ஒன்றும் குறையாகத் தோன்றவில்லை.

popular இதழ்களால் இந்தப் படம் புறக்கணிக்கப்பட்டது புரிகிறது ஆனால் சீரியஸ் விமர்சகர்கள் கண்ணில் 'டேவிட்' ஏன் படவில்லை? அவர்களும் கூட கமல், பாலா, மணிரத்னத்தைத்தான் கவனம் கொள்கின்றனர். எப்படிப் பார்த்தாலும் பிஜோய் நம்பியாரின் இந்தப்படம் தமிழ்சினிமாவின் திசைவழியை மாற்றியிருக்கிறது என்பதை மறுத்துவிட முடியாது. மணிரத்தினத்திடம் பணியாற்றிய ஒருவர் இப்படிக் குருவை 'மிஞ்சிய' சீடராக இருப்பது வியப்பளிக்கிறது. 'டேவிட்' டீமும் பிஜோய் நம்பியாரும் பாராட்டுக்குரியவர்கள். இயக்குனர்களுக்காகவே படத்திற்குப் போவது என்ற நம்பிக்கைகளெல்லாம் தளர்ந்து கொண்டிருந்த சமயத்தில் சமீபகால புதுமுக இயக்குனர்கள், அரசியல் பார்வைகளுக்கும் சினிமாத்தனத்திற்குமான இடைவெளியை குறைத்துக்கொண்டு வருவது அவர்கள் மீது மட்டுமல்ல தமிழ் சினிமாவின் மீதும் நம்பிக்கையைத் துளிர்க்கச்செய்கிறது.

■ வல்லினம், ஏப்ரல், 2013.

பொதிகைச்சித்தர்: வரலாற்றின் மீது ஒற்றைப் பார்வையும் வஞ்சகத்திரிபுகளும்

(இந்நூலில் இரண்டாவதாக அமைந்துள்ள வ.வே.சு குறித்த கட்டுரையை மறுத்துப் பொதிகைச் சித்தர் எழுதிய கட்டுரைக்கு எதிர்வினையாக எழுதப்பட்டது.)

'உயிர் எழுத்து' அக்டோபர் (2011) இதழில் பொதிகைச் சித்தரின் (பொதிய வெற்பன்) எதிர்வினையைக் கண்டேன். எந்த ஒரு கருத்துநிலையின் மீதும் விவாதங்கள் அவசியமானவை. வரவேற்கத்தக்கவை. ஆனால் சொல்லப்படுகிற மாற்றுக் கருத்துகளுக்கு முகங்கொடுக்காமல் பழமையைப் பிடித்துக்கொண்டு தொங்குவதால் அவற்றால் ஆய்வுலகிற்கு எந்தப் பயனும் விளையாது.

சேரமாதேவி குருகுலச் சிக்கல் பற்றிய போதுமான புரிதலும் அரசியல் வரலாற்றுப் பயில்வும் இல்லாமல் மிகை எளிமைப்படுத்தி வ.வே.சு.வை நான் அணுகியிருப்பதாகக் கூறுகிறார் பொதிகைச்சித்தர். மேலும் இச்சிக்கலில் காங்கிரஸ் கட்சியின் வகிபாகம், காந்தி, திரு.வி.க., பெரியார் ஆகியோரது நிலைப்பாடுகள் பற்றி ஒருவரி கூட எழுதவில்லை என்றும் குற்றஞ்சாட்டுகிறார்.

சேரமாதேவி வருணாசிரமச் சிக்கலும் அதில் வ.வே.சு. விட்ட பிழைகளால் அவருக்கு நேர்ந்த களங்கமும் பெரியார் - காங்கிரஸ் பிளவும் வரதராஜலு, திரு.வி.க., காந்தி தலையீடுகளும் பார்ப்பனரல்லாதார் எழுச்சியும் நன்கு அறியப்பட்ட வரலாறுகள். இவை 'திராவிட அரசியல் வரலாற்றில் ஒரு திருப்புமுனை' என பொ.சி கூறுவதிலும் கருத்துமாறுபாடில்லை. ஆனால் எனது கட்டுரை சேரமாதேவி குருகுலப் பிரச்சினையை மையப்படுத்தியது அன்று.

வரலாற்றில் நீண்டகாலம் தொழிற்பட்ட மனிதர்களை அணுகுகிறபோது அவர்களது குறிப்பிட்ட காலகட்டச் செயற்பாடுகளை மட்டும் வைத்துக்கொண்டு ஒட்டுமொத்த மதிப்பீட்டைச் செய்வது வரலாற்றுப் பிழைகளுக்கே இட்டுச்செல்லும். பெரியார் ஒருகாலத்தில் காங்கிரஸ் கட்சியில் தொழிற்பட்டதால் அவரை காங்கிரஸ்காரர் என்று சொல்வதும் குடியரசின் ஆரம்பகட்ட இதழ்களில் கடவுள் பற்றிய சொல்லாடல்கள் இடம்பெற்றதால் அவரை ஆத்திகர் என்று கூறுவதும் ஓரிரவில் தென்னை மரங்களை வெட்டிச் சாய்த்தவர் என்பதால் கள் எதிர்ப்பாளர் என்று தீர்மானிப்பதும் எத்தனை அபத்தமோ அதைப் போன்றதுதான் குருகுலப்பிரச்சினையை மட்டுமே வைத்துக்கொண்டு வ.வே.சு.வை மதிப்பிடுவதும் கூட.

கடிவாளம் கட்டிய குதிரைகளைப் போல் காலங்காலமாக சேரமாதேவி பிரச்சினையை மட்டுமே வைத்துக்கொண்டு வ.வே.சு. விமர்சிக்கப்பட்ட சூழலில் அவரைக் குறித்து இதுவரை சொல்லப்படாத அல்லது புறக்கணிக்கப்பட்ட வேறுசில பரிமாணங்களை எனது கட்டுரை வெளிக்கொணர முயல்கிறது. வ.வே.சு. சாவர்க்கரின் நண்பர் என்கிற அம்சம் உயர்த்திப்பிடிக்கப்பட்டு அவரை சாவர்க்கர் வழிவந்தவராகவே கருதும் சூழல் இங்குள்ளது. குருகுலப் பிரச்சினையையும் இத்துடன் இணைத்து வ.வே.சு.வை முழுக்க முழுக்க - இன்றைய அத்வானி, மோடி வரிசையிலான இந்துத்துவவாதி எனக்கருதும் போக்கும் உள்ளது.

20ஆம் நூற்றாண்டின் தொடக்கத்தில் இந்திய தேசியம் காந்தியப் பாதை, சாவர்க்கரிய பாதை என ஒன்றுக்கொன்று சந்திக்கவியலாத இரு துருவங்களாகப் பிரிவடைகிறது. ஒன்று முஸ்லிம் உள்ளிட்ட சிறுபான்மையினரை உள்ளடக்கிய தேசியம். மற்றொன்று அவர்களை வெளியே நிறுத்துகிற தேசியம். முதலாவது காந்தியுடையது. இரண்டாவது சாவர்க்கருடையது.

வ.வே.சு.வைப் பொறுத்தமட்டில் அவர் சாவர்க்கரின் இளமைக்கால நண்பராகவும் சீடராகவும் இருந்த போதிலும் அவர் இந்த வரலாற்றுத் திருப்புமுனையில் காந்தியின் பக்கமே நின்றார் என்பதைச் சொல்வதும் பன்மைத்துவத்தை அங்கீகரித்த வகையில் இந்துத்துவ அரசியலிலிருந்து விலகி நின்றார் என்பதைச் சுட்டிக்காட்டுவதுமே அந்தக் கட்டுரையின் நோக்கம். ஆனால்

இதனைச் செவிமடுக்காமல் மீண்டும் மீண்டும் அந்தச் சேரமாதேவி செக்கிலேயே சுழல்கிறார் பொ.சி.

ஒன்றை வலியுறுத்த விரும்புகிறேன். சேரமாதேவி பிரச்சினையால் வ.வே.சு.விற்கு ஏற்பட்ட கறையைத் துடைத்து அவரைக் காப்பாற்ற வேண்டும் என்பதோ, வ.வே.சு.வை அப்பழுக்கற்ற அந்தணராக முன்னிறுத்த வேண்டும் என்பதோ கட்டுரையின் நோக்கமில்லை. "இரண்டு மாணவர்களுக்கு அளிக்கப்பட்ட சலுகை எந்த ஒரு நியாயத்தின் பேரிலும் ஏற்க இயலாதது; கண்டனத்திற்குரியது" [பக்-7] என்று சொல்லியதோடு என்ன இருந்தாலும் தலித் மக்களுக்காக அவர் களமிறங்கிச் செயல்படவில்லை என்பதையும் அவரிடம் ஆணாதிக்கம் நிலைகொண்டிருந்தது என்பதையும் சொல்லியிருக்கிறேன். இதுவரை சொல்லப்படாத அவரது பன்மைத்துவப் பரிமாணங்களுக்கு அழுத்தம் கொடுக்க வேண்டியிருந்ததால் தான் அவர் மீதான அறியப்பட்ட விமர்சனங்களை ஓரிரு வரிகளோடு சுருக்கிக்கொள்ள வேண்டியதாயிற்று. மற்றபடி வ.வே.சு. விமர்சனங்களுக்கெல்லாம் அப்பாற்பட்டவர் என்பது எனது கருத்தல்ல.

சேரமாதேவி பிரச்சினையில் 'காந்தியின் போக்கு பெரியாரை அமைதியுறச் செய்யவில்லை' என்றும் 'குருகுலப் பிரச்சினை திரு.வி.க.வைப் புண்படுத்தியது' என்றும் 'பெரியாரின் மனவேதனையை விரிவுபடுத்தியது' என்றும் மென்ற அவலையே மென்று கொண்டிருக்கிற பொ.சி தனது கருத்துகளை நிறுவுவதற்கு மாலனையும் துணைக்கழைக்கிறார். 'அய்யர் சனாதன நம்பிக்கைகளும் வருணாசிரமத்தின் பிடிப்பும் கொண்டவர் - பாரதி ஜாதிமத பேதங்களை நிராகரிக்கிற முற்போக்காளராக வாழ்ந்தவர்' 'அய்யரின் மங்கையர்க்கரசி உடன்கட்டை ஏறுவதும் பாரதியின் துளஸிபாய் மறுமணம் புரிவதும் அவரவர் ஆளுமையைப் புலப்படுத்துகிறது' என்பதான மாலனின் முடிவுகளைச் சுட்டிக்காட்டி புளகாங்கிதம் அடைகிறார்.

பாரதி முற்போக்கா? வ.வே.சு. முற்போக்கா? என்று விவாதிப்பது எனது கட்டுரையின் நோக்கமில்லை. ஒப்பீட்டளவில் வ.வே.சு.வை விடவும் பாரதி பல்வேறு அம்சங்களில் முற்போக்காளராகத் திகழ்ந்தார் என்பது யாரும் அறிந்த உண்மைதான். ஆனால் 'சூத்திரனுக்கொரு நீதி தண்டச்சோறுண்ணும் பார்ப்புக்கு வேறொரு நீதி' என்று கொதித்த அதே பாரதிதான் 'பிராமணரல்லாதார்' சங்கத்தை எதிர்த்து இந்து நாளிதழில் எழுதினார். துளஸிபாய்க்கு மறுமணம் செய்வித்த அதே பாரதிதான்

‘நமது பூர்வ காலத்து ஸ்திரீகளிலே பிராண நாதர்களைப் பிரிந்திருக்க மனமில்லாமல் உடன்கட்டை ஏறிய ஸ்திரீகள் உத்தமிகளாவர்’ என்று கூறினார். இவையெல்லாம் பாரதியின் சனாதனத்திற்கும் பிற்போக்குத்தனத்திற்கும் சான்றுகளாகாதா? இவற்றை மட்டுமே வைத்துக் கொண்டு பாரதியை அளந்துவிட முடியுமா?

புதிய முடிவுகளைச் சீர்தூக்கிப் பார்த்துப் பழைய முடிவுகளை மாற்றிக்கொள்வதே ஆய்வுலகின் நியதி. ஆனால் வ.வே.சு. வின் பன்மைத்துவப் பண்புகளாகக் கட்டுரை முன்வைத்திருக்கும் கருத்துகளை ‘மிகை எளிமைப்படுத்திய சித்தரிப்பு’ என்றும் ‘வ.வே.சு.விற்கு வக்காலத்து’ என்றும் ஓரங்கட்டுகிற பொ.சி. எனது கருத்துகளை தனது முன்முடிவுகளின் அடிப்படையில் மட்டுமே மறுக்கிறார். வ.வே.சு. பிற சமயத்தவரை உள்ளடக்கவில்லை என்பதையும் பன்மைத்துவத்தை ஏற்கவில்லை என்பதையும் பிற இந்துத்துவ வருணாசிரமவாதிகளிடம் இருந்து எந்த வகையிலும் வேறுபடவில்லை என்பதையும் பொ.சி ஆய்வுத்தரவுகளினூடாக மறுக்கவேண்டும். அதைவிட்டுவிட்டு திரு.வி.க., பெரியார் என திசைதிருப்புவதும் மாலனைக் கொண்டுவந்து நிறுத்துவதும் என்ன ஆய்வு தர்க்கம்? மாலனென்ன? ஆகப்பெரும் அறிஞராகிய கைலாசபதியின் முடிவுகளே மறுபரிசீலனைக்கு உரியவை என்றுதான் சொல்கிறேன்.

இன்னொன்றையும் சொல்ல வேண்டும். சேரமாதேவி கொந்தளிப்பிற்குக் காரணமாகிய வாவில்லா குடும்பம் ஒருபக்கம் சனாதனத் தன்மையோடு நடந்து கொண்டபோதும் இன்னொருபுறம் பாராட்டத்தக்க பங்களிப்புகளைச் செய்திருப்பதும் கவனத்திற்குரியது.

ஒன்று தோழர். அ. மார்க்ஸ் சுட்டிக்காட்டியது:

தஞ்சையை ஆண்ட பிரதாப சிம்மனின் அரசவை ஆடலழகியாகிய முத்துப்பழனி [கி.பி. 1739-1790] ‘ராதிகா சாந்தவனம்’ [தெலுங்கு] என்னும் கவிதை நூலொன்றை இயற்றுகிறார். ராதையின் காமவேட்கையை மையப்படுத்துவதாகவும் பெண் தனது காமத்தை வெளிப்படுத்துவது தவறில்லை என்ற நோக்கிலும் அந்நூல் அமைந்திருந்தது. தேவதாசி சமூகத்தைச் சேர்ந்த வித்யாசுந்தரி நாகரத்தினம் அம்மாள் அந்நூலை வாசித்துவிட்டு அதற்கொரு முன்னுரை எழுதி 1911 ஆம் ஆண்டு பதிப்பிக்கிறார். பெண் தனது காமவேட்கையை வெளிப்படுத்துவதாக அமைந்துள்ள இந்நூல் இந்தியக் கலாச்சாரத்திற்கு எதிரானது என்று கூறி நூலைத்

தடைசெய்யக்கோரி பெரும் கிளர்ச்சி நடக்கிறது. தடைவிதிக்க நீதிமன்றத்தில் வழக்குத் தொடுக்கப்படுகிறது. இப்போராட்டத்திற்கு தலைமை தாங்கிய கந்துகுரி வீரசேலிங்கம் பந்துலு சொன்னார்: “இந்த முத்துப்பழனி ஒரு தேவடியாள். ஒரு பெண் காதால் கேட்கமுடியாத ஒரு கவிதையை வாயைத் திறந்து பாடியுள்ளது கொடுமை... தேவடியாள் குலத்தில் பிறந்த ஒருத்திக்கு ஒரு பெண்ணுக்குரிய இயற்கையான பண்புகள் எப்படி வாய்த்திருக்கமுடியும்?”

இப்படியான சூழலில் பந்துலுவிற்கு எதிராக நூலைத் தடைசெய்யக்கூடாது என்று கூறி நீதிமன்றத்தில் எதிர்வழக்கு தொடுக்கப்படுகிறது. வழக்கைத் தொடுத்தவர்கள் வேறுயாருமல்ல அந்நூலைத் தனது பதிப்பகத்தின் மூலம் ஆறணா விலையில் வெளியிட்ட வாவில்லா குடும்பத்தினர் தான். அவர்கள் நடத்திய ‘வாவில்லா ராமசாமி சாஸ்திரலு & சன்ஸ்’ பதிப்பகம்தான். இவ்வழக்கில் வாவில்லா வெற்றி பெறவில்லையென்றாலும் இந்திய விடுதலைக்குப் பின்னர் தடை நீக்கப்பட்ட போது மீண்டும் நூலை அச்சிட்டு வெளியிட்டார்.

மற்றொன்று தோழர் பொ. வேல்சாமி கூறியது:

வ.உ. சிதம்பரனாரிடம் ஏட்டுச்சுவடிகளின் தொகுப்பொன்று கிடைக்கிறது. அது ஒன்பது இயல்களுக்கும் உரிய இளம்பூரணரின் தொல்காப்பிய பொருளதிகார உரை. அந்த ஆகப்பெரும் உரையைக் கையில் வைத்துக்கொண்டு பணஉதவி செய்வதற்கும் அச்சிட்டு வெளியிடுவதற்கும் ஆட்களின்றி வ.உ.சி தவிக்கிறார். அப்போது பாலகங்காதரத் திலகர் வாவில்லாவைத் தொடர்புகொண்டு வ.உ.சி.க்கு உதவும்படி கூறுகிறார். அதன்படி வாவில்லா பதிப்பகம் வெளியிட்டதுதான் தொல்காப்பிய இளம்பூரண உரை. முதல்பதிப்பை 1935ஆம் ஆண்டும் இரண்டாம் பதிப்பை 1952ஆம் ஆண்டும் வெளியிட்டார்கள். ஒருவேளை வாவில்லா அச்சிடாமல் இருந்திருந்தால் நமக்கு இளம்பூரண உரையே கிடைக்காமல் போயிருக்கவும்கூடும் என்று தோழர். வேல்சாமி கூறியது எண்ணத்தக்கது.

வாவில்லாவின் இந்தப் பங்களிப்பை வைத்துக்கொண்டு குருகுல நிகழ்வை நியாயப்படுத்துவதோ அல்லது குருகுல விமர்சனத்தை வைத்துக்கொண்டு இதைப் புறக்கணிப்பதோ அறிவும் அறமும் ஆகாது. மொத்தத்தில் ஒற்றைப் பார்வைகளைக் கைவிடவேண்டும் என்பதை வரலாற்றைப் புரட்டும்போது நாம் உணரவேண்டியுள்ளது.

இந்துத்துவ தேசியவாதக் கூறுகளைக் கொண்டிருந்த திலகர் தமிழுக்கு இளம்பூரணம் (சமண உரை) கிடைக்கக் காரணமாக இருந்தவர்களில் ஒருவர் என்பதெல்லாம் கூட இத்தகைய வரலாற்று முரண்களில் ஒன்றுதான்.

'சமயபேதம் கடந்து நின்றபோதிலும் காந்தியாரிடம் குடிகொண்டிருந்த வருண தருமப்பிடிப்பும் அதனை நிறைவேற்றுவதில் அவர் காட்டிய பிடிவாதமும் வ.வே.சு அய்யரிடமும் காணக்கிடப்பனவே. பார்ப்பனிய நலன்களுக்குக் குந்தகம் வராமல் பாதுகாத்தவாறே இயங்கவல்லதாகவே காந்தியும் காங்கிரஸ் கட்சியும் இயங்கின' என்கிறார் பொ.சி.

வ.வே.சு வருண தருமத்தைப் பிடிவாதமாய்க் காப்பாற்றுபவராய் இருந்தால் மகன் வ.வே.சு. கிருஷ்ணமூர்த்தி உட்பட அவரும் கூட எல்லோருடனும் அமர்ந்து உண்டது எப்படி? காந்தி வளர்த்தது பார்ப்பனியமே என்றால் - தன்னை ஒரு காந்தியவாதியாக அறிவித்துக் கொள்ளும் அண்ணா ஹசாரேவுக்கு கால் அமுக்கி விடுகிற இந்துத்துவவாதிகள் காந்தியைத் திட்டமிட்டுக் கொன்றது ஏன்?

காந்தியும் கூட விமர்சனத்திற்கு அப்பாற்பட்டவர் இல்லை. ஆனால் காந்தியைப் பொறுத்தமட்டில் ஒன்றைக் கவனிக்கவேண்டும். தனது வாழ்நாளெல்லாம் ஒரு இந்துவாகத்தான் காந்தி வாழ்ந்தாரே தவிர ஒரு இந்துத்துவவாதியாக வாழவில்லை. அதனால்தான் அந்தந்த வருணத்திற்கென விதிக்கப்பட்ட கடமைகளை மீறி மலம் அள்ளுவது, செருப்பு தைப்பது, முடி திருத்துவது என அனைத்துப் பணிகளையும் அனைவருக்கும் உரித்தாக்கினார். இந்தியாவின் முதல் குடியரசுத் தலைவர் ஒரு பங்கி [அருந்ததிய] இனத்துப் பெண்ணாக இருக்கவேண்டும் என்றார்.

காந்தியின் பிரதான சீடர்களில் ஒருவரும் பிறப்பால் பார்ப்பனருமான வினோபா பாவே தினந்தோறும் கிராம மக்களின் மலத்தை அள்ளித் தூய்மை செய்வதை நேரடியாகக் கண்டதாகத் தமிழறிஞர் மு. அருணாசலம் கூறியுள்ளதும் இங்கு கவனத்திற்குரியது [பார்க்க: குமரியும் காசியும், மு. அருணாசலம்]. வ.வே.சு.வும் கூட தனது குருகுலத்தில் கண்ட இடங்களில் மலம் கழிக்கக் கூடாது என்பதில் கண்டிப்பாய் இருந்தார். வ.வே.சு. அதிகாலை 4 மணிக்கே எழுந்து கொள்வார். 4.30 மணிக்கு விசில் மூலம் ஒலி எழுப்பி மாணவர்களைக் கிளப்புவார். மலம் கழிக்கச் செல்லும்போது

கையில் சிறு மண்வெட்டியுடன் போகவேண்டும். அரை அடி ஆழத்துக்குக் குழிவெட்டி அதில் மலம் கழித்து, மண்போட்டு மூடிவிடவேண்டும். இந்த மாதிரியான முறை காந்தியடிகளின் ஆசிரமத்திலும் பின்பற்றப்பட்டது குறிப்பிடத்தக்கது.

வ.வே.சு.வின் மரணத்தை ஒட்டி பெரியாரால் எழுதப்பட்ட இரங்கல் கட்டுரைக்கு ஆதாரம் எங்கே என்று மடக்குகிறார் பொ.சி. ஆதாரம் இருக்கிறது. தன்னைப்போல் வரலாற்றைக் கரைத்துக் குடித்துவிடாமல் 'தானடித்த மூப்பாய்' எழுதப்புகுந்த எனக்கு எந்த வரலாற்றுத் தொகுப்பைப் பயிலுமுகமாய் பரிந்துரைத்தாரோ அதே தொகுப்பில்தான் இக்கூற்று இடம்பெற்றிருக்கிறது. [பெரியார் ஈ.வெ. ரா. சிந்தனைகள், தொகுதி 6, கிளர்ச்சிகளும் செய்திகளும் [2], பக்-4687 [ப.ர்: வே. ஆனைமுத்து]

'இவ்வாசகங்களின் மொழிநடை பெரியாருக்கு உரியதாக இல்லை. தமிழறிஞரின் மொழிநடையாக உள்ளது' என்கிறார் பொ.சி. குடிஅரசு இதழ் 2.5.1925 ஆம் ஆண்டு துவங்கப்பட்டது. வ.வே.சு. மரணத்தை ஒட்டி எழுதப்பட்ட மேற்குறித்த இரங்கல் கட்டுரை 7.6.1925 குடிஅரசு இதழில் வெளிவந்துள்ளது. தொடக்க காலங்களில் குடிஅரசு வார இதழின் 12 பக்கங்களையும் தாமே எழுதி வந்ததாய் 18.4.1926 ஆம் ஆண்டு வெளிவந்த குடிஅரசு இதழில் பெரியார் சொல்லியிருக்கிறார். [பார்க்க: குடிஅரசு இதழ் தொகுதி-1, வெளியீடு: பெரியார் திராவிட கழகம், ப-26]. அரைகுறையாய்ப் பயின்றவர்களுக்கு நூல்களைப் பரிந்துரைப்பதில் தவறில்லை. ஆனால் பரிந்துரைக்கும் நூல்களையாவது தாம் முழுமையாகப் பயின்றிருக்க வேண்டும்!

குருகுலப் பிரச்சினையில் காந்தி உட்பட தனக்கு நிதி அளித்து உதவிய காங்கிரஸ் கட்சியினர், தேசப்பற்றாளர்கள் யாரொருவரின் சமரசத்தையும் வ.வே.சு பொருட்படுத்தவில்லை என்றும் இறுதிவரையிலும் வருணாசிரமத்தை நிலைநாட்டுவதில் பிடிவாதமாய் இருந்தார் என்றும் வரலாறு புனையப்பட்டிருக்கிறது. வ.வே.சு.வின் மரணத்திற்குப் பிறகு குருகுல விஷயத்தில் தனது அப்பிராயத்தை விளக்கும் பெரியாரின் அறிக்கை இப்படிச் சொல்கிறது: [வ.வே.சு. காங்கிரஸ் கமிட்டியிடம் மீண்டும் 5000 ரூபாய் நிதி உதவி கேட்டபோது பெரியாரும் தண்டபாணியும் அதனை மறுத்து குருகுலத்தில் சில கொடுமைகள் நடப்பதாய் கூறுகிறார்கள். அப்போது,] "ஸ்ரீமான் வ.வே.சு. அய்யர் அவர்கள் நான் அப்படிச் செய்வேனா, அந்த இடம் நிரம்பவும் வைதிகர்கள்

நிறைந்துள்ள இடமானதாலும், சமையல் செய்கிறவர்கள் ஒப்புக்கொள்ளாததாலும், இவ்வித வித்தியாசங்கள் இனிக் கொஞ்ச நாளைக்கு இருக்கும்; சீக்கிரம் மாற்றிவிடுகிறேன். அதுவரையில் நானும் சாதம் சாப்பிடுவதில்லை; அதற்காகத்தான் நிலக்கடலை சாப்பிட்டு வருகிறேன்" என்றார். [குடிஅரசு, 12.7.1925]

ஆனால் சொன்னபடியே இந்தப் பிரச்சினையை தீர்த்துவைக்க முடியாமல் பாபநாசம் அருவியில் மூழ்கிச் செத்துப்போனபோது குருகுலப் பிரச்சினை இத்தனை பெரிய வரலாற்றுப் பிறழ்வுக்கு வாய்ப்பளிக்கும் என அவர் நினைத்துப் பார்த்திருக்கமாட்டார். மீண்டும் கூறுகிறேன். வரலாறு என்பது சோற்றுப்பானை அல்ல. ஒற்றை விமர்சனத்தின் கீழ் வரலாற்றை மதிப்பிட்டுவிட முடியாது. பன்மைத்துவ விமர்சன முறையொன்றைக் கையாள வேண்டியது இன்றைய தேவை. ஆனால் எத்தனை பெரிய சங்கை எடுத்து ஊதினாலும் முன்முடிவுகளைக் கைவிடாதவரை இதெல்லாம் விளங்கிவிட வாய்ப்பில்லை.

கே.எஸ். முகம்மது ஷீஜப்பின் வாசகர் கடிதத்தில் 'வ.வே.சு. ஐயர் என்று தான் பரவலாக அழைக்கப்படுகிறார். ஒருவர் பரவலாக அறியப்பட்ட பெயரில் அவரை அழைப்பதில் என்ன தயக்கம்? சாதி வெறியை நம் மனத்திலிருந்து ஒழித்தாலே போதும்' என்று சொல்லியிருக்கிறார். 'ஐயர்' மட்டுமல்ல 'சக்கிலிச்சி' 'அமட்டண்' போன்ற விளிப்புகள் கூட பரவலானவைதான். சாதிவெறியை ஒழித்தால் போதும் என்பதற்காக இவைகளைக் காப்பாற்ற முடியுமா?

வ.வே.சு. கட்டுரையை ஒட்டி எழுந்த விவாதங்களில் ஜெயமோகன் தனது வலைப்பக்கத்தில் எழுதியிருக்கிற 'வ.வே.சு. அய்யரும் சாதி வெறியும்' என்ற கட்டுரையும் குறிப்பிடத்தக்கது. நடப்பு நிகழ்வுகளைக் கவனித்து எழுதக்கூடியவர் என்று ஜெயமோகன் குறித்து நான் கேள்விப்பட்டிருக்கிறேன். அதற்கேற்ப எனது உயிர்எழுத்து கட்டுரையையும் படித்து அதற்கு விரிவான மதிப்புரையும் எழுதியிருக்கிறார். ஒரு ஆரம்பகட்ட எழுத்தாளர் என்றும் பாராமல் எனது கட்டுரையைப் பொருட்படுத்தி அவர் மதிப்புரை எழுதியதற்கு நன்றிகள். கட்டுரையின் முக்கிய அம்சங்களைச் சுட்டிக்காட்டி பாராட்டியிருந்தார். எனினும் ஒரு ஐயம்... வ.வே.சு. கட்டுரை வெளிவந்த அதே மாதம் சமநிலைச் சமுதாயத்தில் 'நார்வே தாக்குதல்: நடந்தது என்ன?' [செப். 2011] என்றொரு கட்டுரையும் எழுதியிருந்தேன்.

நார்வேயில் ஒரு பாசிச பயங்கரவாதி 90க்கும் மேற்பட்டோரைக் கொன்றுகுவித்தவுடன் அவன் ஒரு முஸ்லிம் பயங்கரவாதி என முத்திரைகுத்தப்பட்டு அதன் எதிர்வினையாகக் கண்ணில் பட்ட முஸ்லிம்களெல்லாம் தாக்கப்பட்டனர். ஆண்டர்ஸ் பெஹ்ரிக் என்னும் பெயருடைய அவன் ஒரு கிறிஸ்துவ அடிப்படைவாதி என்கிற உண்மை வெளியானவுடன் இத்தாக்குதல் தனிநபர் பயங்கரவாதம் எனச் சுருக்கப்பட்டதோடு அவன் மனநலம் பாதிக்கப்பட்டவனாகவும் சித்தரிக்கப்பட்டான். இவ்வாறு பயங்கரவாதத்தின் பின்னுள்ள வலதுசாரிப் பாசிசம் அடக்கி வாசிக்கப்பட்டதையும் அந்தப் பாசிஸ்டுக்கும் இந்திய இந்துத்துவவாதிகளுக்கும் இருந்த கொள்கைத் தொடர்பையும் குறித்து அந்தக் கட்டுரையில் விரிவாக விளக்கியிருந்தேன். எல்லாவற்றையும் தேடிப்படிக்கும் ஜெயமோகன் கண்ணில் வ.வே.சு. கட்டுரை மட்டும் அகப்பட்டதும் நார்வே கட்டுரை அகப்படாததும் தற்செயலா? அல்லது அவரின் அரசியலா?

எப்படி இருப்பினும் வ.வே.சு குறித்த அவரது கட்டுரையில் வழக்கம்போலவே அவரை அடையாளம் காட்டும் பல்வேறு முடிச்சுகள் வெளிப்பட்டுள்ளதைச் சொல்லியாக வேண்டும். சேரமாதேவி குருகுலப் போராட்டத்தை பெரியார் - வ.வே.சு. விற்கு இடையிலான அகங்கார மோதலாகக் [personality clash] கட்டமைத்திருக்கிற ஜெ.மோ அதற்கேற்றார் போலக் குருலப்போராட்டத்தைத் திரித்திருக்கிறார். பெரியார் - வ.வே.சு இடையிலான பூசல் வலுத்துக் கொண்டிருந்த சூழலில் ஓமந்தூராரின் மகன் வந்து முறையிட்டதைப் போலவும் இதை வாய்ப்பாகப் பயன்படுத்தி பெரியார், வ.வே.சு.வைப் பழிதீர்த்ததைப் போலவும் ‘திரைக்கதையை’ உருவாக்கியிருக்கிறார்.

உண்மையில் ஓமந்தூரார் மகன் வந்து முறையிட்ட பிறகு தான் குருகுலப்போராட்டமே துவங்குகிறது. இந்தப் பிரச்சினையின் மூலம் இருவருக்கும் மனக்கசப்பு ஏற்பட்டிருந்தது உண்மைதான். எனினும் இவற்றைக் கடந்து வ.வே.சு. மீது பெரியாருக்கு ஒரு நன்மதிப்பு இருக்கத்தான் செய்தது. இந்தப் போராட்டத்தை இன்னொரு பக்கம் தீவிரப்படுத்திய வரதராஜுலுவும் கூட வ.வே.சு. மீது நன்மதிப்பு கொண்டவர்தான். சிறந்த தேசபக்தர், பெரும் கல்வியாளர், தமிழுக்குத் தொண்டாற்றுபவர் என்கிற அம்சங்களில் வ.வே.சு. வின் பங்களிப்புகளைச் சமகாலத் தலைவர்கள் உணர்ந்தே இருந்தனர். ஆனால் இவற்றையெல்லாம் மூடிமறைத்து, பெரியார் - வ.வே.சு.வை அனைத்து அம்சங்களிலும் எதிரிகளாக முன்னிறுத்தி,

பெரியார் உண்டாக்கிய திராவிட எழுச்சியை வெறும் தனிப்பட்ட பூசல் எனச்சுருக்குவது இந்துத்துவத் தந்திரமன்றி வேறென்ன?

குருகுல நடைமுறையைப் பற்றி விளக்கும் ஜெ.மோ, "ஒரு வழிபாட்டுமுறை கொண்டவர்கள் மேல் பிற வழிபாட்டுமுறைகள் திணிக்கப்படவில்லை. இது அன்றைய சூழலில் எவ்வளவு முக்கியம் என்பது சொல்லித் தெரியவேண்டியதில்லை. ஒரு சைவ வேளாளாப் பிள்ளைக்கு உபநிடதம் சொல்லிக் கொடுப்பது பெரும் அவமதிப்பாகவே கொள்ளப்படும்" என்று சொல்கிறார். சைவ வேளாளப் பிள்ளைக்கு உபநிடதம் சொல்லிக்கொடுப்பது யாருடைய மதத்திற்கு அவமதிப்பு? வைதீகத்திற்குத் தானே? அப்படியாயின் வ.வே.சு.வின் நோக்கம் வைதீக மதத்தைக் காப்பாற்றுவது என்றுதானே ஆகிறது. ஒன்றைப் புரிந்து கொள்ளுங்கள். எனது கட்டுரையின் நோக்கம் வ.வே.சு. வைதீக மதத்திற்கு அப்பாற்பட்ட மனிதர் எனச்சொல்வதல்ல.

பெரியார் மீது தொடர்ந்து காழ்ப்பைக் கக்கிவரும் ஜெ.மோ இங்கேயும் அதைத் தவறாமல் செய்திருக்கிறார். "இப்போது தலித் சிந்தனையாளர்கள் சுட்டிக்காட்டுவது என்னவென்றால் 1925 வாக்கில் சேரமாதேவி ஆசிரமத்தில் பிராமணரல்லாத உயர்சாதி மாணவர்களுக்குத் தீட்டு கற்பிக்கப்பட்டது எனக் கொதித்தெழுந்த திராவிட இயக்க அரசியல்வாதிகள் 1960களில் கூட அதே ஒதுக்கு தலித் மாணவர்களுக்கு அனேகமாக எல்லாப் பள்ளிகளிலும் இருந்ததை ஒரு பொருட்டாகவே நினைக்கவில்லை. 1990களில் கூட பல்வேறு ஆலயங்களில் தேர்த்திருவிழாக்களில் தலித்துகள் ஒதுக்கப்பட்டது அவர்கள் கண்ணில்படவில்லை" என்று குமுகிறார்.

1990கள் என்ன இன்றளவும் கூட இவையெல்லாம் நடந்து கொண்டுதான் இருக்கின்றன. அதேசமயம் இதற்கெதிரான போராட்டங்களும் நடந்துகொண்டுதான் இருக்கின்றன. இதில் தலித்துகள் மட்டுமின்றி சில தலித் அல்லாதவர்கள், பெரியார் - திராவிடக் கழகம் முதலான திராவிட இயக்கத்தவர்கள், தீண்டாமை ஒழிப்பு முன்னனி முதலான இடதுசாரிகள் எல்லோரும் போராடத்தான் செய்கிறார்கள். இதிலிருந்து ஒதுங்கியிருப்பது உங்கள் வகையறாக்கள் தான்.

'பெரியார் ஒரு கலகக்காரரே இல்லை' 'சொந்த சாதியின் எல்லையை மீறாதவர்' 'மத அடையாளத்தைத் துறக்க மறுப்பவர்' 'நிலையற்ற சிந்தனை போக்குடையவர்' என்றெல்லாம் புழுதிவாரித்

தூற்றிவரும் ஜெ.மோ. இந்தக் கட்டுரையில், “...இதைப் பெரியாரின் சாதியப் போக்கு என சில தலித் எழுத்தாளர்கள் எழுதுவதை என்னால் ஏற்கமுடியவில்லை. அவர் இந்த மனநிலைகளுக்கு அப்பாற்பட்ட சீர்த்திருத்தவாதி என்றே நான் நினைக்கிறேன்” என்று அந்தர்பல்டி அடிக்கிறார். எங்களுக்கும் சமச்சீர்க்கல்வி தான் வேண்டும் என்று சொல்லிக்கொண்டே உச்சநீதிமன்றத்தில் வழக்கு தொடுத்த கதையைப் போல் இருக்கிறது ஜெ.மோ.வின் பெரியார்க் கரிசனம்.

வ.வே.சு.வை ஜெ.மோ. உயர்த்திப்பிடிக்கலாம். எப்பேற்பட்ட ‘ஐயர்’ என்று சிலாகிக்கலாம். ஆனால் நாம் முன்னிறுத்துகிற வ.வே.சு.வை அவரால் உட்செரித்துவிட இயலாது. வ.வே.சு காந்தியப்பாதைக்குச் சென்றதை அஹிம்சைப் பாதைக்குச் சென்றதாக ஜெ.மோ. கூறுகிறார். ஆனால் அது வெறும் அஹிம்சைப் பாதை மட்டுமன்று மற்றமைகளை எல்லாம் உள்ளடக்கிய மகத்தான பாதை என்று நாம் சொல்கிறோம்.

இறுதியாக ஒன்று. வ.வே.சு. பிறப்பால் பார்ப்பனராக இருக்கலாம். ஆனால் இந்த நாட்டில் முஸ்லிம்கள், கிறிஸ்தவர்கள் பல்வேறு மதநம்பிக்கையுடையோர், பல்வேறு சாதியினர், பல்வேறு மொழியினர் எல்லோரும் வாழ்கிறார்கள் என்பதை உணர்ந்து அவர்களை உள்ளடக்கும் மிகச்சிறந்த பண்பை அவர் கொண்டிருந்தார். வ.வே.சு.விடம் ஒரு இலக்கியமனம் இருந்தது. அது ஒரு முக்கிய பங்காற்றியது என நான் நம்புகிறேன். ஆனால் ஜெயமோகன்! நீங்களும் அம்பை போன்றவர்களும் காஷ்மீர் போராட்டம் குறித்து எழுதும் கட்டுரைகள், முஸ்லிம்கள் மீது தொடர்ச்சியாக நீங்கள் முன்வைக்கும் பார்வைகள், முஸ்லிம்களின் இருப்பை அங்கீகரித்துக் குரலெழுப்பும் அ. மார்க்ஸ், எஸ்.வி. ராஜதுரை போன்றோர் மீது நீங்கள் கக்குகிற கொச்சை அவதூறுகள் இவற்றையெல்லாம் காணும்போது உங்களுடைய அரசியலுக்கு அப்பால் உங்கள் இலக்கிய மனத்தையும் சந்தேகிக்க வேண்டியிருக்கிறது.

☐ உயிர் எழுத்து, நவம்பர், 2011.

அம்பை: இரண்டு திருப்பதி லட்டும் இந்துத்துவ அதிகாரமும்

டிசம்பர், 10 இதழில் அம்பையின் 'இரண்டு சூடான அவித்த முட்டைகளும் காஷ்மீரமும்' கட்டுரை வாசித்தேன். 'அங்கு (அயோத்தி) கோவில் கட்டவேண்டுமானால் நாங்கள் தோள் கொடுக்கிறோம். போதும் இந்த பிரச்சினையும் அதை ஒட்டிய சச்சரவும்' என முஸ்லிம் மக்கள் அங்கலாய்த்ததாகத் தொடங்கி, பாகிஸ்தான் பழங்குடியினரை விரட்டியடித்து காஷ்மீர் நிலத்தில் இந்திய அரசு சட்டம் ஒழுங்கை நிலைநாட்டியது, பலவந்தத் திருமணமோ பலவந்த இணைப்போ தேவையில்லை என நேரு சனநாயகத்தை உயர்த்திப் பிடித்தது, 4,00,000 காஷ்மீரி பண்டிட்களை சையது ஷா கிலானி விரட்டியடித்தது என்பதாகப் பல்வேறு அரிய செய்திகளைக் 'கண்டுபிடித்துச்' சொல்லியிருந்தார் அம்பை.

'கோயிலை வேண்டுமானாலும் கட்டிக்கொள்ளுங்கள்' என்று சொல்கிற முஸ்லிம் மக்களின் குரல், இந்திய சனநாயகத்தின் மீது இறுதி நம்பிக்கையையும் இழந்துபோன விரக்தியின் எதிரொலியாகத்தான் ஒலிக்கிறது. தீர்ப்பை ஜீரணிக்க இயலாமல் போராடுபவர்களும் பலர் இருக்கிறார்கள். அவர்களோடு இணைந்து நிற்கவேண்டியதன் - சனநாயகத்தை மீட்டெடுக்க வேண்டியதன் அவசியத்தை வலியுறுத்தாமல் 'கோயிலைக் கட்டிக்கொள்ளுங்கள்' என்று சொல்லி முஸ்லிம்களே சுமுக வழியை எதிர்நோக்குகிறார்கள் என பம்மாத்துவதும், முஸ்லிம்களுக்குச் சொந்தமான இறைவழிபாட்டுத் தளத்தில் 'கட்டணக் கழிப்பிடங்களைக் கட்டச்சொல்கிறார்கள்' என 'புரட்சி' பேசுவதும் அப்பட்டமான இந்துத்துவ மனோபாவமன்றி வேறில்லை.

காஷ்மீர் நிலத்தில் இந்திய அரசு சட்டம் ஒழுங்கை நிலைநாட்டியிருப்பதாகச் சொல்வது பச்சை அயோக்கியத்தனம். இந்திய அரசு அரசியல் சட்டங்களை உச்சபட்சமாக அத்துமீறியதும்

- மீறுவதும் காஷ்மீரில் தான். பாகிஸ்தான் பழங்குடியினரை விரட்டியடிப்பதற்குக் காஷ்மீர் அரசு உதவி கோரியபோது, இந்தியாவுடன் இணைய வேண்டியதை நிபந்தனையாக்கித்தான் இந்திய அரசு உதவ முன்வந்தது. இந்த அடிப்படையில் பாகிஸ்தான் படைகள் தோற்கடிக்கப்பட்டபின்பு, காஷ்மீர் மன்னன் ஹரிசிங்கிற்கும் இந்தியப் பிரதமர் நேருவிற்கும் இடையில் 'இணைப்பு ஒப்பந்தம்' கையெழுத்தானது. இந்த ஒப்பந்தம் முக்கியஅம்சங்களாக இரு கூறுகளைக் கொண்டிருந்தது.

1. பாதுகாப்பு, அயலுறவு, தகவல் தொடர்பு ஆகிய மூன்று துறைகளின் அதிகாரங்கள் மட்டுமே இந்திய அரசிடம் கையளிக்கப்படும்.
2. இந்திய அரசின் வாக்குறுதி: ஊடுருவல்காரர்கள் விரட்டி அடிக்கப்பட்டு சட்டம் ஒழுங்கு நிலைநாட்டப்பட்ட பின்னர் நடத்தப்படும் கருத்துக்கணிப்பில் ஜம்மு-காஷ்மீர் மக்களின் ஒப்புதல் கிடைத்தால் மட்டுமே இந்திய அரசுடனான இணைப்பு இறுதியாக்கப்படும்.

இந்த அடிப்படையிலேயே இந்திய அரசியல் சட்டத்தின் 370ஆவது பிரிவு உருவாக்கப்பட்டு சுயாட்சி உரிமைகள் கொண்ட ஜம்மு-காஷ்மீர் மாநிலம் அமைக்கப்பட்டது. ஆனால் இந்த ஒப்பந்தத்தின் நிபந்தனைகள் நேருவின் காலத்திலேயே மீறப்பட்டன. 'சர்வதேச ரீதியாக ஏற்றுக்கொள்ளப்பட்ட பொதுவாக்கெடுப்பு மூலம் மக்கள் தங்கள் எதிர்காலத்தைத் தாங்களே தீர்மானித்துக் கொள்ளலாம்' என்று வானொலியிலும், ஐ.நா அவையிலும் தான் அளித்த வாக்குறுதியை நேரு இறுதிவரையில் நிறைவேற்றவில்லை. வாக்கெடுப்பு பற்றி காஷ்மீரில் குரல்கள் ஒலித்த போதெல்லாம் ரொம்பவும் கவனமாகத் தட்டிக்கழித்தார்.

அடுத்தடுத்த காலங்களில் இந்திய அரசின் ஆதிக்கம் காஷ்மீர் மக்களின் மீது கொடூரமாய்ப் பிரயோகிக்கப்பட்டது. 1990 ஜூலையில் அறிவிக்கப்பட்ட 'ஆயுதப்படையின் சிறப்பு அதிகாரச் சட்டமும்' 'ஜம்மு-காஷ்மீர் கலகப் பகுதிச் சட்டமும்' ஆயுதப்படைகள் மற்றும் காவல்துறைகளுக்கு ஒரே மாதிரியான அதிகாரங்களை வழங்கின. இரவுபகல் பாராது வீடுகளில் சோதனைகளுக்கு நுழைவது, பொருட்களைப் பறிமுதல் செய்வது, கைது, கொலை, பாலியல் பலாத்காரம், வன்கொடுமை என்பதாகவே இந்த அதிகாரங்கள் இன்றளவும் பயன்படுத்தப்படுகின்றன. மரண ஓலங்களும், உறவுகளை இழந்த சோகமும், பெண்களின் கதறலும்

காஷ்மீரிகளின் - குறிப்பாக முஸ்லிம்களின் வாழ்வில் அன்றாட நிகழ்வுகளாகிவிட்டன. இவையெல்லாம் காஷ்மீர் பிரச்சனையை அக்கறையோடு கவனிக்கிற யாரொருவரும் அறிந்தவைதான். ஆனால் இந்தச் செய்திகள் எதுவுமே அம்பையின் கட்டுரையில் இல்லை. அறைக்குள் அமர்ந்தபடியே எந்த ஒரு பிரச்சினை குறித்தும் கட்டுரை எழுதிவிடலாம் என்கிற எண்ணத்தை அம்பை கைவிடவேண்டும் அல்லது குறைந்தபட்சம் செய்தித்தாள்களையாவது புரட்டவேண்டும்.

மக்கள் மீதான இந்த வன்முறைகளெல்லாம் ஆயுதப்படையினரால் மேற்கொள்ளப்படுபவை மட்டுமல்ல. இசுலாமிய தீவிரவாத்ததால் பாதிக்கப்படுபவர்களும் இருக்கதான் செய்கிறார்கள். ஆனால் வேறெந்தத் தீவிரவாதத்திலிருந்தும் காஷ்மீர் தீவிரவாதத்தை வேறுபடுத்திப் பார்க்க வேண்டியிருக்கிறது. இந்திய அரசின் அட்டூழியங்களும், அடக்குமுறைகளும், வாக்குறுதியை அள்ளிக் கொடுத்து ஏமாற்றிய நயவஞ்சகமும் காஷ்மீரில் தீவிரவாதம் வேர்கொண்டதன் பின்புலமாய் அமைந்திருப்பது மறுக்க இயலாத உண்மை. இப்படியாகப் பிரச்சனையின்பால் இருக்கிற பன்முகச் சிக்கல்களை விவாதிக்காமல் காஷ்மீரில் சட்டம் ஒழுங்கு நிலைநாட்டப்பட்டதென்றும், நேரு சனநாயகம் பேசினார் என்றும் சொல்கிற அம்பையின் மொழியை அறியாமை என்பதா? இந்துத்துவ அதிகாரம் என்பதா?

4,00,000 காஷ்மீரி பண்டிட்களும் கிலானி கூட்டத்தாரால் துரத்தப்பட்டனர் என்று சொல்வதும் கூட ஒரு ஆர்.எஸ்.எஸ். புளுகு தான். காஷ்மீரில் ஜக்மோகன் ஆளுநராக இருந்தபோது, ‘பள்ளத்தாக்கில் இந்துக்களும் காஷ்மீரிகளும் ஒற்றுமையாய் இருப்பது ஆயுதப்படையினரின் மன உறுதியைக் கெடுக்கும்’ என்றுசொல்லி அவர் வற்புறுத்தியதன் பேரில்தான் பண்டிட்கள் வெளியேறினர். பண்டிட்கள் வெளியேறுவதைத் தவிர்க்கக் கோரிய முஸ்லிம் தலைவர்களின் முயற்சியும் செவிமடுக்கப்படவில்லை.

வெளியேறிய பண்டிட்களுக்கு டில்லியில் வாடகை அதிகமுள்ள வணிகப்பகுதியில் கடைகள், அரசு ஊழியர்களாக இருந்த அனைவருக்கும் ஓய்வு பெறும் வயதுவரை முழு ஊதியம், குடியிருப்பு வசதிகள் என சகல சௌபாக்கியங்களும் அமைத்துத்தரப்பட்டன. (இந்தியாவில் வேறு எந்த இன அகதிகளுக்கும் இத்தகைய சலுகையும், செல்வாக்கும் அளிக்கப்படாததும், ஈழ அகதிகளுக்கு அளிக்கப்படும் முக்கியத்துவமும் இங்கு ஒப்பிடத்தக்கது) எஞ்சியுள்ள பண்டிட்கள் ஒப்பீட்டளவில் பெரிய அச்சுறுத்தல்கள் இல்லாமல்தான் வாழ்ந்து கொண்டிருக்கிறார்கள். பல பத்து வருடங்களுக்கு முன்பு

பண்டிட்கள் மீது நிகழ்த்தப்பட்டதாகச் சொல்கிற வன்முறையைப் பூதாகரமாக்குகிற அம்பை, அதனினும் பன்மடங்கு வன்முறையை ஒவ்வொரு நாளிலும் எதிர்கொள்கிற காஷ்மீர் மக்களின் அவலம் குறித்து இம்மியும் வாய்திறக்காததை எப்படிப் புரிந்து கொள்வது? இந்த லட்சணத்தில், காஷ்மீர் கூட்டத்தில் கிலானியுடன் அருந்ததிராய் அமர்ந்திருந்ததை எதிர்த்த பண்டிட்களை போலிஸ் விரட்டியபோது அந்த வன்முறையை(!) எதிர்த்து அருந்ததிராய் குரல்கொடுக்கவில்லை என்று குற்றம்சாட்டுகிறார் அம்பை. தான் ஆடாவிட்டாலும் தசை ஆடும் என்று சும்மாவா சொன்னார்கள்!

பச்சைநிறப் பாகிஸ்தானியக் கொடிகளைத் தாங்கியபடி திரண்டெழுந்த கூட்டத்தினர் (காஷ்மீர்) 'ஹம் க்யா சாஹதே? ஆஸாதி. (எங்களுக்கு என்ன வேண்டும்? சுதந்திரம் வேண்டும்)' 'ஜியே ஜியே பாகிஸ்தான் (வாழ்க வாழ்க பாகிஸ்தான்)' 'Indian dog go away (இந்திய நாயே வெளியேறு)' என்று முழங்கினார்களாம்.எனவே பாகிஸ்தானைச் சார்ந்து இருப்பது அல்லது மத அடிப்படையில் இயங்கும் நாடாக இருப்பது என்பதாகவே காஷ்மீர் அமையுமாம்! ஆருடம் சொல்லவும் அம்பை தவறவில்லை.

ஒன்றை நாம் கணக்கிலெடுக்க வேண்டும். இந்தக் கோடையில் நடைபெற்ற போராட்டம் இளைஞர்கள், பெண்கள், அரசியல் தலைமையற்ற பெரும்பாலான பொதுமக்கள் ஆகியோரால் நடத்தப்பட்டது. 'ஜியே ஜியே பாகிஸ்தான்' என்றும் 'Indian dog go away' என்றும் அந்த மக்களின் வாயிலிருந்து தெறிக்கும் முழக்கங்களை அவர்கள் மீதான ஒடுக்குமுறைகளோடு இணைத்துப் பார்க்க வேண்டும். ஐந்து காஷ்மீரிகளுக்கு ஒரு ராணுவவீரன் என்ற விகிதத்தில் அங்கே ஆயுதப்படையினர் குவிக்கப்பட்டிருக்கிறார்கள். அவர்களின் அக்கிரமங்களை எத்தனை காலம் தான் பொறுக்க முடியும்? போராளிகள் இந்திய நாயைத்தானே வெளியேறச் சொல்கிறார்கள் இந்திய மக்களை இல்லையே? 'மக்கள் தங்கள் எதிர்காலத்தை தாங்களே தீர்மானித்துக் கொள்ளலாம்' என்ற வாக்குறுதியை இன்னும் எத்தனை நூற்றாண்டிற்கு ஒத்திப்போடுவது? காஷ்மீர் மத அடிப்படையில் இயங்கும் நாடாகிவிடும் என்றால் இந்தியா மட்டும் மதச் சார்பற்ற நாடா?

காஷ்மீர் மக்களின் அவலங்களை எந்த வகையிலும் கணக்கிலெடுக்காமல் முழுக்க முழுக்க இந்துத்துவ அதிகாரத்தை உமிழ்ந்திருக்கிறார் அம்பை. இறுதியாக அவருக்கு ஒரு ஆலோசனை: வருகிற தேர்தலில் பா.ஜ.க வின் பிரச்சாரப் பீரங்கியாக அம்பை முழங்கச் செல்லலாம். அப்படிச் செல்வாரானால், பா.ஜ.க

பக்தகோடிகள் அவர் செல்லும் காரை வழிமறித்து, இரு உள்ளங்கையிலும் இரண்டு திருப்பதி லட்டுகளை வைத்து மூடி 'ராமநாமம் உன்னை ஆசிர்வதிக்கட்டும்' என்று கூறி விடைபெறவும் வாய்ப்பிருக்கிறது. அம்பைக்கு அது மனதைத் தொடும் நிகழ்வாக அமையும்.

குறிப்பு:

i. பிரச்சாரத்தில் கானகனும் இணைந்து கொள்ளலாம்.

ii. மாலதி மைத்ரி தனது கட்டுரையில், 'மாவோயிஸ்டுகளை முழுமையான ஜனநாயகவாதிகளாக நான் பார்க்கவில்லை.சொந்த நாட்டு மக்களையே கொல்லும் இந்தப் பாசிச அரசாங்கத்தை எதிர்த்து ஆதிவாசிகளுக்காகப் போராடுவதால் ஆதரிக்கிறேன். எதிர்காலத்தில் இவர்கள் ஆட்சிக்கு வந்தால் நானே இவர்களின் எதிரியாகக்கூட வாய்ப்புள்ளது' என்ற அருந்ததிராயின் கூற்றைச் சுட்டிக்காட்டி, இந்த அரசியல் தெளிவு அறிவுஜீவிகளுக்கு விடுதலைப்புலிகள் குறித்து அமையாதது வருத்தமே என்று கூறியுள்ளார்.

அரசு அதிகாரத்திற்கு எதிரான போராளிகள் என்பதற்காக மாவோயிஸ்டுகளையும் விடுதலைப்புலிகளையும் ஒரே தட்டில் வைத்து எடைபோடுவது அபத்தம். தாம் எந்த மக்களுக்காகப் போராடுகிறார்களோ அந்த மக்களின் - பழங்குடியினரின் செல்வாக்கைப் பெற்றிருப்பவர்கள் மாவோயிஸ்டுகள். அந்த மக்களையும் அரசியலுக்குத் தூண்டியிருக்கிறார்கள். தமது போராட்டத்தில் இணைத்துக் கொண்டிருக்கிறார்கள். ஆனால் விடுதலைப் புலிகள் தமது அதிகாரபீடத்திற்குக் கீழாய் மக்களை வைத்தவர்கள். இறுதி நாட்களில் போர்த்தடுப்பு அரண்களாக மக்களைப் பயன்டுத்தியவர்கள்.

இந்த வகையில்தான் மாவோயிஸ்டுகளை ஆதரிக்கிற போதும் விடுதலைப்புலிகள் குறித்து அருந்ததிராய் இப்படிச் சொல்கிறார்: "எந்த மக்களைத் தாம் முன்னிலைப்படுத்துவதாகப் புலிகள் கூறினார்களோ அம்மக்கள் பேரிழப்பைச் சந்திப்பதற்கும் புலிகளே காரணமாகிவிட்டனர்".

மக்களுக்கான அரசியலை முன்னெடுக்கும் அறிவுஜீவிகள் அரசியல் தெளிவோடுதான் இயங்குகிறார்கள் என்பதைப் புரிந்துகொண்டால் மாலதி மைத்ரியின் வருத்தம் குறையும்.

■ காலச்சுவடு, ஜனவரி, 2011.

வாசந்தி: இந்தியப் பெண்ணியம் என்ற போர்வையில் இந்துப் பெண்ணியம்

கடந்த ஜூன் மாத 'தீராநதி' இதழில் வாஸந்தியின் கட்டுரையைப் படித்தேன். இந்தியச் சூழலில் பெண்ணியக் கருத்துக்களை வரலாற்று ரீதியாக எப்படித் தேடலாம் என்பது குறித்து அவரது பார்வையை விளக்கி இருந்தார். காஷ்மீர் தொடங்கி தமிழ்நாடு வரையிலான பல முக்கியப் பெண் ஆளுமைகளைப் பற்றிச் சொல்லியிருந்தார். இப்படியான தேடல்கள் அவசியமானவை தான். நமது மரபின் முக்கியத்துவங்களைப் புறக்கணித்துவிட்டு மேலை மரபுகளை மட்டுமே தோண்டிக் கொண்டிருக்கக்கூடாது என்பதில் நமக்கு மாற்றுக் கருத்து இல்லை. ஆனால் இப்படியான தேடல்கள் பலவும் தமது பழம்பெருமையை உச்சபட்சமாய் உயர்த்திப் பிடிப்பவையாகவும் அதனூடாய் எல்லாவற்றிலும் தமது முதன்மையை 'நிறுவுபவையாகவும்' அமைந்துவிடுவது தான் சிக்கலை ஏற்படுத்துகிறது.

ஒரு இலக்கியக் கூட்டத்தில் தமிழரின் பண்பாட்டுப் பெருமைகளை எடுத்துரைத்துப் பேசிய கவிஞரொருவர், "சாதியை ஆரியர்கள் கண்டுபிடித்தார்கள் என்று யார் சொன்னது? அதைக் கண்டுபிடித்தவர்கள் எமது மூதாதைத் தமிழர்கள் தான். அந்தப் பெருமை(!) எங்களுக்குத் தான் உரியது" என்று மார்தட்டிக் கொண்டது நினைவிற்கு வருகிறது. எல்லாவற்றிலும் முதன்மையாய் இருக்க விழைவதும் முதன்மையைத் தேடிக் 'கண்டுபிடிப்பதும்' அபத்தமானது மட்டுமல்ல ஆபத்தானதும் கூட. இந்திய ஆன்மீகப் பாரம்பரியத்தில் வந்த பெண்களை ஆதிப் பெண்ணியவாதிகள் என்று நிறுவும் வாஸந்தியின் கட்டுரையிலும் இப்படியான ஆபத்துகள் உள்ளன. அவற்றில் சில:

1. மேலைப் பெண்ணியம் தோன்றுவதற்கு வெகுகாலத்திற்கு முன்பே இந்தியாவில் ஆதிப்பெண்ணியமும் பெண்ணியவாத அடிப்படைத் தத்துவமும் தோன்றிவிட்டது என வரையறுத்தல்.

பெண்ணியம் என்பது ஒரு நவீன கோட்பாடு. இன்று உலக அளவிலான அரசியலாக இயங்குகிறபோதும் அது ஒரு நவீனத்துவ வெளிப்பாடு என்பதை நாம் மனதில் கொள்ள வேண்டும். மேலைச் சமூகத்தில் 16, 17 ஆம் நூற்றாண்டுகளில் எழுந்தப் பெண் விடுதலைச் சிந்தனைகளில் தோற்றம் கண்டு, முதலாம் அலைப் பெண்ணியம், இரண்டாம் அலைப் பெண்ணியம், தீவிரவாதப் பெண்ணியம் (கருப்புப் பெண்ணியம்) எனப் பல்வேறு படிநிலைகளை அடைந்த விடுதலைக் கோட்பாடுகளின் கருத்தாக்கமே பெண்ணியமாக அறியப்படுகிறது. தந்தைவழிச் சமூகம் கட்டமைத்திருந்த ஒடுக்குமுறைக் கலாச்சாரத்தை அம்பலப்படுத்தி, "பெண்ணாக யாரும் பிறப்பதில்லை உருவாக்கப்படுகிறார்கள்" என்பதை அறிவித்ததோடு குடும்பம், சமூகம், பாலியல், அரசியல் என அனைத்துத் தளங்களிலும் பெண்களுக்கான சுயநிர்ணய உரிமையை முன்னிறுத்திப் போராடியதை நவீனத்துவ வெளிப்பாடுகளில் ஒன்றாகவே நாம் விளங்கிக் கொள்ள வேண்டும். அறிவொளிக்காலம், அறிவியல் கண்டுபிடிப்புகள், தொழிற் புரட்சிகள் என வேகமாய் வளர்ந்து கொண்டிருந்த மேலைச் சமூகத்தின் முற்போக்கு அம்சங்கள் பெண்ணியக் கருத்தாக்கம் வளர்ந்து விகசிப்பதற்கு வழிகோலின.

அதேசமயம் நவீனத்துவத்தை எட்டாத நமது சாதிய - ஆணாதிக்கச் சூழலில் பெண்ணியத் தன்னெழுச்சியானது மேலைச் சமூகத்திற்கு இணையாக வெளிப்பாடு கொள்ளவில்லை என்பது மட்டுமின்றி சில அடிப்படைத்தன்மைகளையும் கூட எட்டாமல் இருந்தது. உண்மையில் இந்தியாவில் பெண்ணிய அடிப்படைகளை அடையாளம் காண வேண்டுமென்றால் அதை நமது பெரியார், ஜோதிபா பூலே, சாவித்திரி பாய் பூலே போன்றோரிடமிருந்துதான் தொடங்கவேண்டும். ராஜாராம் மோகன்ராய், பாரதியார் ஆகியோரும் இவ்வகையில் முக்கியமானவர்கள் என்றபோதிலும் புதிய தேசிய உருவாக்கத்தின் ஓரங்கமாகவே அவர்கள் பெண்விடுதலையைக் கண்டார்கள். தேசியத்தின் வரம்புகளுக்கும் எல்லைகளுக்கும் உட்பட்டே அவை இயங்கின. இந்துச் சமூகத்தை அதன் எல்லைக்குள் நின்று புதிய சூழலுக்குத் தகவமைப்பதாகவே அவை அமைந்தன. ("நமது தேசத்து ஸ்திரீகள் இப்போது கொண்டிருக்கும் கற்பு, அடக்கம், ஒழுக்கம் முதலியவை மாறிப்போய்விட வேண்டுமென்பது நமது கருத்தில்லை. இவர்களை இன்னும் சுயாதீனம், சுதந்திரம்,

அஞ்சாமை, தேசபக்தி முதலியவற்றிலே அவசியம் பயிற்சிபெறச் செய்ய வேண்டுமென்பதே நமது பிரார்த்தனை" என்பது பாரதியின் கூற்று - 16.3.1907, 'இந்தியா')

ஆதிப்பெண்ணியவாதிகள் என வாஸந்தியால் முன்னிறுத்தப்படுகிற அவ்வை, ஆண்டாள், காரைக்கால் அம்மை, அக்காமகாதேவி, லாலா, வெங்கமாம்பா ஆகியோர் ஆணாதிக்கச் சமூகத்தில் குடும்பக் கட்டுகளை உடைத்தெறிந்து தமது விழைவுகளை - சமரசங்களுக்கு உட்பட்டும் அத்துமீறியும் - நிறைவேற்றிக் கொண்டவர்கள் என்ற வகையில் முற்போக்கு அம்சம் கொண்டவர்கள் தான். ஆனால் குடும்பக் கட்டை உடைந்தெறிந்த அவர்கள் ஆன்மீகக் கட்டிற்குள் சரண் புகுந்ததையும் அன்றைய (இந்தியச்) சூழலில் அந்தச் சரணாகதிக்கு மட்டுமே வாய்ப்பு இருந்தது என்பதையும் நாம் கவனிக்கவேண்டும். நவீனத்திற்கு முந்தைய சமூகத்தின் இந்த வரம்புகளை (limitations) எல்லாம் புறந்தள்ளி நவீனத்துவ சமூகத்தின் விடுதலைச் சிந்தனைகளை அது தோற்றம் கொள்ளாத காலகட்டத்தில் (அவ்வை, ஆண்டாள் காலத்தில்) கொண்டுபோய் பொருத்துவதென்பது ஏற்க இயலாதது.

பொருளாதார அறிஞர் அமர்த்தியா சென், தனது புகழ்பெற்ற 'Argumentative India' என்னும் நூலில் பேரரசர் அக்பரை 'secularist' என்று வகைப்படுத்தியிருந்ததைக் கண்டித்த சஞ்சை சுப்பிரமணியன் போன்ற வரலாற்றறிஞர்கள், 'secularism' என்பது ஒரு நவீன காலச் சிந்தனை என்றும் நவீனத்திற்கு முந்தைய காலகட்டத்தில் அதைப் பொருத்துவது தவறு என்றும் சுட்டிக்காட்டியது இங்கே குறிப்பிடத்தக்கது.

2. இந்தியப் பெண்களின் இயக்கங்களை ஆதிப்பெண்ணியமாக அடையாளம் கண்டு, சமகால மேலைப் பெண்களின் இயக்கங்களைப் புறந்தள்ளுதல்.

எல்லாவற்றிலும் சுயபுராணம் பாடுவது என்பது தன்னைத் தானே உயர்த்திக் கொள்வதோடு நின்றுவிடுவதில்லை. பிற சிந்தனை மரபுகள் அளித்த கொடைகளையும் அது மூடி மறைக்கிறது; பின்னுக்குத் தள்ளுகிறது. மேற்கு உலகத்தில் மிகத் தாமதமாகத்தான் பெண்ணின் கலகக்குரல் வெளிப்பட்டது என்றும் பாரத மண்ணில் ஆன்மீக விழிப்பு கொண்ட அதிசயப் பெண்கள் சூழலுக்குத் தகுந்த வியூகம் வகுத்து எதிர்ப்பைக் காட்டியிருக்கிறார்கள் என்றும் புல்லரித்துப் போகிறார் வாஸந்தி. இந்திய - ஆன்மீகத்

தளத்திற்குள்ளேயே எல்லா தத்துவங்களையும் ‘கண்டுபிடித்துவிட’ வேண்டும் என்பதில் வாஸந்திக்கு இருக்கும் ஆர்வம் நமக்குப் புரிகிறது.

ஆனாலும் ஒன்று விளங்கவில்லை. மேலைப் பாரம்பரியம் என்பதாக வாஸந்தி எதனைக் குறிப்பிடுகிறார்? ரோம, கிரேக்கக் கலாச்சாரத்தில் அவ்வையாருக்கோ காரைக்காலம்மையாருக்கோ இணை யாரும் இல்லை என்கிறாரா? அல்லது மேலைப் பெண்கள் எல்லாம் ‘கணவனே கண்ட தெய்வமாக’, ‘படி தாண்டாப் பத்தினிகளாக’ குடும்ப விளக்கேற்றினார்கள் என்கிறாரா? எந்த அடிப்படையில் இப்படியான ஒரு பிரகடனத்தைச் செய்கிறார்?

தாய்வழிச் சமூகத்தின் எச்சங்களாய் தமது உரிமைகளையும் வேட்கைகளையும் தங்களின் இலக்கியச் செயல்பாடுகளினூடாகவும் அரசியல் செயல்பாடுகளினூடாகவும் நிறுவிக்கொண்ட பெண்கள் மேலைச் சமூகங்களிலும் இருக்கத்தான் செய்தார்கள். கி.மு. 7ஆம் நூற்றாண்டில் வாழ்ந்த கிரீஸ் நாட்டின் பெண்கவி சஃப்போ (Sappho) கிட்டத்தட்ட 10 நூல்களை இயற்றியிருந்தார். அவற்றில் பெரும்பாலானவை அவரது உணர்வுகளையும் அந்தரங்கங்களையும் குறிப்பாக சக பெண் தோழிகளுடன் அவருக்கிருந்த உறவையும் கொண்டாடுபவையாக இருந்தன. அதாவது இன்றைய மொழியில் ஓரின வேட்கையை வெளிப்படுத்தும் ‘லெஸ்பியன்’ கவிதைகளாக அவை இருந்தன. (சஃப்போ, கிரீஸ் நாட்டின் ‘லெஸ்பாஸ்’ தீவில் வாழ்ந்தவர். அங்கே பெண்கள் சமூகங்களாக இணைந்திருந்தனர். இதிலிருந்து தான் ‘லெஸ்பியன்’ என்ற சொல் உருவானதாகச் சொல்லப்படுகிறது).

கி.மு. 3 அல்லது 4ஆம் நூற்றாண்டில் ஏசரா (Aesara) என்ற பெண் தத்துவவியலாளர் (அவர் குறித்து பல சர்ச்சைகள் இருந்தபோதும்) கிரேக்கத்தில் வாழ்ந்ததற்கான சான்றுகள் உள்ளன. விபியா சபினா (vibia Sabina) என்ற ரோம் நாட்டுப் பேரரசி (கி.பி. 136) மற்ற அரசிகளைப் போல் அரசவையை அலங்கரிப்பவளாக மட்டும் இல்லாமல் கல்வியில் சிறந்தவளாகவும் பல்வேறு இடங்களுக்குப் பயணம் மேற்கொண்டவளாகவும் இருந்ததோடு அரசியலிலும் பங்களித்திருக்கிறார். தனது அந்தரங்க வாழ்க்கையில் சுதந்திரமானவராகவும் குழந்தைகள் இன்றி இருந்த அவர் பல்வேறு காதல் உறவுகளின் மூலம் தமது உணர்வுகளை பூர்த்தி செய்து கொண்டவராகவும் இருந்தது குறிப்பிடத்தக்கது.

சிவபெருமானின் அன்பைப் பெற்ற காரைக்கால் அம்மையைப் போல் தனது கவிதைகளின் மூலம் முகம்மது நபியின் அன்பைப் பெற்ற அல் - ஃகன்ஸா (Al-khansa) எனும் பெண்கவி 7ஆம் நூற்றாண்டில் வாழ்ந்ததும் அறியத்தக்கது. இவைமட்டுமின்றி போர்க்களத்தில் ஆயுதமேந்திப் படைகளை வெற்றிகொண்டவர்கள், இலக்கியத்தில் கவிபாடி மிளிர்ந்தவர்கள், கதை புனைந்தவர்கள், மொழிபெயர்த்தவர்கள், அரசாட்சிக்கு வழிகாட்டியவர்கள் என ஒரு பட்டியலையே நம்மால் சொல்ல முடியும். ஆனால் இவற்றையெல்லாம் புறக்கணித்து, இந்தியாவில் 'ஆதிப்பெண்ணியம்' வேர்கொண்ட போது மேலைப் பெண்களெல்லாம் முடங்கிக்கிடந்ததாக வரையறுப்பது நியாயமற்றது. நமது ஆண்டாளும் மீராவும் அக்காமகாதேவியும் மதத்தை விடுதலைக் கருவியாக்கி அதனூடாய் தம்மை நிறுவிக்கொண்டது வியக்கத்தக்கதுதான். எனினும் அதனை ஒப்புயர்வற்று உயர்த்திப்பிடிக்க வேண்டும் என்பதற்காக மேலைச் சமூகத்தைக் குப்புறத்தள்ளுவது நியாயமாகாது.

இன்னொன்றையும் இங்கே சொல்ல வேண்டும். தேசியவாதம், இனவாதம், சாதியவாதங்களின் பெருமை பேசும் எல்லோரும் "முன்னைப் பழமைக்கும் பழமையாய் பின்னைப் புதுமைக்கும் புதுமையாய்த்" திகழ்வது தமது மண்ணின் - இனத்தின் - சாதியத்தின் சிந்தனைகளே என்று பீற்றிக் கொள்வது வழக்கமானதுதான். ஆனால் 'தொலைநோக்குச் சிந்தனையோடு' அவ்வெண்ணம் எதிர்காலத்தின் மீதும் புகுத்தப்படுவது வேதனையானது. பத்தாம் வகுப்பு சமச்சீர் - தமிழ்ப் புத்தகத்தில் 'தமிழ் மொழியில் அறிவியல் சிந்தனைகள்' என்றொரு பாடம் இருக்கிறது. "அணுவைத் துளைத்து ஏழ்கடலைப் புகட்டிக் குறுகத் தரித்த குறள்" என்று அவ்வையும் "ஓர் அணுவினைச் சதகூறிட்ட கோணினும் உளன்" என்று கம்பரும் கூறியுள்ளதைச் சுட்டிக்காட்டி, இதன்மூலம் அணுச்சேர்ப்பும் அணுப்பிரிப்பும் (Nuclear Fission and Fusion) பற்றிய கருத்துக்கள் எல்லாம் அன்றே அரும்பியிருந்ததெனவும் விண்ணியல், பொறியியல், கனிமவியல், நீரியல் என எல்லாவற்றிலும் தமிழரின் அறிவியல் சிந்தனைகள் பிரபஞ்சத்திற்கெல்லாம் முன்னோடியாக விளங்கியதெனவும் தமிழ் இலக்கியங்களின்வழி அப்பாடம் 'நிறுவிக்' காட்டுகிறது.

சமச்சீருக்கு முந்தைய பழைய தமிழ்ப் பாடப்புத்தகத்தில் 'தமிழன் - அறிவியல் முன்னோடி' என்றொரு பாடம் இருந்தது. அதில், நீர்ப்பொருளின் சுருங்கா இயல்பைக் கண்டறிந்த பாஸ்கலுக்கு அவ்வை முன்னோடியாக இருந்ததையும் தொலைநோக்கியைக்

கண்டறிந்த கலீலியோவிற்குக் கம்பர் முன்னோடியாக திகழ்ந்ததையும் சர். சி.வி. ராமனின் 'ராமன் விளைவிற்கு' முன்பே சீத்தலைச் சாத்தனார் 'சாத்தனார் விளைவை' அறிவித்ததையும் அது 'விளக்கியது'. வரலாற்று - அறிவியல் பாடங்களை எழுதுவதற்குக் கைவசம் கற்பனைத்திறன் ஒன்றே போதுமானதாய் இருக்கிறது!! புதுமைப்பித்தன் சரியாகத்தான் சொன்னார்: "பரிணாமத் தத்துவப்படி தோன்றிய முதல் குரங்கு தமிழ்க் குரங்கு என்று சொன்னால்தான் நம்மவனுக்குத் திருப்தி"

3. காஷ்மீர் தொடங்கி ஸ்ரீவில்லிபுத்தூர் வரை ராஜஸ்தான் தொடங்கி கர்நாடகம் வரை இந்தியப் பெண்கள் அனைவரையும் ஒரே சிமிழுக்குள் அடைத்துக் கலகத் தன்மைகளை இருட்டடிப்பு செய்வது.

பாலியல் கலகம், உடல் வேட்கை, பெண் மொழி ஆகியவையெல்லாம் நவீன பெண்ணியத்தின் உட்கூறுகள். இவற்றை ஆதிப்பெண்களிடம் தேடுவது சாத்தியமற்றது. எனினும் தமது உடல் மீதான ஒடுக்குமுறைகளை அத்துமீறி பெண்ணின் வேட்கைகளை வெளிப்படுத்தியவர்களாக நமது அவ்வை (முட்டுவேன் கொல் தாக்குவேன் கொல்... என் உயவுநோய் அறியாது துஞ்சும் ஊர்க்கே - குறுந்தொகை), ஆண்டாள், (கொள்ளும் பயன் ஒன்று இல்லாத/ கொங்கை தன்னைக் கிழங்கோடும்/ அள்ளிப் பறித்திட்டு அவன் மார்பில்/ எறிந்து என் அழலைத் தீர்வேன்) நிர்வாணமாக உலவிய அக்காமகாதேவி போன்றோரைச் சொல்லலாம். அதேவேளை, பாலியலில் பெண்ணுடலின் இயக்கம், நிகர்நிலை, சமத்துவம் ஆகிய பெண்ணியக் கருதுகோள்களை இவர்கள் எட்டாமல் இருந்ததும் கவனிக்கத்தக்கது. ஆனால், இந்திய வரலாற்றில் மதம் என்கிற எல்லைக்குள் தஞ்சம் புகாமல் பெண்ணின் வேட்கைகளை அதன் உச்சத்திற்கே போய் வெளிப்படுத்திய முதல் பெண்கவி என்ற பெருமைக்குரிய ஒரு ஆளுமையை வாஸந்தியின் பட்டியலில் இருந்து நம்மால் அடையாளம் காட்டமுடியும். அந்தப் பெருமைக்குரிய பெண்கவி வேறுயாருமல்ல, "நாட்டியத்திலும் இசையிலும் கவிதையிலும் மேதாவிலாசம் கொண்ட முத்துப்பழனி என்ற பெண்" என்கிற அளவில் வாஸந்தியால் 'அடக்கி' வாசிக்கப்பட்ட முத்துப்பழனி தான்.

வாஸந்தி 'விளக்கியதைப்' போல் முத்துப்பழனி மேதாவிலாசம் கொண்ட 'பெண்' மட்டுமல்லள். இந்தியப் பாரம்பரியத்தின் பெருமைகளுள் ஒன்றாகவும் தஞ்சைக்குப் பேர்போனதாகவும்

இருந்த தேவதாசிக் குலத்தில் தோன்றி பொட்டுக்கட்டப்பட்ட ஒரு தேவதாசி. தஞ்சையை ஆண்ட பிரதாபசிம்மனின் போகபத்தினி. தமிழ், தெலுங்கு, சமஸ்கிருத இலக்கியங்களில் பங்களித்த பன்முகப் படைப்பாளினி. ஆண்டாள் கவிதைகளை, ஜெயதேவாவின் அஷ்டபதியை மொழிபெயர்த்த இலக்கிய ஆளுமை. எல்லாவற்றிற்கும் மேலாக பிருந்தாவனக் கண்ணனுக்கும் ராதைக்கும் இடையிலான காதலை, சிருங்கார ரசம் ததும்பும் காவியமாக்கி ('ராதிகா சாந்தவனம்'), கொங்கைகளிலும் அல்குலிலும் கலாச்சாரத்தை ஏந்திக்கிடந்த இந்திய இலக்கிய மரபை அதிரடித்து முலைகள் இசைக்க, யோனிகள் நர்த்தனம் ஆட, பேரின்பக் கலவியில் ஆணுடலைப் புறந்தள்ளி மேலேறிய முதல் பெண்கவி என்னும் அழியாப் புகழ் பெற்றவர்.

தமது உடல் மொழிக்காகக் கடும் அவதூறுகளையும் கண்டனங்களையும் எதிர்கொண்டவர். இலக்கியத்தில் ஆண் மொழியை, பாலியலில் ஆணாதிக்க இலக்கணத்தை, கலாச்சாரக் கட்டமைப்புகளைப் போட்டுடைத்தவர். தேவதாசிச் சமூகத்தில் வந்த பெங்களூர் நாகரத்தினம்மாள் 'ராதிகா சாந்தவனத்தை' 150 ஆண்டுகளுக்குப் பின் வெளியிட்டபோது இந்தியக் கலாச்சாரவாதிகள் அடைந்த கொந்தளிப்பும், 'முத்துப்பழனி ஒரு தேவடியாள்' என்று அவதூறு பேசி தெலுங்குக்கவி கந்துகுரி வீரேசலிங்கம் அந்நூலுக்குத் தடை விதிக்கச் செய்த கதையும் நன்கு அறியப்பட்டவை.

இருந்தபோதும் ஒன்றை வலியுறுத்தவேண்டும். வாஸந்தி சொல்லியதைப் போல முத்துப்பழனியின் ராதிகா சாந்தவனம் 'பாசாங்குத்தனமற்ற காம வர்ணனையையும் உல்லாஸமான வார்த்தைப் பிரயோகங்களையும்' மட்டுமே கொண்டதல்ல. அவற்றையும் கடந்து காதலில் பெண்ணுடலின் சுயமரியாதையையும் பாலியலில் சுயமானத்தையும் குறித்து அது முதன்முதலில் சொல்லாடியது. ஆணுக்கு ஏங்கிய உடலை மட்டுமல்ல ஆணை ஏங்க வைத்து மன்றாடி, மண்டியிட்டு அடிபணிய வைத்த பெண்ணுடலையும் படைத்துக் காட்டியது. மொத்தத்தில் பாலியல் தளத்தில் பெண்விடுதலைக்கான முதல் கலகத்தை அது உற்பவித்தது.

முத்துப்பழனியின் இந்தத் தனித்துவங்களை முன்னோடித் தன்மைகளை முக்கியத்துவப்படுத்தாமல் ஆண்டாள், அக்காமகாதேவி, மீரா வரிசையில் வைத்து நான்கு வரியில் 'சுருக்கிவிட்டுப்' போவதை தற்செயலானது என்பதாகக்

கடந்துவிட முடியாது. அது எப்படி வாஸந்தி! லாலா (காஷ்மீர் பண்டிட்), வெங்கமாம்பா (தெலுங்கு அந்தணக் குடும்பம்), மீரா (அரசகுலம்) போன்றவர்களை எல்லாம் அவர்களின் குலப்பெயரைக் குறிப்பிட்டுப் பூரித்துப் போகிற நீங்கள் முத்துப்பழனியின் தேவதாசிக் குலத்தை வாயளவில் கூட உச்சரிக்க மறுக்கிறீர்கள். ஐந்து நாட்களில் ராமாயணத்தைப் படைத்து முடிக்கும் ஆற்றல் கொண்ட அட்டுகுரி மொல்லா குயவர் ஜாதியில் பிறந்திருந்தாலும் அவரது கவித்திறனைக் கண்டு அவள் பிராமணாளாக இருக்கக்கூடும் என்று புளகாங்கிதம் அடைகிற நீங்கள் முத்துப்பழனியின் பாலியல் கலகத்தை 'யோனியும் கூடலும் முலைகளும் சர்வ இயல்புடன் கவிதையில் புழங்குபவை' என்பதோடு முடித்துக் கொள்கிறீர்கள்.

இதுதான் இப்படியென்றால் 'சைக்கிள் கேப்பில்', காஷ்மீரில் நடைபெறும் கலவரங்களால் அதன் கலாச்சார ஆன்மீகப் பாரம்பரியம் மறக்கடிக்கப்படுவதாக துக்கம் அனுசரிக்கிறீர்கள். காஷ்மீரிலிருந்து லாலா யோகேஸ்வரியைத் தோண்டி எடுக்கும் நீங்கள், இன்றைய சமகாலத்தில் இந்திய ராணுவ குண்டர்படைகளால் பாதிக்கப்படும், பாலியல் வன்முறைக்கு இலக்காக்கப்படும் இசுலாமியப் பெண்கள் குறித்து என்றேனும் வாய்திறந்திருக்கிறீர்களா?

வாஸந்தி! இறுதியாக ஒன்று. இதுகாறும் பெண் சார்ந்து நீங்கள் எழுதியவை எல்லாம் மேற்கத்திய சித்தாந்தத்திடம் கடன் வாங்காத இந்தியப் பெண்ணியம் என்று விளக்கியிருக்கிறீர்கள். ஆனால் நீங்கள் விளக்க விரும்பாத இன்னொன்றையும் நாங்கள் புரிந்து கொண்டோம். இதுவரை நீங்கள் பேசிவந்ததெல்லாம் மேற்கத்தியத்தைத் தவிர்த்த இந்தியப் பெண்ணியம் மட்டுமல்ல. இந்தியப் பெண்ணியத்தைத் தவிர்த்த 'இந்துப் பெண்ணியமும்' தான். இப்படிச் சொல்வது எந்தவகையிலும் உங்களை இழிவுபடுத்துவதாகாது.

■ தீராநதியில் 'பெற்றது இழந்ததும்' என்னும் தலைப்பில் தொடர்கட்டுரை எழுதிவந்த வாஸந்தியின் இறுதிக் கட்டுரைக்கு எழுதப்பட்ட எதிர்வினை. மே, 2012.

கல்பாக்கம் அணு உலை:
இந்து நாளிதழ் அடக்கி வாசித்த கதை

வெகு மக்களைச் சென்றடையும் செய்தி ஊடகங்களுள் நாளிதழ்களுக்கு ஒரு முக்கிய பங்கு உண்டு. நமது செய்தி இதழ்களில் பரவலாக விற்பனையாகும் இதழ்கள் பலவும் பெரிய கார்ப்பரேட் நிறுவனங்களால் நடத்தப்படுபவையாக உள்ளன. இவ்வகையில் கார்ப்பரேட் நலநோக்கின் அடிப்படையில் அல்லது கார்ப்பரேட் கொள்கைகளையே மக்கள் நலக் கொள்கைகளாகப் பிரச்சாரம் செய்யும் வகையில் அந்த இதழ்கள் பல்வேறு சமயங்களில் செயல்படுவதை நாம் பார்த்திருக்கிறோம்.

அணு உலைகளைத் தொடர்ச்சியாக ஆதரித்துவரும் கார்ப்பரேட் ஊடகங்கள் அணு உலை குறித்த மாற்றுக் குரல்களுக்கு இடமளிப்பவையாக இருந்தபோதிலும் தமது கொள்கைகளுடன் வலுவான மோதல் ஏற்படுகிறபோது மாற்றுக் குரல்களை இவை முடக்கவே செய்கின்றன. கூடங்குளம் அணு உலைப் போராட்டத்தைத் தலைமையேற்று நடத்திவரும் டாக்டர் உதயகுமாரின் அணு உலைகளுக்கு எதிரான கட்டுரைத் தொடரை வெளியிட்ட 'ஆனந்த விகடன்' இதழ் தான், அணு ஆதரவாளர் அப்துல்கலாமிற்கு எழுதப்பட்ட அ. மார்க்ஸின் எதிர்வினையை வெளியிட மறுத்தது. இதற்கு அந்நிறுவனம் சொல்லிய காரணம்: தொடர்ந்து அணு உலைக்கு எதிரான கட்டுரை வெளியிடுவதை நிர்வாகம் விரும்பவில்லை என்பதுதான்.

கல்பாக்கம் அணு உலை குறித்த 'இந்து' நாளிதழின் செய்திகளை ஆய்விற்கு உட்படுத்திய ஆய்வாளர் ரோஷன் சந்திரன், தனது ஆய்வு முடிவுகளை 'HOOT' வலைத்தளத்தில் பதிவிட்டுள்ளார். 7 ஆண்டுகளுக்கு முன்னர் சென்னையை அடுத்த கல்பாக்கம் அணு உலையின் பாதுகாப்பின்மை குறித்தும் அதில் ஏற்பட்ட பல விபத்துகள் குறித்தும் 'இந்து' நாளிதழ் செய்திகள்

வெளியிட்டிருந்தது. ஆனால் இன்று அணு உலைக்கு எதிராக ஒரு தீவிரமான போராட்டம் தமிழகத்தில் உருப்பெற்ற சூழலில், அணு ஆற்றலுக்கு எதிரான மாற்றுக் குரல்களைப் பற்றி அடக்கி வாசித்து கல்பாக்கம் அணு உலையும் ஒட்டுமொத்தமாக அணு ஆற்றலும் பாதுகாப்பானது என்கிற கருத்துக்கு அதிக அழுத்தத்தையும் அதிக இடத்தையும் அளிக்கத் தொடங்கியுள்ளதை இவ்வாய்வு நிறுவுகிறது. இனி, ரோஷன் சந்திரனின் ஆய்வு முடிவுகள்:

அறிமுகம்

கல்பாக்கம் அணு உலையைச் சுற்றியுள்ள கிராமங்களில் நடத்தப்பட்ட மருத்துவ ஆய்வின் தரவுகளை அணுசக்தித் துறை அக்டோபர் 2011இல் வெளியிட்டது. அணுசக்தித் துறை வெளியிட்ட இத் தரவுகள் கல்பாக்கத்தைச் சுற்றியுள்ள கிராமங்களில் புற்றுநோய் பாதிப்பு விகிதம் வழக்கத்தைவிட அதிகமாக இல்லை என்று சொல்லியது. ஆனால், இந்தத் தரவுகளை ஆய்வு செய்த "அணு உலைக்கு எதிரான மக்கள் இயக்கம்" [PMANE] அமைப்பு, கல்பாக்கத்திற்குத் தொலைவில் உள்ள கிராமங்களைவிட அருகில் உள்ள கிராமங்களில் புற்றுநோய் ஏற்படுவதற்கான வாய்ப்பு ஏழுமடங்கு அதிகமாக இருப்பதாகச் சொல்கிறது. இவர்களின் [PMANE] இந்த முடிவுகள் ஏற்கனவே அவர்களால் நடத்தப்பட்ட இதுபோன்ற ஆனால் அளவில் சிறிய ஆய்வு முடிவுகளை ஒத்திருந்தன; இந்த ஆய்வில் மட்டும்தான் அணுசக்தித் துறையின் நிதி உதவியுடன் நடத்தப்பட்ட ஆய்வுத் தரவுகள் அவர்களால் பரிசீலனைக்கு எடுத்துக் கொள்ளப்பட்டன.

அணுசக்தித் துறையின் ஆய்வில் [கல்பாக்கத்தில்] புற்றுநோய்க்கான அதிகபட்ச வாய்ப்புகள் இருப்பது ஏன் ஆதாரங்களோடு உறுதிப்படுத்தப்படவில்லை என்பதற்கு இந்திய அரசின் வல்லுநர் குழு சனவரி 2012இல் விளக்கம் கூறியது: அந்த ஆய்வு ஒரே ஒருமுறை மட்டுமே மேற்கொள்ளப்பட்டது, மிகக்குறைந்த மக்களே ஆய்விற்கு உட்படுத்தப்பட்டார்கள், சமூகப் பொருளாதாரக் காரணிகள் பொருட்படுத்தப்படவில்லை மற்றும் தரவுகளின் மதிப்பீடு சரியானதாக இல்லாமல் இருந்தது என்பனவே அக்காரணங்கள். இந்த விவாதம் தொடர்கிறது.

'HOOT' வலைத்தளத்தின் இப்பக்கமானது, 'தி இந்து' நாளிதழ் கல்பாக்கம் அணு உலை குறித்த செய்திகளைக் கடந்த 15 மாதங்களாக

- சனவரி 1, 2011 முதல் மார்ச் 31, 2012 வரை - எப்படி வெளியிட்டு வந்தது என்பதை ஆய்வு செய்கிறது.

பின்புலம்: கல்பாக்கம் அணு உலையின் பாதுகாப்பு

கல்பாக்கம் அணு உலையில் ஆறு பெரிய விபத்துகள் - 1988, 1991, 1999, 2001, 2002 மற்றும் 2003இல் நடந்துள்ளன. அணு உலையில் உள்ள கதிர்வீச்சு நிறைந்த கனநீர் கசிவால் பணியாளர்களுக்கு மிக மோசமான பாதிப்புகள் ஏற்பட்டுள்ளன. இவை குறித்த செய்திகள் 'இந்து' 'ஃப்ரண்ட்லைன்' மற்றும் 'அவுட்லுக்' ஆகிய இதழ்களில் வெளிவந்தன. 2005இல் 'UNSCEAR' அமைப்பு மேற்கொண்ட ஆய்வு, உலகிலேயே கல்பாக்கம் அணு உலையில் தான் அதிக அளவில் டிரிஷியம் வெளிப்படுவதாகச் சொல்லியது. கல்பாக்கம் அணு உலையினால் புற்றுநோயும் பிற நோய்களும் உண்டாவதற்கான காரணிகள் இருப்பதாகப் பல்வேறு அறிக்கைகளும் சுட்டிக்காட்டின.

அணுகுமுறை

'இந்து' ஆன்லைன் தேடுபொறியில் 'கல்பாக்கம்' என்ற குறிச்சொல்லைக் கொண்டு சனவரி 1 முதல் மார்ச் 31 வரை வெளிவந்த அனைத்துச் செய்திகளும் தரவிறக்கம் செய்து ஆய்விற்கு உட்படுத்தப்பட்டன. ஒரே செய்தி மீண்டும் மீண்டும் சொல்லப்பட்டபோது அவை தவிர்க்கப்பட்டன. மொத்தம் 157 செய்திகள் கிடைத்தன. அவற்றில் அணு உலை தொடர்பற்ற செய்திகள் (கொள்ளைச் சம்பவங்கள், விபத்துகள் தொடர்பானவை) நீக்கப்பட்டன. ஆக 15 மாத கால அளவில் கல்பாக்கம் அணு உலையைக் குறித்து வெளிவந்த செய்திகள் 131. அவற்றுள் 31 செய்திகள் கல்பாக்கம் அணு நிறுவனம் நடத்திய அணு உலைக்கு அப்பாற்பட்ட வேறு சில செய்திகள் பற்றி இருந்தன. [உதாரணம்: IGCAR நிதி உதவியுடன் நடத்தப்பட்ட அறிவியல் முகாம்கள் பற்றிய அறிக்கை.] இறுதியான 100 செய்திகள் அணுசக்தி ஆற்றலைப் பற்றிப் பேசின.

கூர்ந்து கவனித்தபோது 71 செய்திகள் அணு உலைகளின் பாதுகாப்பைப் பற்றிக் குறிப்பிட்டிருந்தன. [இந்த 71 செய்திகள் அணு உலைப் பாதுகாப்பு மற்றும் கல்பாக்கம் குறித்து பேசுபவையாக இருந்தபோதும் அவை அனைத்தும் கல்பாக்கத்தின் பாதுகாப்பைப் பற்றி மட்டுமே பேசவில்லை. சிலவேளைகளில் கல்பாக்கத்தின் அதிகாரிகள் கல்பாக்கம் பாதுகாப்பைப் பற்றி அல்லாமல்

கூடங்குளம் அணு உலையின் பாதுகாப்பைப் பற்றிப் பேசிய செய்திகளும் இடம்பெற்றிருந்தன.]

கண்டறியப்பட்டவை

1. 'இந்து' நாளிதழ் கல்பாக்கம் அணு உலையின் பாதுகாப்பு குறித்த கவலைகளை ரொம்பவும் அடக்கி வாசித்துள்ளது.

71 செய்திகளில் 37 செய்திகள் கல்பாக்கம் அணு உலை பாதுகாப்பானது என்பதற்கு அழுத்தம் கொடுத்துள்ளன. 4 செய்திகள் மட்டுமே கல்பாக்கத்தின் பாதுகாப்பைக் குறித்துக் கேள்வி எழுப்பியுள்ளன. பாதுகாப்பானது என்பதை வலியுறுத்திய 37 செய்திகளும் அறிவியல் அறிஞர்கள் அல்லது அரசியல்வாதிகளின் கருத்துக்களை மேற்கோள்காட்டி உறுதிப்படுத்தப்பட்டுள்ளன. அவற்றில் இரண்டு, செய்தித் தலைப்பாகவே அமைந்துள்ளன. அவை: "கல்பாக்கம் அணு உலை பாதுகாப்பானது: அணுசக்தித் துறை அதிகாரி" "கல்பாக்கம் அணு உலை பாதுகாப்பானது". இவற்றைத் தவிர பிற செய்திகள் அதிகாரிகளின் கருத்துக்களைச் சொல்கின்றன: "கல்பாக்கத்தைச் சுற்றியுள்ள மக்கள் மற்றும் கடல்வாழ் உயிரிகளுக்கு எந்தத் தீய விளைவுகளும் ஏற்படவில்லை" மேலும் ஒரு எடுத்துக்காட்டு: "இத்தனை வருடங்களில் சென்னைக்கு அருகில் உள்ள கல்பாக்கம் அணு உலை எந்தவித ஆபத்துகளையும் விளைவிக்காமல் இயங்கிக் கொண்டு வருகிறது" - தி.மு.க தலைவர் கருணாநிதி. [அணு உலைகள் நிறுவப்படுதலை ஆதரிக்கும் கொள்கையுடைய கட்சித்தலைவரின் கூற்று இது என்பது கவனிக்கத்தக்கது. - மொ.ர்

கல்பாக்கத்தின் பாதுகாப்பைக் குறித்துக் கேள்வி எழுப்பும் நான்கு செய்திகளில் அறிவியல் அறிஞர்கள் அல்லது அறிவியல் ஏடுகளின் மேற்கோள்கள் எதுவும் இடம்பெறவில்லை. அவைகளில் இரண்டு செய்திகள் உண்ணாவிரதப் போராட்டத்திற்கு அனுமதி அளிக்கும்படி காவல்துறைக்கு உயர்நீதிமன்றம் ஆணையிட்டது தொடர்பானவை; கடந்த பத்து ஆண்டுகளில் கல்பாக்கத்தில் மட்டும் 244 பேர் புற்றுநோயால் பாதிக்கப்பட்டதன் காரணமாக அந்த உண்ணாவிரதம் ஒருங்கிணைக்கப்பட்டதாக அவை அறிவித்தன. மற்ற இரண்டு செய்திகளும் புற்றுநோய் அல்லது விபத்துக் காரணிகளைக் குறிப்பிடாமல் கல்பாக்கம் அணு உலையை மூடவேண்டும் என்ற கருத்தை மட்டும் வெளியிட்டன.

கவனிக்க: மொத்தத்தில் இரண்டு செய்திகள் மட்டும் தான் கல்பாக்கத்தைச் சுற்றியுள்ள மக்களுக்கு புற்றுநோய் அதிக அளவில் ஏற்படுவதற்கான வாய்ப்புகள் இருப்பதைச் சொல்கின்றன.

2. 'இந்து' நாளிதழ் இந்த இரு எதிரெதிர் செய்திகளுக்கும் சம இடத்தை அளிக்கவில்லை.

மாற்றுக் கருத்துகளுக்கு எந்த அளவு இடம் அளிக்கப்பட்டது என்பதன் அடிப்படையில் 71 செய்திகளும் பகுப்பாய்வு செய்யப்பட்டன. அவற்றிலிருந்து அறியப்பட்டவை இங்கே:

	மொத்தச் செய்திகளின் எண்ணிக்கை	மாற்றுக் குரல்களை வெளிப்படுத்தும் செய்திகளின் எண்ணிக்கை	மாற்றுக் குரல்களை வெளிப்படுத்தும் செய்திகளின் வீதம்
கல்பாக்கத்தின் பாதுகாப்பை உறுதிப்படுத்தும் செய்திகள்	37	0	0
கல்பாக்கத்தின் பாதுகாப்பைக் கேள்விக்குள்ளாக்கும் செய்திகள்	4	0	0
அணுஆற்றல் பாதுகாப்பை உறுதிப்படுத்தும் செய்திகள்	60	3	5
அணு ஆற்றலைக் கேள்விக்குள்ளாக்கும் செய்திகள்	11	3	27

இந்தப் பகுப்பாய்வானது 'இந்து' நாளிதழ் எப்படித் தன்னைத் தானே ஒரு சார்பாக நிறுத்திக் கொண்டது என்பதைக் காட்டுகிறது. "கல்பாக்கம் பாதுகாப்பானது" என்ற கருத்திற்கு அதன் எதிர்க் கருத்தைவிட 9 மடங்கு அதிக முக்கியத்துவம் கொடுக்கப்பட்டிருக்கிறது. இத்தகைய ஒரு சார்புத் தன்மையானது "கல்பாக்கம் பாதுகாப்பானது" என்ற பார்வை ஏற்படவே வழிவகுக்கிறது.

நவம்பர் 19, 2011இல் வெளியிடப்பட்ட ஒரு செய்தி நல்ல எடுத்துக்காட்டு: "கல்பாக்கம் அணு உலையைச் சுற்றியுள்ள பகுதிகளில் மேற்கொள்ளப்பட்ட முழுமையான ஆய்வு,

புற்றுநோயை அதிகப்படுத்தும் காரணிகள் அங்கு இல்லை எனச் சொல்வதாக மருத்துவர் வி. சாந்தா குறிப்பிடுகிறார்" என அச்செய்தி தெரிவித்தது. ஆனால் எதிர்த் தரப்பினரின் கருத்துகள் இங்கு குறிப்பிடப்படவில்லை. மாற்றுக் கருத்துகளுடைய மருத்துவர்கள் மற்றும் அறிவியல் அறிஞர்களின் கருத்துக்கள் சுட்டிக்காட்டப்படவில்லை.

3. 'இந்து' நாளிதழ் தான் முன்பு வெளியிட்ட செய்திகளை மறந்துள்ளது.

ஏப்ரல் 1999 மற்றும் ஆகஸ்ட் 2003 ஆகிய தேதிகளில் வெளிவந்த செய்திகளில் கல்பாக்கத்தில் பாதுகாப்பின்மையால் ஏற்பட்ட விளைவுகளைக் குறித்து 'இந்து' பல தகவல்களை வெளியிட்டிருந்தது. இந்த இரண்டு செய்திகளும் பிப். 2004இல் வெளியிடப்பட்ட பாதுகாப்பு மற்றும் தணிக்கை குறித்த கட்டுரையில் மீண்டும் சுட்டிக்காட்டப்பட்டன.

ஏழு வருடங்களுக்குப் பிறகு அந்தப் பெரிய விபத்துகளை 'இந்து' நாளிதழ் மறந்திருப்பதாகத் தெரிகிறது. இன்றைய செய்திகளில் "இந்நாட்டின் அணுசக்தி நிலையங்கள் கடந்த 40 வருடங்களாக பெரிய பாதிப்புகள் எதுவும் இன்றி இயங்கி வருகின்றன" என்பது போன்ற அதிகாரிகளின் கூற்றுகளையே அது சுட்டிக்காட்டுகிறது. பெரிய ஆபத்துகள் குறித்து தான் முன்பு வெளியிட்ட செய்திகளையும் கூட அது இப்போது குறிப்பிடுவதில்லை. அதேபோல அணு உலை தொடர்ந்து பாதுகாப்பாக செயல்பட்டு வருவதாக ஒரு செய்தியையும் கல்பாக்கத்தை மேற்கோள்காட்டி இந்திய அணு உலைகள் பாதுகாப்பாகச் செயல்படுவதாக இன்னொரு செய்தியையும் வெளியிட்டிருந்தது. கல்பாக்கம் குறித்த இந்த 37 செய்திகளில் எதுவும் கடந்த ஆண்டுகளில் நடைபெற்ற பெரிய ஆபத்துகள் குறித்துப் பேசவில்லை.

முடிவு

இதன்மூலம், 'இந்து' நாளிதழ் தற்போது கல்பாக்கம் அணு உலையின் பாதுகாப்பு குறித்த கவலைகளை மூடிமறைக்கிறது என்பதை அறிய முடிகிறது.

■ கவனிக்கிறோம், மே, 2012.

மரண தண்டனைக் கைதிகள் மன்னிப்பு: கொச்சைப்படுத்தும் தினமணி

குடியரசுத்தலைவர் பிரதீபா பாட்டீல் தனது 5 ஆண்டு பதவிக் காலத்தில் 35 பேருக்குத் தூக்குத் தண்டனையை ரத்து செய்தது குறித்த அறிவிப்பு ஊடகங்களின் கவனத்தைப் பெருமளவு ஈர்த்திருந்தது. அனைத்து ஊடகங்களுமே அந்தச் செய்தியை ரொம்பவும் முக்கியத்துவப்படுத்தின.

இந்தியாவின் முதல் பெண் குடியரசுத் தலைவர் என்ற பெருமைக்குரிய பிரதீபா, தனது இந்தப் புகழுக்கு மேலும் பெருமை சேர்க்கும் விதமாக இத்தனைப் பேருக்குக் கருணை காட்டியிருப்பது வரவேற்கத்தக்கது. ராஜீவ்காந்தி கொலைவழக்கில் மரணதண்டனை விதிக்கப்பட்ட பேரறிவாளன், சாந்தன், முருகன் ஆகிய மூவருடன் சேர்த்து ஐந்து பேரின் கருணை மனுவை பிரதீபா நிராகரித்தது வருந்தத்தக்கதுதான். எனினும் முன்னெப்போதும் இல்லாத வகையில் 5 ஆண்டு காலத்தில் 35 பேரை விடுவித்தது மனமுவந்து பாராட்டத்தக்கது. இந்த 35 பேரில் 23 பேர் தமது கருணை மனுவைக் குடியரசுத் தலைவரிடம் கொடுத்த ஆண்டு: 1981.

உலகநாடுகளில் மொத்தம் 134 நாடுகள் மரண தண்டனை என்னும் மனித உரிமை மீறலை அரசியல் சட்டத்திலிருந்து ஒழித்துள்ளன. ஆனால் இந்தியா, அமெரிக்கா, சீனா உள்ளிட்ட நாடுகளில் மரணதண்டனை என்பது அங்கீகரிக்கப்பட்ட அரசியல்சட்டமாக இருக்கிறது. உலகமெங்கும் மரணதண்டனை நிறுத்திவைக்கப்பட வேண்டும் என்ற தீர்மானத்தை ஐ.நா. சபை நிறைவேற்றியபோது அதற்கு எதிராக வாக்களித்த நாடுகளின் பட்டியலில் இந்தியாவும் இணைந்தது. இந்தியாவில் மரணதண்டனை நிறைவேற்றப்படுவது அரிதாக இருந்தாலும் மரணதண்டனை விதிக்கப்படுவது அப்படியொன்றும் அரிதானதில்லை. தண்டனை உறுதி செய்யப்பட்டவர்களுக்குக் கருணை மனு கோரும் இறுதிவாய்ப்பு

இருக்கிறதெனினும், அப்படியான மனுக்களின் மீது அவ்வளவு எளிதில் நடவடிக்கை எடுக்கப்படுவதில்லை; கருணையும் காட்டுவதில்லை. இப்படியாக தொடர்ந்து மரணதண்டனைக்கு ஆதரவளித்துவரும் இந்திய நாட்டின் வரலாற்றில், பிரதிபா பாட்டிலின் இந்தச் செயலானது குறிப்பிடத்தக்க சாதனையாகவே அமைந்திருக்கிறது.

இந்தச் செய்தி குறித்து "செயற்கரிய சாதனை" என்னும் தலைப்பில் தினமணி நாளிதழ் 22.6.2012 அன்று ஒரு தலையங்கம் தீட்டியிருந்தது. பிரதீபா பாட்டிலின் இந்தச் சாதனை பெருமைப்படத்தக்கதுதானா என்ற சந்தேகத்தை எழுப்பி, பிரதீபாவுக்கு முன்பு, குடியரசுத் தலைவர்களாய் இருந்த (ஒரே ஒரு குற்றவாளியைக் கூட கருணை அடிப்படையில் மன்னிக்காத) கே.ஆர். நாராயணன், (இரண்டு பேருக்கு மட்டுமே மரண தண்டனையை ரத்து செய்யக் கையொப்பமிட்ட) அப்துல்கலாம் ஆகியோரின் 'சனநாயகப் பண்பைச்' சுட்டிக்காட்டி, மரணதண்டனையில் இருந்து விடுவிக்கப்பட்டவர்களின் கொடூர குற்றங்களை எல்லாம் நெஞ் சுறையும்படி விளக்கி இறுதியாக இந்தச் சாதனையை அதிகார துஷ்பிரயோகம் என்பதாக அத்தலையங்கம் கண்டித்தது. மத்திய உள்துறை அமைச்சகத்தின் சிபாரிசின் பேரில்தான் குடியரசுத் தலைவர் கருணை அடிப்படையில் மன்னிப்பு வழங்குகிறார் என்றாலும், மன்னிப்பு வழங்காமல் தவிர்ப்பதற்கு தனக்குள்ள உரிமையை அவர் பயன்படுத்தாததைக் கண்டுகொந்தளித்தது.

மேலும், தூக்குதண்டனை உள்ளிட்ட எல்லா தண்டனைகளின் மீதும் முடிவெடுக்கும் அதிகாரத்தைக் குடியரசுத் தலைவருக்கு வழங்கிய அரசியல் சட்டம், அதேவேளையில் இந்த அதிகாரம் விலைபேசப்பட்டால் அதுகுறித்து கேள்வி கேட்கும் உரிமையை உச்சநீதிமன்றத்திற்கு வழங்கியிருப்பதாகச் சுட்டிக்காட்டி, அந்த அடிப்படையில் "பிரதிபா பாட்டீலால் மன்னிப்பு வழங்கப்பட்டிருக்கும் கருணை மனுக்கள் தொடர்பான எல்லா ஆவணங்களையும் உச்ச நீதிமன்றம் கோரி இருப்பதாகத் தெரிகிறது" என தனது ஊகத்தை வெளிப்படுத்தி உள்ளூர மகிழ்ந்தது. இவ்வாறு மனித உரிமைகளுக்கு எதிரான தனது கொள்கைகளைப் பகிரங்கமாய் வெளிப்படுத்திய தினமணி, கடந்த 26.6.2012 அன்று இதுகுறித்த ஒரு கருத்துப் படத்தையும் வெளியிட்டது.

அந்தக் கருத்துப் படம், எண்ணற்ற விஷத்தேள்கள் கருணை மனுவைக் கொண்டுவருவதாகவும், அதனைப் பார்த்து உள்துறை

அமைச்சர் ப. சிதம்பரம் "பாவம்! வாயில்லா ஜீவன்கள்' என்று சொல்வதாகவும் அதனைக் கேட்ட பிரதிபா "சரி! பிழைச்சி போகட்டும்" என்று கருணை காட்டுவதாகவும் வரையப்பட்டிருந்தது. கார்ட்டூனின் கீழே இப்படியாக செய்தி சொல்லப்பட்டது: "கடந்த 28 மாதங்களில் 30 கொலையாளிகளின் தூக்கு தண்டனையை ரத்து செய்து உத்தரவிட்டிருக்கிறார் பிரதீபா பாட்டீல். இதில் பெருவாரியானவர்கள் நமது ரத்தத்தையும் உறைய வைக்கும் கொடூரமான கூட்டுப் படுகொலை, வன்புணர்ச்சி, நரபலி உட்பட குழந்தைகளை ஈவு இரக்கமில்லாமல் கொல்வது சட்டவிரோத நடவடிக்கைகளுக்காகவும் கிரிமினல் குற்றங்களுக்காகவும் சிறைச்சாலைக்குப் போவதையே பொழுதுபோக்காகக் கொண்டவர்கள்! காட்டிய கருணையில் நமது உள்துறை அமைச்சருக்கும் பங்குண்டு!"

மொத்தத்தில் தலையங்கம், கருத்துப்படம் ஆகியவற்றின் மூலம் மரணதண்டனைகள் நீக்கப்படுவது குறித்த தனது காழ்ப்பை வெளிப்படையாகவே காட்டிக்கொண்டது தினமணி. இந்தவகையில் மரணதண்டனைகள் குறித்து தனது கொள்கைகளின் அடிப்படையில் நின்று ஒருசார்பான தகவல்களையே 'தினமணி' அளித்திருக்கிறது. மரணதண்டனைகள் குறித்த மனிதஉரிமைப் பார்வைகளை முழுமையாக இருட்டடிப்பு செய்திருக்கிறது. உண்மையில், மரணதண்டனைகள் அளிக்கப்படுவதன்/ நிறைவேற்றப்படுவதன் பின்புலம் ரொம்பவும் பாரபட்சமானது. 'அம்னஸ்டி இன்டர்நேஷனல்' என்கிற அமைப்பின் சார்பில் இந்தியாவில் மரண தண்டனை பற்றி மேற்கொள்ளப்பட்ட ஒரு ஆய்வு இங்கே சுட்டிக்காட்டத்தக்கது. 1947ஆம் ஆண்டுக்குப் பிறகு மரண தண்டனை தொடர்பாக இந்திய உச்ச நீதிமன்றம் வழங்கியிருக்கும் 700 தீர்ப்புக்களை ஆராய்ந்து அவ்வாய்வு எழுதப்பட்டது. சுமார் 200 பக்கங்கள் வரை நீளும் அந்த அறிக்கையை எழுதியிருப்பவர், இந்தியாவில் மரண தண்டனை குறித்து பல ஆண்டுகளாக ஆய்வுசெய்துவரும் இளம் வழக்கறிஞர், மனித உரிமை ஆர்வலர் பிக்ரம் ஜித் பாத்ரா அவர்கள். அந்த ஆய்வினூடாய் அறியப்பட்ட ஒரு முக்கிய தகவல் இங்கே குறிப்பிடத்தக்கது:

"இந்த சுமார் 700 தீர்ப்புக்களை வைத்துக்கொண்டு பார்க்கும்போது, ஒரு விஷயம் புலனாகிறது. குற்றம் சாட்டப்பெற்றவர்கள், சட்ட வல்லுநர்களைப் பணியமர்த்தும் வசதி கொண்டிருந்தால் - அதாவது சமுதாயத்தின் உயர்மட்டத்தில் இருந்தால் - அதைப் பயன்படுத்தி மரண தண்டனையிலிருந்து தப்பிக்கும் வாய்ப்புண்டு. அதேவிதக்

குற்றத்தைச் செய்திருந்ததாகக் கருதப்பெற்றாலும் பிறர் - அதாவது, நகர்ப்புற வறியோர், தலித் மற்றும் ஆதிவாசி சமுதாயங்களைச் சார்ந்தவர்கள் போன்றோர் - இத்தகைய வசதிகள் அற்ற நிலையில் மரண தண்டனை பெறுவதற்கான வாய்ப்பே அதிகம் என்கிறது இந்த ஆய்வு. அதாவது, அமெரிக்காவில் மரண தண்டனை பெறுவோரில் கறுப்பின மக்கள், வறியோர் அதிகம் இருப்பதைப் போன்ற பிரச்னை இது எனத் தெரிகிறது"

மரணதண்டனைக்கு எதிராகக் குரலுயர்த்தும் மனித உரிமை ஆர்வலர்கள் அனைவரும் வலியுறுத்தும் மற்றொரு கருத்தும் இங்கே நினைவுகூரத்தக்கது. குற்றங்களைப் போக்குவதற்கும் குற்றவாளிகளைத் திருத்துவதற்கும் மரணம் ஒருபோதும் தீர்வாக முடியாது. உலகில் மரண தண்டனையை ஒழித்த நாடுகளிலெல்லாம் குற்றங்கள் தலைவிரித்தாடுவதில்லை அதேபோல மரண தண்டனையை அரசியல் சட்டமாகக் கொண்டிருக்கும் நாடுகளில் குற்றங்கள் குறைந்துவிடவுமில்லை. மேலும் இத்தகைய உச்சபட்ச தண்டனைகள் எல்லாம் தீர விசாரிக்கப்பட்ட உச்சபட்ச குற்றங்களுக்கு மட்டுமே அளிக்கப்படுபவையும் அல்ல. 'பேட்டரி' வாங்கிக் கொடுத்ததாகச் சொல்லப்படும் பேரறிவாளனுக்கு மரண தண்டனை விதிக்கப்பட்டிருக்கிறது. கீழ்வெண்மணியில் நாற்பத்து நான்கு தலித் மக்களைக் குடிசைக்குள் வைத்து எரிப்பதற்குக் காரணமாக இருந்த கோபாலகிருஷ்ண நாயுடுவைக் 'குற்றம் நிரூபிக்கப்படவில்லை' என விடுதலை செய்ததும் இதே சட்டத்தின் முன்பு தான் நடந்தது என்பது நினைவிற்குரியது. திருத்தி எழுதப்படமுடியாத இந்தத் தீர்ப்பு எளியோரையும் பலமற்றவர்களையும் மட்டுமே பலிவாங்குவது சனநாயகத்திற்கு விரோதமானது; ஒரு சனநாயக நாட்டின் சட்டத்தில் இருந்து ஒழிக்கப்படவேண்டியது.

மரண தண்டனையின் பின்புலத்தில் இயங்கும் இத்தகைய அரசியலை மூடிமறைத்து தனது கொள்கையை "உண்மைச் செய்தி" என்ற தோற்றத்தில் மக்கள் முன்வைப்பது ஊடக அறமன்று. மரண தண்டனையை நீக்கக்கோரி இந்திய அளவில் மனித உரிமை ஆர்வலர்களின் குரல்கள் மேலெழுந்துவரும் இன்றைய சூழலில் மரண தண்டனை என்கிற அரசகொலையை ஆதரித்து, சுதந்திர இந்திய வரலாற்றில் முதல்முறையாய் நிகழ்ந்தப்பட்டிருக்கும் இந்த அரிய சாதனையை, மக்கள் விரோதம், அதிகார துஷ்பிரயோகம், "செயற்கரிய சாதனை" என்றெல்லாம் கொச்சைப்படுத்தி ஏளனம் செய்திருக்கும் 'தினமணியின்' இந்தப்போக்கு வன்மையாகக் கண்டிக்கத்தக்கது. மக்களுக்கு நிகழ்வுகளின் உண்மைத் தன்மைகளை

அளிக்கவேண்டிய ஒரு ஊடகம் தனது தனிப்பட்ட சார்புகளை நிகழ்வுகளின் மீது ஏற்றி, வெகுமக்களை தனது கருத்தியலுக்கான கருவிகளாக மாற்ற முயற்சிப்பது நேர்மையற்றது. மேலும் மரண தண்டனையை நீக்குவது என்பதன் பொருள் அவர்களை குற்றமற்றவர்கள் என்று சொல்லி விடுவிப்பது அல்ல. ஆயுள் தண்டனையாகக் குறைப்பதுதான். ஆனால் குடியரசுத் தலைவரின் செய்கையால் குற்றவாளிகள் தண்டிக்கப்படவே இல்லை என்பது போன்ற பிம்பத்தை தினமணி உருவாக்குகிறது. எனவே இப்படியான செய்திகளை அளிப்பதில் 'தினமணி' இனிவரும் காலங்களிலாவது நேர்மையைக் கடைபிடிக்க வேண்டும்.

குறிப்பு: 'தினமணியின்' இந்தச் செய்திகளில் ஒரு தகவல் பிழையும் இடம்பெற்றுள்ளது. குடியரசுத் தலைவரால் மரண தண்டனையில் இருந்து விடுவிக்கப் பெற்றவர்கள் மொத்தம் 35 பேர். ஆனால் 'தினமணி' 30 பேர் எனச் செய்தி வெளியிட்டுள்ளது.

■ கவனிக்கிறோம், ஜூன் 2012

கவுஹாத்தி சம்பவம் முன்நிறுத்தும் ஊடக அறம் குறித்த ஒரு கேள்வி

அசாம் மாநிலத் தலைநகரம் கவுஹாத்தியில் ஒரு இளம்பெண்ணின் மீது நடத்தப்பட்ட பாலியல் தாக்குதல் ஊடகங்களின் மூலம் பரவலாக அறியப்பட்டுள்ளது. கவுஹாத்தியில் உள்ள குடிசாலை (Bar) ஒன்றிலிருந்து இரவு நேரத்தில் வெளியே வந்த ஒரு இளம்பெண் இருபதுக்கும் மேற்பட்ட ஆண்களால் சுற்றிவளைக்கப்பட்டு பாலியல் தாக்குதலுக்கு உள்ளாக்கப்பட்டிருக்கிறார். அசாமைச் சேர்ந்த தனியார் செய்தித் தொலைக்காட்சியின் நிருபர் ஒருவரால் படம்பிடிக்கப்பட்ட இந்தக் காட்சி, உடனடியாக அவரது தொலைக்காட்சியில் ஒளிபரப்பப்பட்டது. பல்வேறு தரப்பினரையும் கொதிப்படையச் செய்த அந்த நிகழ்வு பெரும் விவாதத்திற்கும் விமர்சனத்திற்கும் உள்ளாகி இருக்கிறது. அசாம் முதல்வரின் எச்சரிக்கைக்குப் பிறகு காவல்துறை விழிப்படைந்தது. முக்கிய குற்றவாளிகள் கைது செய்யப்பட்டுள்ளனர். சம்பவ இடத்திற்கு 45 நிமிடம் தாமதமாகச் சென்ற அப்பகுதியைச் சேர்ந்த சப் இன்ஸ்பெக்டர் பணியிடை நீக்கம் செய்யப்பட்டுள்ளார்.

தேசியப் பெண்கள் ஆணையத்தின் தலையீட்டிற்குப் பிறகு, இச்சம்பவத்தில் சில அதிர்ச்சிகரத் தகவல்கள் வெளியாகியுள்ளன. அப்பெண்ணின் உடலில் சிகரெட்டால் சுடப்பட்ட காயங்கள் இருப்பது அறியப்பட்டிருக்கிறது. தான் தாக்கப்பட்ட போது படம் பிடித்துக் கொண்டிருந்த உள்ளூர் சேனலின் கேமரா குழுவினரிடம் எவ்வளவோ கெஞ்சியும் தம்மைக் காப்பாற்ற அவர்கள் முயற்சிக்கவில்லை என்று அப்பெண் கூறியதாகத் தேசியப் பெண்கள் ஆணைய உறுப்பினர் அல்கா லம்பா கூறியுள்ளார்.

அசாம் மாநில சமூக ஆர்வலரும் அண்ணா அசாரே குழுவைச் சார்ந்தவருமான அகில் கோகோயும் அந்நிருபரின் மீது ஒரு

குற்றச்சாட்டை வைத்துள்ளார். சம்பவம் நடந்தபோது அந்தக் குடிசாலையில் தான் தொலைக்காட்சி நிருபர் கவுரவ் நியோக் இருந்துள்ளார்.

டி.வி கேமராவை வரவழைத்த பிறகு, "டி.வி கேமரா வந்துவிட்டது நல்ல வெளிச்சமான இடத்துக்கு அந்தப் பெண்ணைக் கொண்டு வாங்க" என்று நியோக் பேசியது அக்காட்சியில் பதிவாகி உள்ளது என்று அகில் கோகோய் குற்றம்சாட்டி உள்ளார். இந்த வீடியோ பதிவைத் தேசிய மகளிர் ஆணையத்தில் ஒப்படைக்கப் போவதாகவும் அவர் கூறியுள்ளார். ஆனால், இந்தக் குற்றச்சாட்டை மறுத்துள்ள நியோக் தனது பதவியை ராஜினாமா செய்திருக்கிறார். அந்தப் பெண்ணைக் காப்பாற்றவே முயற்சி செய்ததாகவும் இந்த வழக்கைத் தான் எதிர்கொள்ளத் தயாராக இருப்பதாகவும் சொல்லியுள்ளார். எனினும், இந்தச் சம்பவம் முழுவதுமே பரபரப்பை ஏற்படுத்துவதற்காக நியோக்கால் திட்டமிட்டு நடத்தப்பட்டது என்றும் கூறப்படுகிறது. குற்றச்சாட்டுகளின் அடிப்படையில் நியோக் கைது செய்யப்பட்டுள்ளார்; விசாரணை நடைபெற்றுவருகிறது.

இப்படியாக இச்சம்பவத்தின் மீது எழுப்பப்படும் ஐயங்கள், குற்றச்சாட்டுகள், உண்மைகள் என்பதெல்லாம் ஒருபுறம் இருக்க, 'ஊடக அறம்' தொடர்பான சில முக்கிய கேள்விகளை இந்நிகழ்வு எழுப்பியிருப்பது கவனிக்கத்தக்கது. அவை:

1. இதுபோன்ற சம்பவத்தில் பாதிக்கப்பட்ட பெண்ணை வெளிப்படையாக அடையாளம்காட்டி அப்பெண்ணுக்கு நிரந்தரமான அவமானத்தை ஏற்படுத்துவது எந்த அளவிற்குச் சரி?

2. இதுபோன்ற சந்தர்ப்பத்தில் ஒரு ஊடகவியலாளர், அறம்சார்ந்த மனிதர் என்கிற வகையில் தனது கேமராவை தூக்கி எறிந்துவிட்டு அப்பெண்ணைக் காப்பாற்றுவதற்கு முன்னுரிமை அளிப்பதா? அல்லது ஒரு ஊடகவியலாளர் என்ற வகையில் அப்பெண்ணைக் காப்பாற்றும் முயற்சியை மறந்துவிட்டு நிகழ்வைப் பதிவு செய்து உலகிற்கு அறிவிப்பதற்கு முன்னுரிமை தருவதா?

இதுகுறித்துப் பார்ப்பதற்கு முன் இன்னொரு அம்சத்தையும் சொல்லவேண்டும். பாலியல் வன்புணர்ச்சிக்கு உள்ளாக்கப்படும் ஒரு பெண்ணிற்கு இச்சமூகம் அளிக்கும் நீதி என்பது குற்றங்களின் கொடூரத் தன்மைகளையும் உண்மைத் தன்மைகளையும் பொறுத்தது அன்று. மாறாக அப்பெண்ணின் "கற்பையும்" "ஒழுக்கவாதத்தையும்"

பொறுத்ததாகவே முன்வைக்கப்படுகிறது. அதாவது, கலாச்சார ஆணாதிக்கச் சமூகத்தின் தன்னிலையாக அவள் எந்த அளவிற்குத் தன்னை நிறுவிக் கொண்டாள் என்பதைப் பொறுத்தது அது. ஒருவேளை அப்பெண் சுயத்தன்னிலை கொண்டவளாக - கலாச்சாரத்தை அத்துமீறியவளாக இருந்தால் அவள் நீதியைக் கோரும் தகுதியற்றவள்; "இந்தமாதிரி ஒழுக்கங்கெட்டவளுக்கெல்லாம் இப்படித்தான் நடக்கும்" என்ற சமூகநியதிக்கு எடுத்துக்காட்டானவள்; குற்றம் இழைக்கத் தூண்டியவள், ஆக அவள்தான் குற்றவாளி.

உச்சநீதிமன்ற நீதிபதியாக இருந்த ரத்தினவேல் பாண்டியன், பாலியல் வன்முறைக்கு உள்ளாக்கப்பட்ட ஒரு பெண்ணின் வழக்கில் அவளது முந்தைய கால வாழ்க்கை ஒழுக்கம் சார்ந்ததாக இல்லை எனச் சொல்லி அந்த அடிப்படையில் அந்தக் குற்றத்தின் தன்மையை அவர் குறைத்துக்காட்டித் தீர்ப்பெழுதியதும், அது பெரிய சர்ச்சைக்குள்ளானதும் நினைவிற்குரியது. இப்போது, இந்தப் பிரச்சினையிலும் அப்பெண் குடிசாலைக்கு சென்று வந்தது என்பதையும் "கண்ணியமான ஆடை" உடுத்தியிருக்கவில்லை என்பதையும் குறிப்பிட்டு, 'இப்படியான பெண்களுக்கெல்லாம் வேறெப்படி நடக்கும்' என்றுசொல்லி இந்த வன்முறை நியாயப்படுத்தப்படுவதைக் கவனிக்கவேண்டும். இதில் மத்திய பிரதேச மாநில தொழில்துறை அமைச்சர் கைலாஷ் விஜய்வர்கியா முதல் நம்மூர் தினமணி ஆசிரியர் வைத்தியநாதன் வரை அடக்கம். மத்தியபிரதேச அமைச்சர், "இந்தியக் கலாசாரத்தின்படி பெண்கள் உடை அணிய வேண்டும். ஆண்களின் உணர்வுகளைத் தூண்டும் வகையில் பெண்கள் ஆடை அணியக்கூடாது. நெறிதவறிய நடத்தை, அருவருப்பான ஆடைகளை அணிந்து கொள்ளுதல், நாகரிகமற்ற வாழ்க்கை முறை, பழக்கங்கள் ஆகியன சமுதாயத்தில் குழப்பங்களை அதிகரித்துவிடும்" என்ற அளவில் அறிவுறுத்தினாரென்றால் நமது தினமணி ஆசிரியர் அதற்கும் மேலே சென்று மீசையை முறுக்கியபடியே ஒரு நீண்ட தலையங்கத்தைத் தீட்டியிருக்கிறார்.

"எது நாகரிகம்?" என்ற தலைப்பில் எழுதப்பட்ட அத் தலையங்கம், "இந்தக் காட்சியை உலகம் முழுவதும் இணைய தளத்தில் மேலூட்டம் தந்து அனைவரையும் பார்க்கச் செய்தது சரியா? இதைச் செய்த நபரை 'சைபர் கிரைம்' குற்றத்தில் கைது செய்ய வேண்டாமா? இந்த வன்செயலை மீண்டும் மீண்டும் தொடர்ந்து தொலைக்காட்சியில் ஒளிபரப்பியது சரியா?" என்றெல்லாம் பேசி ஊடக அத்துமீறலைக் கண்டு கொந்தளிப்பதாகக் காட்டிக் கொண்டாலும் இறுதியில் தனது

சொந்த முகத்தை வெளிக்காட்டியிருக்கிறது. "ஆண்கள் மட்டும்தான் மது அருந்த வேண்டுமா? ஏன் பெண்கள் குடிக்கக்கூடாதா? ஆண்கள் மட்டும்தான் எப்படி வேண்டுமானாலும், எங்கேயும், எந்த நேரத்தில் வேண்டுமானாலும் கட்டுப்பாடு இல்லாமல் திரிய முடியுமா? பெண்களுக்கு அந்த உரிமை இல்லையா? என்று பெண்ணியவாதிகள் கேட்கிறார்கள். மதுக்கூடங்களுக்குச் செல்லும் சமஉரிமை பெண்களுக்கும் நிச்சயமாக உண்டு. ஆனால், சமஉரிமை கோருபவர்கள், ஆணுக்குச் சரிநிகராகத் தங்களைக் கருதிக் கொள்பவர்கள் அங்கே தங்களுக்குப் பாதுகாப்பாக சமூகம் வந்து நிற்க வேண்டும் என்று விரும்பினால் எப்படி?" என்று உளங்கொதிக்கிறது. மேலும்,

"கற்பைவிட இன்பம்தான் பெரிது என்று மகளிரும், ஒழுக்கத்தை விடப் பணம்தான் பெரிது என்று ஆடவரும் நினைக்கத் தொடங்கினால், சமுதாயம் இதுபோன்ற பல சீர்கேடுகளைச் சந்தித்தே தீரவேண்டும். கட்டுப்பாடே இல்லாத வாழ்க்கை வாழ்வதற்கு நாம் காடுகளில் திரிந்திருக்கலாமே, சில ஆயிரம் ஆண்டுகளை வீணாக்கி நாகரிக வாழ்க்கை முறையை உருவாக்கி இருக்கவே தேவையில்லையே... எதற்கும் துணிந்தவர்கள் எது வந்தாலும் எதிர்கொள்ளவும் துணிய வேண்டும் என்பதுதான் குவாஹாட்டி வழங்கும் பாடம்!" என்று கவுஹாத்திச் சம்பவத்தைக் கண்டு, அந்த ஆணாதிக்கக் கலாச்சார மனம் உள்ளூர குதூகலிக்கிறது.

ஒரு பெண் ஒழுக்கக்கேடானவளாக, விபச்சாரியாக, எப்படியானவளாக இருந்தாலும் அவளை வன்முறையாகப் பாலியல் தாக்குதலுக்கு உட்படுத்துவதென்பது சட்டரீதியிலும் சரி, அறவியல் ரீதியிலும் சரி ஏற்க இயலாதது. கணவனே ஆனாலும் கூட விருப்பமின்றிப் புணர்வது ஒரு குற்றச்செயல்தான். "கண்ணியமான" உடையின் வரையறை என்பது காலத்திற்குக் காலம் இடத்திற்கு இடம் வேறுபடுவது. பெண்ணின் தனிப்பட்ட வசதிகளைப் பொறுத்தது. நமது அரசுப்பள்ளிகள் ஆசிரியைகளைச் சுடிதார் உடுத்திவர அனுமதிப்பதில்லை. அவர்கள் வரையறையில் சுடிதார் என்பதே "கண்ணியமற்ற" உடை. ஆனால் பலமைல் தூரங்களைக் கடந்து, அல்லது இருசக்கர வாகனங்களில் பயணித்துச் செல்லும் (ஒருசில) ஆசிரியைகளுக்குப் புடவையை விடச் சுடிதாரே கண்ணியமான உடை. ஆக, உடை போன்றவற்றைக் காரணம்காட்டி இத்தகையப் பாலியல் வன்முறைகளை நியாயப்படுத்துவது ஏற்கஇயலாதது; அநீதியானது. ஊடக அதிகாரமுள்ள நாளிதழான தினமணி, செய்திகளின் உண்மைத்தன்மைக்கு முக்கியத்துவம் அளிப்பதைக்

கைவிட்டு தனது கருத்தியலைப் பரப்புவதற்கான வாய்ப்பாக நிகழ்வுகளைப் பயன்படுத்திக்கொள்வது கண்டிக்கத்தக்கது.

இனி, 'ஊடக அறம்' குறித்து எழும்பியுள்ள கேள்விகள் பற்றிக் காண்போம். முதற்கேள்வி, ஒரு பெண்ணை இப்படி முழுமையாக அடையாளம் காட்டி அவளை அவமானப்படுத்துவது சரியா? என்ற வாதத்தை ஒட்டியது. பொதுவாக ஊடகங்கள் இப்படியான சம்பவங்களில், அதிலும் பதின்வயதினருக்கு ஏற்படும் பிரச்சினைகளில் ரொம்பவும் கரிசனத்தோடு நடந்துகொள்வதை நாம் பார்த்திருக்கிறோம். உதாரணமாக, பிரச்சினைக்கு ஆளானவர்களின் இயற்பெயரை மறைத்து, ஒரு மாற்றுப்பெயரால் அவர்களை விளிப்பதும், வீடியோ பதிவுகளில் முகங்களை அடையாளம் காணமுடியாதபடி மறைத்து ஒளிபரப்புவதும் வழக்கமான ஒன்றுதான். ஆனால் இந்த ஊடக அறத்தைக் கைவிட்டு, 17 வயதான ஒரு இளம்பெண்ணை - பதினொன்றாம் வகுப்பு மாணவியை, உலகமே அறியும்படி துல்லியமாகப் படம்பிடித்துக்காட்டியதும் அதை மீண்டும் மீண்டும் ஒளிபரப்பியதும் கண்டனத்திற்குரியது. மேலும் இப்படியான தொடர் ஒளிபரப்புகள், பார்வையாளர்களிடையே "பாலியல் கிளர்ச்சிக்கான" அம்சமாக மாறும் அவலமும் நேர்ந்துவிடுகிறது. எனவே இத்தகைய பிரச்சினைகளில் ஊடகங்கள் தங்களின் பொறுப்பை உணர்ந்து நடந்துகொள்ள வேண்டும்.

இரண்டாவது கேள்வி, இப்படியான சம்பவத்தில் ஒரு பத்திரிக்கையாளரின் கடமை என்ன? காப்பாற்றுவதா? அல்லது படம்பிடிப்பதா? இதுகுறித்து, இந்து நாளிதழில், பாரிஸில் உள்ள ஒரு பன்னாட்டு சட்டநிறுவனத்தில் சட்டவியல் அறிஞராக உள்ள கரண்சிங் தியாகி ஒரு முக்கிய கட்டுரையை எழுதியிருக்கிறார்.

"மற்றவர்களிடம் எத்தகைய அறவியல் பண்புகள் இருக்கவேண்டும் என பத்திரிக்கையாளர்கள் எதிர்பார்க்கிறார்களோ அந்த அறவியல் பண்புகளை அவர்கள் எப்போதும் கடைபிடிப்பதில்லை என்பதைக் கவுகாத்தி சம்பவம் வெளிப்படுத்தியிருக்கிறது" என்று சொல்லித் தனது கட்டுரையைத் துவங்கும் கரண்சிங், தனது நினைவுகளை அசைபோட்டபடி கருத்துக்களை முன்வைக்கிறார். இனி அவரது கூற்று:

"2010 ஆம் ஆண்டு எனது சட்டப்பள்ளியால் ஒருங்கிணைக்கப்பட்ட திரைவிழாவில் The Death of Kevin Carter: Casualty of the Bang Bang Club என்ற ஆவணப்படத்தைப் பார்த்தது எனக்கு நினைவிற்கு

வருகிறது. அந்த அமெரிக்க ஆவணப்படம் வட ஆப்ரிக்கப் புகைப்பட நிருபர் கெவின் கார்ட்டரின் தற்கொலையைப் பற்றியது. 1993 ஆம் ஆண்டில் கார்ட்டர், சூடான் நாட்டிற்கு ஒரு சிறுபயணம் மேற்கொண்டார். அங்கே பட்டினியாலும் வயிற்றுப்போக்காலும் சுருண்டுகிடந்த ஒரு சின்னப்பெண்ணைக் கொத்தித் தின்பதற்கு ஒரு கழுகு குறிவைத்துக் காத்திருந்ததைப் பார்த்தார். அந்தக் கழுகை எந்தவகையிலும் தொந்தரவு செய்யாமல், அந்தச் சின்னப் பெண்ணை அது நெருங்கும் தருணத்திற்காக 20 நிமிடம் காத்திருந்து, அது நெருங்கியதும், துல்லியமாகப் படமெடுக்க புகைப்படக்கருவியைத் அதன் சட்டகத்தில் சரியாகப் பொருத்தி, அந்தக் காட்சியைப் பதிவாக்கினார்.

அந்தப் புகைப்படம் 1994 ஆம் ஆண்டு புலிட்சர் பரிசை வென்றது. ஒரு கருத்தரங்கில், அந்தச் சின்னப்பெண்ணிற்கு என்ன ஆயிற்று என்ற கேள்வி அவரை நோக்கி எழுப்பப்பட்டது. அவரிடம் அக்கேள்விக்கு விடையில்லை. உயிருக்குப் போராடிய அந்தப் பெண்ணிற்கு இவர் எந்த உதவியும் செய்யவில்லையா? இல்லை. வெறும் புகைப்படத்தை மட்டும் எடுத்துவிட்டு அந்தப் பெண்ணிற்கு எந்த உதவியும் செய்யாததற்காகக் கார்ட்டர் கடுமையாக விமர்சிக்கப்பட்டார். அத்தகைய விமர்சனங்களால் பெரிதும் பாதிக்கப்பட்ட அவர் இரண்டு ஆண்டுகளுக்குப் பிறகு தற்கொலை செய்துகொண்டார்.

அந்த ஆவணப்படம் பதில் தெரியாத சில கேள்விகளை நம்முன் எழுப்புகிறது. நான் என்னை நோக்கியே கேட்டுக்கொண்டேன். எத்தனை பத்திரிக்கையாளர்கள் கழுகை விரட்டிவிட்டு அந்தப் பெண்ணுக்கு உதவியிருப்பார்கள்? எத்தனை பேர் புகைப்படம் எடுத்திருப்பார்கள்? கவுகாத்திப் பாலியல் தாக்குதலை ஒளிப்பதிவாக்கிய அந்தப் பத்திரிக்கையாளர் மீது பலரது கோபக்கனல் கொந்தளித்தபோது, என் மனம் கெவின் கார்ட்டரை நோக்கித் திரும்பியது. பத்திரிக்கையாளர்கள் ஒளிப்பதிவுக் கருவியைக் கீழேபோட்டுவிட்டு உதவி செய்யவேண்டுமா அல்லது வெறும் பார்வையாளர்களாகப் பார்த்துக் கொண்டிருக்கவேண்டுமா?"

ஊடகஅறம் குறித்த இந்த முக்கியமான கேள்வியை எழுப்பிய கரண்சிங், அதற்கு மிக முக்கியமான பதிலொன்றையும் அவரது நினைவுகளிலிருந்து அளிக்கிறார்.

"பல ஆண்டுகளுக்கு முன், மார்ட்டின் லூதர் கிங், இதுபோன்ற அறிவுரையை புகழ்பெற்ற 'life' பத்திரிக்கையின் புகைப்படக்காரருக்கு அளித்த ஒரு சுவையான நிகழ்வு நினைவிற்கு வருகிறது. கருப்பினக் குழந்தைகள் சிலர் வெள்ளைப் போலிஸ்காரர்களால் முரட்டுத்தனமாகப் பிடித்துத் தள்ளப்பட்ட ஒரு நிகழ்வின்போது, அந்தப் புகைப்படக்கலைஞர் தனது கேமராவைக் கீழே போட்டுவிட்டுக் குழந்தைகளைக் காப்பாற்ற ஓடிவந்தார். அப்போது மார்ட்டின் லூதர் கிங் நிருபர்களுக்குச் சொல்லிய அறிவுரை இதுதான்: "இப்படிச் செய்வதன் மூலம் இந்தச் சம்பவத்தை உலகம் அறிந்துகொள்ள இயலாமல் போகிறது. ஏனெனில் நீங்கள் அதைப் படமெடுக்கவில்லை. நான் இரக்கமில்லாமல் பேசுவதாக நினைக்கவேண்டாம். எங்களது போராட்டத்தில் மற்றுமொரு நபராக நீங்கள் இணைந்து கொள்வதைவிட நாங்கள் அடித்து ஒடுக்கப்படுவதைப் புகைப்படமாக்கி உலகிற்குத் தெரிவிப்பதுதான் ரொம்பவும் முக்கியமானது"

மார்ட்டின் லூதர் கிங் அவர்களின் இவ்வறிவுரையைச் சுட்டிக்காட்டியதன் மூலம், ஒரு அறம் சார்ந்த மனிதருக்கும் பத்திரிக்கையாளருக்குமான வேறுபாட்டைத் தெளிவுபடுத்திக்காட்டுகிறார் கரண்சிங். ஆனால் கிங்கின் கருத்தை அவர் முழுமையாக ஏற்கவில்லை. "புகைப்படமாக்கி உலகிற்கு அறிவிப்பதை" ஒரு அறச்செயல்பாடாக மேற்கொள்ளவேண்டியது உண்மைதான். ஒரு இதழாளரின் நோக்கம் என்பது செய்தியை அதன் ஆழமான தளங்களுக்குள் புகுந்து வெளிப்படுத்துவதாக இருக்கவேண்டும் என்பதில் அய்யமில்லை. நிகழ்விற்கான காரணிகளின் மீது கவனம் குவிக்கச்செய்வதாக இருக்க வேண்டுந்தான். ஆனால் நிகழ்வில் தொடர்புடைய பெண்ணின் சம்மதமோ, அவர்மீதான அனுதாபமோ இல்லாமல் அந்த வீடியோ காட்சியை மீண்டும் மீண்டும் ஒளிபரப்பிய செயல், நிகழ்வின் மீது கவனம் ஈர்ப்பதை விட்டுவிட்டு, அக்காட்சியைக் கண்டு ரசிக்கும் மனங்களுக்கு விருந்தாக அமைகிறது என்பதைக் கரண்சிங் சுட்டிக்காட்டுகிறார். மேலும்:

இதழாளர்களும் செய்தி ஊடகங்களும் மற்றவர்களிடம் எத்தகைய நடைமுறைகளை எதிர்பார்க்கிறார்களோ அதை அவர்களும் குறிப்பிட்ட அளவிற்கு மதிக்கவேண்டியவர்களாய் இருக்கிறார்கள் என்பதையும் கரண்சிங் வலியுறுத்துகிறார். கவுஹாத்தி பிரச்சினையைப் பொறுத்தமட்டில் ஒரு இதழாளரின் பொருத்தமான செயல்பாடு

எப்படி இருக்கவேண்டுமெனில், அந்த வீடியோ படக்காட்சியில், அக்கொடுமைகளை இழைத்தவர்களின் முகங்களைப் பதிவுசெய்வது என்கிற அடிப்படையிலேயே இருந்திருக்கவேண்டும். ஏதோ ஒருவகையில் அந்தப் பெண்ணைத் தன்னிச்சையாகச் சென்று காப்பாற்றுவதாகவோ அல்லது உடனடியாகக் காவல்துறைக்குச் சொல்வதாகவோ அது அமைந்திருக்கவேண்டும்.

ஒரு இதழாளரின் கடமை என்பது என்ன நடக்கிறதோ அதைப் படம்பிடித்துக்காட்டி உண்மைகளைச் சொல்வதுதான் என்பதில் ஐயமில்லை. ஆனால் அவர்கள் அதைச் செய்யும்போது, இன்னும் பெரிதாக நம்முன் உருவாகும் அறவியல் கேள்வியைத் தவிர்த்துவிடக்கூடாது. ஒரு மனித உயிரி என்கிற வகையில் இந்தச் செயல் மூலம் அவர்கள் என்ன பங்களிக்கிறார்கள் என்பதுதான் அது. இதழாளர்கள், அவர்கள் என்ன செய்கிறார்கள் என்பதைக்காட்டிலும் அவர்கள் என்னவாக இருக்கிறார்கள் என்பதைப் பொறுத்தே வரையறுக்கப்பட வேண்டியவர்களாக இருக்கிறார்கள். இந்த அறவியல் கேள்விக்குப் பதில் அளிக்க முடியாமல்தான் கெல்வின் கார்ட்டர் தற்கொலை செய்துகொண்டார்.

■ கவனிக்கிறோம், ஜூலை 2012

இலங்கைப் பயணிகள் விரட்டப்பட்டதும் ஊடகப்பதிவுகளும்

தமிழகக் கால்பந்து அணிகளுடன் நட்புரீதியிலான விளையாட்டுகளில் பங்கேற்க வந்த இலங்கைக் கால்பந்து வீரர்களை (கல்லூரி மற்றும் பள்ளி மாணவர்கள்) தமிழக முதல்வர் ஜெயலலிதா திருப்பி அனுப்பியுள்ளார். மேலும் நேரு விளையாட்டரங்கில் போட்டிகளை நடத்த அனுமதித்த விளையாட்டரங்கப் பொறுப்பு அதிகாரியைத் தற்காலிகப் பணிநீக்கம் செய்ததோடு துறைரீதியான நடவடிக்கை எடுக்கவும் உத்தரவிட்டுள்ளார்.

தமிழக அரசின் இந்தச் செயல் ஒருபுறம் இருக்க, பூண்டி மாதா கோயில், வேளாங்கண்ணி ஆகிய இடங்களுக்குப் புனித யாத்திரைக்காக வந்திருந்த சிங்களர்களை ம.தி.மு.க, நாம் தமிழர், விடுதலைச் சிறுத்தைகள் ஆகிய அமைப்பினர் விரட்டியடித்துள்ளனர். சுற்றுலாவிற்காக வந்த அம்மக்களுள் தமிழ்பேசும் இலங்கைத் தமிழர்களும் இருந்தது குறிப்பிடத்தக்கது. அமைப்புகளின் கடும் எதிர்ப்பால், புனித யாத்திரை வந்திருந்த 178 பேரையும் இலங்கைக்குத் திருப்பி அனுப்புவதற்காக சிறப்பு விமானம் ஒன்று ஏற்பாடு செய்யப்பட்டது. திருச்சி விமான நிலையத்திற்கு 7 வேன்களில் போலிஸ் பாதுகாப்புடன் கொண்டு செல்லப்பட்டபோது, காட்டூர் அருகே பத்துக்கும் மேற்பட்டோர் கொண்ட அடையாளம் தெரியாத கும்பல் வாகனங்களை மறித்து கற்கள் மற்றும் உருட்டுக்கட்டைகளால் கண்ணாடிகளை அடித்து நொறுக்கியுள்ளது. பதட்டமான அந்தச் சூழ்நிலைக்குப் பின் பலத்த பாதுகாப்புடன் அவர்கள் விமானநிலையம் அழைத்துச் செல்லப்பட்டு இலங்கைக்கு அனுப்பி வைக்கப்பட்டுள்ளனர்.

சமீப நாட்களில் பரபரப்பை ஏற்படுத்திய இந்தச் செய்திகளுக்கு ஊடகங்கள் பலவும் முக்கியத்துவம் அளித்திருந்தன. எனினும் பல முக்கிய ஊடகங்களும் இவற்றை ஒரு செய்தியாகவே பரிமாறி

இருந்த நிலையில் 'தினமணி' மற்றும் 'இந்து' நாளிதழில் வெளிவந்த தலையங்கங்கள் தமிழக அரசின் இந்தச் செயலைக் கண்டித்து, அதன் விளைவுகளைச் சுட்டிக்காட்டி, ஊடகத்துறைக்கான பொறுப்புகளோடு செயல்பட்டிருந்தன. அவற்றைக் குறித்துப் பார்க்கும் முன் சில செய்திகளைப் பகிர்ந்துகொள்ள வேண்டும்.

கடந்த ஆகஸ்ட் 30 ஆம் தேதி தமிழகம் வந்திருந்த ராயல் கல்லூரி (கொழும்பு) கால்பந்தாட்ட வீரர்கள், ஆகஸ்ட் 31 ஆம் தேதி சென்னை சுங்க இலாகா அணியுடன் நேரு விளையாட்டரங்கில் நட்புரீதியான போட்டிகளில் பங்கேற்றுள்ளனர். இதனை அறிந்த தமிழக முதல்வர் இந்தச் செயலை வன்மையாகக் கண்டித்து வெளியிட்டுள்ள அறிக்கையில் பின்வருமாறு குறிப்பிட்டுள்ளார்:

(இலங்கை ராணுவ வீரர்களுக்குத் தொழில்நுட்பப் பயிற்சி அளித்து தமிழக மக்களின் உணர்வுகளை மத்திய அரசு புண்படுத்தும்) "இந்தச் சூழ்நிலையில், இலங்கையைச் சேர்ந்த கால்பந்து விளையாட்டு வீரர்கள், தங்களுடைய திறமையை வளர்த்துக் கொள்ளும் வகையில், நட்பு ரீதியிலான போட்டிகளில் கலந்து கொள்ள தமிழகம் வர மத்திய அரசு அனுமதி அளித்துள்ளது. மத்திய அரசின் இந்தச் செயல் தமிழக மக்களை அவமானப்படுத்தும் செயல் ஆகும். மத்திய அரசின் இந்தச் செயலுக்கு எனது கடும் கண்டனத்தைத் தெரிவித்துக் கொள்கிறேன்.

தனக்கு இல்லாத அதிகாரத்தை பயன்படுத்தி இலங்கை விளையாட்டு வீரர்களை நேரு விளையாட்டரங்கில் கால்பந்து விளையாட அனுமதி அளித்ததன் மூலம் தமிழக மக்களின் உணர்வுகளை நேரு விளையாட்டரங்க பொறுப்பு அதிகாரி கொச்சைப்படுத்தியுள்ளார். எனவே, அந்த அதிகாரியை தற்காலிகப் பணிநீக்கம் செய்து துறைரீதியான நடவடிக்கை எடுக்கும்படி தலைமைச் செயலாளருக்கு உத்தரவிடப்பட்டுள்ளது. மேலும், இலங்கை கால்பந்து வீரர்களுக்காக எந்தப் போட்டிகளும் தமிழகத்தில் நடத்தக் கூடாது என்றும், அவர்களை இலங்கைக்கு உடனடியாக திருப்பி அனுப்ப நடவடிக்கை எடுக்க வேண்டும் என்றும் உத்தரவிடப்பட்டுள்ளது. இதே போன்று வேலம்மாள் மேல்நிலைப் பள்ளியுடன் கால்பந்து போட்டி விளையாட சென்னை வந்துள்ள இலங்கை, ரத்தினபுராவைச் சேர்ந்த ஹில்பர்ன் இன்டர்நேஷனல் பள்ளியின் 8 மாணவர்கள் மற்றும் ஒரு பயிற்சியாளரையும் திருப்பி அனுப்ப உத்தரவிட்டுள்ளேன்."

அப்பாவித் தமிழர்களைக் கொத்துக் குண்டுகள் எறிந்து கொன்று குவித்த இலங்கை ராணுவத்திற்கு தமிழகத்திலோ இந்தியாவிலோ பயிற்சி அளிக்கக் கூடாது என்று எழுப்பப்படும் முழக்கங்களை நம்மால் புரிந்துகொள்ள முடிகிறது. அப்பட்டமான இனவெறித்தன்மை கொண்ட ராஜபக்சவின் வருகைக்கு எதிர்ப்பு தெரிவிப்பதும் கருப்புக்கொடி காட்டுவதுமான செயல்பாடுகளுக்குப் பின் உள்ள தமிழரது உணர்வுகளை ஏற்றுக்கொள்ள முடிகிறது. ஆனால் இலங்கை அரசாங்கம் புரிந்த குற்றங்களின் அடிப்படையில் இலங்கையின் ஒட்டுமொத்த சிவில் சமூகத்தின் மீதும் வெறுப்பை உமிழ்வதை எந்தவகையில் ஒப்புக்கொள்வது? ராஜபக்சவின் போர்க் குற்றங்களுக்கும் இனவெறிச் செயல்பாடுகளுக்கும் அப்பாவி இலங்கைக் குடிமக்களும் பொறுப்பேற்க வேண்டுமென்றால் காங்கிரஸின் அமெரிக்கக் கைக்கூலித்தனத்திற்கும் பா.ஜ.க.வின் இந்துத்துவ அரசியலுக்கும் நாம் பொறுப்பேற்கத் தயாரா?

இலங்கையின் சொந்த மக்களான தமிழர்கள் இரண்டாந்தர குடிமக்களாக நடத்தப்படும் அவலத்தைக் கண்டு நரம்பு புடைக்க வீறிட்டெழும் தமிழ் அமைப்புகளும் அரசியல்வாதிகளும் தமிழகத்தில் ஒருவேளைச் சோற்றுக்கும் ஒரு கூரை வீட்டிற்கும் அல்லல்படும் இலங்கை அகதிகள் மீது கரிசனம் காட்டுகிறார்களா? அவ்வளவு ஏன், அன்றாடம் பற்றி எரிகிற சொந்தத் தமிழர்களின் குடிசைகள் பக்கம் எட்டியேனும் பார்க்கிறார்களா?

சிறப்பு முகாம்களில் கைதிகளாக அடைத்து வைக்கப்பட்டிருக்கும் ஈழத்தமிழர்களின் மீது போடப்பட்டுள்ள வழக்குகளைத் திரும்பப்பெறுதல் அல்லது விரைந்து நடத்தி முடித்து அவர்களை விடுதலை செய்தல் என்பதான கோரிக்கைகளுக்கு முதல்வர் ஜெயலலிதா செவிமடுப்பதாகத் தெரியவில்லை. சிறப்பு முகாம்களில் இருந்து திறந்தவெளி முகாம்களுக்கு மாற்றவேண்டும் என்ற நியாயமான கோரிக்கையை முன்வைத்து அறவழியில் உண்ணாவிரதம் இருந்த ஈழத்தமிழர் செந்தூரன் மீது ‘தற்கொலை முயற்சி’ என்று இன்னொரு குற்றம் சுமத்தி புழல் சிறையில் அடைத்திருக்கிறார். ஆனால் இன்று தமிழர்களுக்குத் துரோகம் இழைத்த இலங்கையின் மீது பொருளாதாரத்தடை விதிக்க வேண்டும் என்றும் கால்பந்து விளையாட்டு வீரர்களைக்கூட தமிழகத்திற்குள் நுழையவிடக் கூடாதென்றும் அவர் கொதித்தெழுவதை எப்படிப் புரிந்துகொள்வது?

தமது சொந்த அரசியல் தேவைகளுக்காகவும் லாபங்களுக்காகவும் இலங்கைக்கு எதிரான போர்க்கொடியை இறுக்கிப்பிடிக்கும் அரசியல் அமைப்புகளும் தமிழரின் நலன்களுக்காக குரலுயர்த்தும் அமைப்புகளும் தற்போது சிவில் சமூகத்திற்கே எதிராகத் திரும்பி இருப்பது வருந்தத்தக்கது. நான்காம்கட்டப் போர் முடிந்து ஒரு மயான அமைதி உலவிக்கொண்டிருக்கும் இன்றைய சூழலில் சிங்கள - தமிழ்ச் சமூகங்களுக்கு இடையே பகைமறப்பைத் தோற்றுவிப்பதும் நேசங்களை உற்பவிப்பதும் தமிழர் நலனில் அக்கறை கொண்ட - சமூக நல்லுறவுகளின் மீது அக்கறை கொண்ட ஒவ்வொருவரின் கடமை.

தமிழகத்திற்கு விருந்தினர்களாக - புனித யாத்திரைப் பயணிகளாக வந்தவர்களை இப்படித் திருப்பி அனுப்பியிருப்பது மோசமான பின்விளைவுகளுக்கே இட்டுச்செல்லும். இளம் தலைமுறையினரிடமும் பொது மக்களிடமும் இப்படிக் கசப்புணர்வுகளை ஏற்படுத்துவது ஆபத்தானது. சிங்கள மக்கள் அனைவரையும் ராஜபக்சவின் ராணுவப் படையினராக - ஒருபடித்தானவர்களாகப் பார்க்கும் அபத்தித்திலிருந்தே இந்தத் தவறுகள் நிகழ்கின்றன. நான்காம் கட்டப்போர் உச்சகட்டத்தில் இருந்த சூழலில் இலங்கை அரசின் மனித உரிமை மீறல்களை வெட்ட வெளிச்சமாக்கியதில் சிங்களப் பத்திரிக்கையாளர்களுக்கும் சிங்கள - மனித உரிமை ஆர்வலர்களுக்கும் மிகமுக்கியப் பங்கிருந்ததை அவ்வளவு எளிதில் மறந்துவிட முடியாது. இலங்கை அரசை எதிர்த்து நின்றதற்காக அவர்கள் பழிவாங்கப்பட்டதும் சிலர் கொல்லப்பட்டதும், பலர் உயிருக்கு அஞ்சித் தப்பியோடியதும் எண்ணிப்பார்க்க வேண்டியது. இவற்றையெல்லாம் கணக்கிலெடுக்காமல் தமிழக அரசியல் அமைப்புகள் நிகழ்த்தியுள்ள செயல்கள் கண்டிக்கத்தக்கன. மனித உரிமை அமைப்புகளும் சமூக ஆர்வலர்களும் இதன்மீதான தமது கண்டனங்களைத் தெரிவித்துள்ளனர்.

ஆனால் ஊடகங்கள் இந்தப் பின்புலங்கள் மீது கவனம் குவிக்காமல் இலங்கைப் பயணிகள் விரட்டப்பட்டதை ஒரு செய்தியாக மட்டுமே பதிவு செய்திருந்த நிலையில் ‘தினமணி’ மற்றும் ‘இந்து’ நாளிதழில் வெளிவந்த தலையங்கங்கள் (செப். 4) தமிழக அரசின் செயலைக் கண்டித்திருந்ததன் மூலம் தனது ஊடகப் பொறுப்பினை வெளிக்காட்டியிருக்கின்றன.

“தேவை நிதானம் ஆத்திரமல்ல” என்ற தலைப்பில் வெளிவந்த தினமணி தலையங்கம்,

“இலங்கைத் தமிழர் மீது மிக வன்மையான தாக்குதல் நடைபெற்ற நாளில், இலங்கை கிரிக்கெட் அணி இந்திய அணியுடன் விளையாடியது. அவர்களைத் திருப்பி அனுப்பவில்லை. இந்திய அணி இலங்கையில் விளையாடியது. தமிழ்நாட்டைச் சேர்ந்த கிரிக்கெட் வீரர்கள் இந்த ஆட்டத்தில் பங்கேற்கக்கூடாது என்று நாம் கேட்கவும் இல்லை. இந்திய-இலங்கை அணியின் கிரிக்கெட் விளையாட்டைத் தமிழ்நாட்டிலுள்ள தொலைக்காட்சிச் சேனல்கள் ஒளிபரப்பக்கூடாது என்று தடை விதிக்கவில்லை. தமிழகத்தைச் சேர்ந்த ஆன்மிகவாதிகள், திரைப்பட நட்சத்திரங்கள் டி.எம். கிருஷ்ணா உள்ளிட்ட கர்நாடக சங்கீதக் கலைஞர்கள் இலங்கைக்குச் சென்று வந்ததை யாரும் தவறாகக் கருதவில்லை. அப்படியிருக்கும்போது, யாருமே கேள்விப்படாத கால்பந்து அணிக்கு மட்டும் ஏன் இத்தகைய எதிர்வினை?”

“..... அப்படியானால் இலங்கைத் தமிழரைத் தவிர வேறு யாரும் இலங்கையிலிருந்து தமிழ்நாட்டுக்கு வரக்கூடாதா? பயிற்சிக்காக இலங்கை மருத்துவர்கள் இங்கே வரக்கூடாது. சிகிச்சைக்காக சிங்களத்தவர் வரக்கூடாது. படிப்புக்காக மாணவர்கள் வரக்கூடாது. விளையாட வரக்கூடாது. சாமி கும்பிட வரக்கூடாது. புத்தகயாவில் சிங்களவர் நுழையத் தடை விதிக்க வேண்டும். ஆனால், ஈழத்தமிழர்களின் வாழ்வைக் குலைத்த ராஜபட்சயும் அவரது குடும்பத்தினரும் சிங்கள அதிகாரிகளும் பாதுகாப்புடன் வந்து செல்லலாம், அப்படித்தானே? என்று கேள்வி எழுப்பியதோடு சர்வேத அரசியலில் உணர்ச்சிக்கு இடமில்லை என்பதையும் சரியாகவே சுட்டிக்காட்டியிருந்தது. எனினும் இருநாட்டு நல்லுறவிற்காக - ராஜதந்திரத்திற்காக இலங்கை இராணுவத்திற்கு இந்தியாவில் பயிற்சி அளிப்பதைச் சகித்துக்கொள்ளத்தான் வேண்டும் என்றும் ராஜபக்சேவின் உறவுகள் ராமநாதபுரம் வந்ததாலும் (எதிர்ப்புகளைக் கூட காட்டாமல்) அவர்களை பாதுகாக்க வேண்டும் என்றும் தினமணி கூறுவதை ஏற்க இயலாது.

‘இந்து’ நாளிதழின் தலையங்கம் தமிழக முதல்வரின் இந்தச் செயல் இந்திய நாட்டின் சனநாயகத்திற்கும் அதன் சகிப்புத்தன்மைக்கும் களங்கம் விளைவிப்பதாக உள்ளது என்று கூறி கண்டித்திருந்தது. ‘இந்து’ நாளிதழ் இச்செய்திகளைத் தொடர்ந்து

முதல்பக்கத்தில் வெளியிட்டு முக்கியத்துவப்படுத்தியிருந்ததும் தாக்கப்பட்ட இலங்கையர்களிடம் நேர்காணல் செய்து அவர்களில் தமிழர்களும் இடம்பெற்றிருந்ததை ஆதாரப்படுத்தியதும் குறிப்பிடத்தக்கது.

தமது சமூகப் பொறுப்பினை உணர்ந்து அரசின் தவறுகளை இடித்துரைத்த 'தினமணி' 'இந்து' நாளிதழ்கள் பாராட்டத்தக்கன. பிற ஊடக அமைப்புகளும் இத்தகைய செயல்பாடுகளை இனிவரும் காலங்களில் மேற்கொள்ளவேண்டும்.

■ கவனிக்கிறோம், செப்டம்பர் 2012

கூடங்குளப் போராட்டமும் ஊடக இருட்டடிப்புகளும்

அணு உலையில் யுரேனியம் நிரப்புவதற்கு எதிராகக் கூடங்குளம் பகுதி மக்கள் கடந்த ஞாயிற்றுக்கிழமை (9.9.2012) நடத்திய போராட்டம் மற்றும் அதில் நிகழ்ந்த வன்முறைச் சம்பவங்கள் குறித்த ஊடகப் பதிவுகள் கவனிக்கப்படவேண்டியவையாக உள்ளன. நாம் நேரில் சென்று பார்க்காவிட்டாலும் எல்லா நாளிதழ்களில் சொல்லப்பட்ட செய்திகளையும் போராட்டக்குழுவினர் தரப்பில் சொல்லப்பட்ட செய்திகளையும் காவல்துறையினர் தரப்பில் சொல்லப்பட்ட செய்திகளையும் ஒப்பிட்டுப் பார்க்கும்போது பெரும்பான்மை ஊடகங்கள் காவல்துறையின் சார்பாக மட்டுமே நின்று அவர்களின் செயல்பாடுகளுக்கு நியாயம் கற்பிக்கும் வகையிலேயே செயல்பட்டுள்ளதை அறியமுடிகிறது.

கூடங்குளம் போராட்ட நிகழ்வுகளாக நம்மால் அறியப்படுபவை:

1. 9.9.2012 ஞாயிற்றுக்கிழமை போராட்டக் குழுவினர் உதயகுமார், புஷ்பராயன் ஆகியோர் தலைமையில் நான்காயிரத்திற்கும் மேற்பட்ட கூடங்குளம் பகுதி மக்கள் அணிதிரண்டு கடற்கரை வழியாக அணு உலையை நோக்கி நடந்தனர்.

2. இது ஒரு அறவழிப்போராட்டம் என்பதை வெளிப்படுத்தும் வகையில் கைகளில் வெள்ளைக் கொடிகளை ஏந்தியபடி சென்றனர்.

3. அணு உலைக்கு 500 மீ தொலைவில் போலீசார் தடுத்து நிறுத்தியதும் கடற்கரை மணலிலேயே அமர்ந்து தங்கள் எதிர்ப்பை வெளிக்காட்டினர். போலீசின் தடையை மீறி அணு உலையை நோக்கிப் போக முற்படவில்லை.

4. கலெக்டர் செல்வராஜ், எஸ்.பி. விஜயேந்திர பிதரி இருவரும் கூறிய சமரச உடன்பாடுகளை ஏற்காத மக்கள் அன்றைய இரவு கடற்கரை மணலிலேயே தங்கினர்.

5. மறுநாள் (10.9.2012) போராட்டத்திற்கு ஆதரவாகச் சுமார் பத்திற்கும் மேற்பட்ட படகுகளில் போராட்ட ஆதரவாளர்கள் வந்தனர். அதில் ஒரு படகு அணு உலையின் பின்பக்கம் சென்றிருக்கிறது. இதனைக் கவனித்த காவல்துறையினர் படகில் வந்த இருவரையும் பிடித்துவைத்துக் கொண்டனர். பதிலுக்குப் போராட்டக்காரர்களும் காவல்துறையினர் இருவரைப் பிடித்துவைத்துள்ளனர். பிறகு சமரசம் பேசப்பட்டு இருதரப்பினரும் விடுவிக்கப்பட்டிருக்கிறார்கள்.

6. கடற்கரையில் அமர்ந்து கொண்டிருந்த போராட்டக் குழுவினரிடம் தென்மண்டல ஐ.ஜி. ராஜேஷ்தாஸ் வழக்கம்போல அவருக்கே உரித்தான அதிகாரத் தோரணையில் பேசியிருக்கிறார். இதனால் கோபமடைந்த மக்களும் வாக்குவாதத்தில் ஈடுபட்டுள்ளனர். வாய்த்தகராறு ஏற்பட்டு சிறிய கைகலப்பு நடந்திருக்கிறது.

7. இதனையடுத்து ஆத்திரமுற்ற காவல்துறையினர் வேகமாகக் கூட்டத்திற்குள் புகுந்து தடியடி நடத்தியும் கண்ணீர்ப் புகைக் குண்டுகள் வீசியும் மக்களை விரட்டியடித்திருக்கிறார்கள். மக்களும் இவர்கள் மீது கற்கள், செருப்புகள், கம்பிகளை எடுத்து வீசியிருக்கிறார்கள். இந்நிலையில் போராட்டக்குழுத் தலைவர் உதயகுமார், புஷ்பராஜன், ஜேசுராஜ் ஆகியோர் தயாராக நின்றிருந்த படகு ஒன்றில் ஏறி கடலுக்குள் சென்றிருக்கிறார்கள்.

8. இடிந்தகரைக்குள் நுழைந்த காவல்துறையினர் வீடுவீடாகப் புகுந்து சோதனை என்கிற பெயரில், வீட்டிற்குள் இருந்தவர்களைத் தாக்கிப் பொருட்களை சேதப்படுத்தியுள்ளனர். சுனாமி காலனி மக்கள் மீது கடும் தாக்குதல் தொடுக்கப்பட்டிருக்கிறது.

9. காவல்துறையின் தாக்குதலைக் கண்டித்து சுற்றுவட்டார மீனவ கிராமங்களும் போராட்டக்களத்தில் இறங்கின. தீ வைப்பு சம்பவங்களும் சாலை மறியல்களும் போராட்டக்காரர்களால் நடத்தப்பெற்றன. அருகிலுள்ள கிராமம் ஒன்றில் காவல் துறையினரின் துப்பாக்கிச் சூட்டிற்கு மீனவர் அந்தோனி ஜான் பலியானார்.

10. வைராவிக்கிணறில் நிறுத்திவைக்கப்பட்டிருந்த காவல் துறையினர் இடிந்தகரைக்குள் புகுந்து அங்கு தேவாலய மேடையில் அமர்ந்து கொண்டிருந்த பெண்களை அடித்து விரட்டியிருக்கிறார்கள். மாதாவின் சேலையை உருவி கீழேபோட்டு உடைத்திருக்கிரார்கள். தேவாலயத்திற்குள்ளேயே சிறுநீர் கழித்து ஆலயத்தின் புனிதத் தன்மையை அவமதித்திருக்கிறார்கள்.

11. நீண்டநேர கலவரத்திற்குப் பின்பு காவல்துறை திருப்பி அழைக்கப்பட்டது. இடிந்தகரையில் திரண்ட மக்கள் மீண்டும் உண்ணாவிரதப் போராட்டத்தைத் தொடங்கினார்கள்.

12. மறுநாள் (11.9.2012), கூடங்குளம் கிராமத்தில் நுழைந்த போலீசார் தெருத்தெருவாகச் சென்று கலவரத்தில் ஈடுபட்டதாகச் சொல்லி அடித்து உதைத்துப் பலரையும் கைது செய்திருக்கிறார்கள். இடிந்தகரையில் உள்ள வி.ஏ.ஓ. அலுவலகத்திற்கு போராட்டக்காரர்கள் தீ வைத்ததாகச் சொல்லப்படுகிறது. (எனினும் போராடும் மக்கள் இதை மறுத்துள்ளனர். காவல் துறைதான் இதைச் செய்தது என்கின்றனர்.)

13. மாலை 4.30 மணி அளவில் உண்ணாவிரத மேடைக்கு வந்த உதயகுமார் தான் கூடங்குளம் காவல்நிலையத்தில் சரணடைய இருப்பதாகக் கூறினார். ஆனால் கூடி இருந்த இளைஞர்கள் அவரை வலுக்கட்டாயமாகத் தூக்கிப் படகில் ஏற்றிக்கொண்டு சென்றுவிட்டார்கள்.

14. மறுநாள் (12.9.2012), கூடங்குளம், சுனாமி காலனி, இடிந்தகரைப் பகுதிக்குள் புகுந்த காவல்துறையினர் முதல்நாள் கலவரத்தைத் தூண்டியதாகச் சொல்லி ஐம்பதிற்கும் மேற்பட்டவர்களை வளைத்துப் பிடித்திருக்கிறார்கள்.

15. கைது நடவடிக்கை, அதிரடிப்படை, விமானத்திலிருந்து கண்காணிப்பு, அருகில் உள்ள கிராம மக்களை ஒன்றிணைய முடியாதபடி தடுப்பு அரண்கள் போன்ற காவல்துறைச் செயல்பாடுகளால் போராட்டத்தை நசுக்கும் முயற்சி மேற்கொள்ளப்பட்டிருக்கிறது.

16. இன்று (13.9.2012), சுமார் ஐந்தாயிரம் மக்கள் கடலில் இறங்கும் போராட்டத்தைத் துவக்கியிருக்கிறார்கள். போராட்டக்குழுத் தலைவர் உதயகுமாரைத் தேடப்படும் குற்றவாளியாகக் காவல்துறை அறிவித்துள்ளது.

இந்தச் செய்திகளை நாளிதழ்கள் வெளியிட்டுள்ள தன்மை:

தினமணி, தினத்தந்தி, தினமலர், தினகரன், The Hindu, Indian express, Times Of India, Deccan Chronicle ஆகிய தமிழகத்தின் முக்கிய நாளிதழ்கள் அனைத்தும் கூடங்குளம் போராட்டத்தை முதற்பக்கச் செய்தியாக வெளியிட்டு முக்கியத்துவப்படுத்திய போதும் செய்திகளின் நடுநிலைத்தன்மைக்கு அவை முக்கியத்துவம் அளிக்கவில்லை.

போராட்டக்காரர்கள் வன்முறையில் ஈடுபட்டதால் தவிர்க்க இயலாமல் போலிசார் தடியடியையும் கண்ணீர்ப் புகைக்குண்டுகளையும் துப்பாக்கிச் சூட்டையும் நடத்தினர் என்கிற பொருளிலேயே இவ்விதழ்கள் அனைத்தும் செய்தி வெளியிட்டுள்ளன. காவல்துறை நிகழ்த்திய வன்முறை இந்த அடிப்படையில் நியாயப்படுத்தப்பட்டுள்ளது.

போராட்டத்தில் திரண்டிருந்த மக்கள் கற்களையும் கம்பிகளையும் கொண்டு தாக்குவதை ஆதாரத்தோடு - புகைப்படத்தோடு வெளியிட்டிருந்த நாளிதழ்கள் அதேவேளையில், இடிந்தகரை தேவாலயத்தில் அமர்ந்துகொண்டிருந்த பெண்கள் மீது காவல்துறை தடியடி நடத்தியதையும் தேவாலயத்திற்குள் புகுந்து மாதா சிலையை உடைத்து, சிறுநீர் கழித்த அட்டூழியத்தையும் வீடு புகுந்து, வீதிகளில் இறங்கி நடத்திய அராஜகங்களையும் - காவல்துறையின் வன்முறை என்கிற பொருளில் - குறைந்தபட்சம் இரண்டுவரிச் செய்தியாகக் கூட வெளியிடவில்லை. ‘தினமணி’ நாளிதழ் மட்டும் மை.பா. ஜேசுராஜ் அவர்களிடம் எடுத்த நேர்காணலில் ‘மாதா சிலை உடைக்கப்பட்டது’ என்று அவர் கூறியதை வெளியிட்டிருந்தது. கலைஞர் தொலைக்காட்சியிலும் இந்தக் காட்சி ஒளிபரப்பப்பட்டது. வார இதழ்களில் ‘நக்கீரன்’ கூடங்குளம் வன்முறை குறித்து ஓரளவு உண்மைச் செய்திகளை வெளியிட்டிருந்தது. தமிழின் முக்கிய நாளிதழ்கள் எவற்றிலும் சொல்லப்படாத “சிறுநீர் கழித்த செய்தியை” குறிப்பிட்டுச் சொல்லியிருந்தது. (வார இதழ்கள் மற்றும் தொலைக்காட்சிகளை ஒப்பிட்டு விரிவாக எழுதவேண்டியது அவசியம்.)

திருச்செந்தூர் மாவட்டத்தில் போராட்டக்காரர்கள் சிலர் சுங்கச் சாவடிக்குத் தீ வைத்தபோது அங்குவந்த போலிசார் மீது நாட்டுவெடிகுண்டை வீசியதாகவும் இதில் 4 போலீசார் காயமடைந்ததாகத் தெரிவதாகவும் தினமணி நாளிதழ் குறிப்பிட்டுள்ளது. வேறெந்த நாளிதழ்களிலும் வெளிவராத இந்தச் செய்தியின் உண்மைத்தன்மை மீது ஐயம் ஏற்படுகிறது.

திங்கட்கிழமையன்று நடைபெற்ற கலவரத்தில் பள்ளி மாணவர்கள் போலீசார் மீது கற்கள் மற்றும் பாட்டில்களை வீசித்தாக்கினர் என்று குறிப்பிட்டுள்ள "தினகரன்" நாளிதழ், காவல்துறை வீடுபுகுந்து தாக்கியும் பொருட்களைச் சேதப்படுத்தியும் நிகழ்த்திய அராஜகத்தனங்களைக் குறித்து வாய்திறக்கவில்லை.

11.9.2012 அன்று வெளிவந்த 'தீக்கதிர்' நாளிதழ் அணு உலை எதிர்ப்புக் குழுவினர் குறித்து இப்படிச் செய்தி வெளியிட்டுள்ளது:

"ஆனால் போலிசார் தடியடி நடத்தத் தொடங்கியதும் கடலோரத்தில் நிறுத்தப்பட்டிருந்த ஃபைபர் கிளாஸ் படகில் ஏறி அணு உலை எதிர்ப்புக்குழு ஒருங்கிணைப்பாளர் சுப. உதயகுமார், புஷ்பராயன், மை.பா மற்றும் சில நிர்வாகிகள் அங்கிருந்து முதல் ஆளாகத் தப்பினர்"

மக்கள் போராட்டங்களை ஆதரிக்க வேண்டிய இடதுசாரிக் கட்சிகள், போராட்டச்சூழலைப் புரிந்துகொள்ளாமல் செய்திகளை வெளியிட்டுள்ளது வருந்தத்தக்கது. அடுத்த நாள் நிகழ்வுகளைக் கொண்டுபார்க்கும் போது அவர் படகில் சென்றதில் மக்களுக்கும் பங்கிருக்கும் என்றே தோன்றுகிறது. ஆனால் இதனைக் கணக்கிலெடுக்காமல், இன்றைய (13.9.2012) தீக்கதிர் நாளிதழிலும் உதயகுமார் தப்பியோடியதாகக் கிண்டலடித்திருப்பது கண்டிக்கத்தக்கது.

மக்கள் மீதான தாக்குதல்களுக்கு மட்டுமல்ல, பத்திரிக்கைத் துறையினர் மீது நடத்தப்பட்ட தாக்குதல்களுக்கும்கூட நாளிதழ்கள் முக்கியத்துவம் கொடுக்கவில்லை. கூடங்குளம் அணு உலை அருகே போராட்டக்காரர்களுக்கும் போலீசாருக்கும் இடையே பேச்சுவார்த்தை நடைபெற்றபோது அந்நிகழ்வைப் படம்பிடிக்கச் சென்ற சத்யம் தொலைக்காட்சி கேமராமேன் ஜஸ்வந்த்சிங்கை போலீசார் கடலில் தூக்கி வீசியிருக்கின்றனர். அவருடைய கேமராவும் கடலில் வீசப்பட்டது. கடலில் தத்தளித்துக் கொண்டிருந்த அவரைப் போராட்டக்காரர்கள் தான் மீட்டிருக்கிறார்கள். மோதலின்போது ஆங்கிலத் தொலைக்காட்சி நிருபரின் கேமராவையும் போலீசார் அடித்து நொறுக்கியிருக்கிறார்கள். அவர் தலையிலும் காயம் ஏற்பட்டிருக்கிறது.

காவல்துறையின் இந்த வன்முறை குறித்த செய்தியை 'தினமணி' நாளிதழில் தான் பார்க்கமுடிகிறது. இப்படியான உரிமை மீறல்களுக்கு வழமையாக எழுப்பும் கண்டனக் குரல்களைக் கூட

- தினமணி உட்பட - எந்த முதன்மை நாளிதழும் எழுப்பவில்லை. தினமணி இந்தத் தாக்குதல் சம்பவத்தை வெளியிட்டதோடு, வைராவிக்கிணறு சாலையை போராட்டக்காரர்கள் தோண்டித் தடையை ஏற்படுத்தியபோது அதனைப் படம்பிடிக்கச் சென்ற பத்திரிக்கையாளர்களைப் போராளிகள் விரட்டியடித்ததையும் பத்திரிக்கையாளர்களின் இருசக்கர வாகனங்களை அவர்கள் அடித்துநொறுக்கியதையும் குறிப்பிட்டுள்ளது.

தினமலர் நாளிதழ், "கடற்கரையில் கலவரத்தைப் படம்பிடித்த நிருபர்கள் சிலர் மீதும் தாக்குதல் நடத்தப்பட்டது. ஆங்கிலத் தொலைக்காட்சி நிருபர் ஒருவரின் கேமராவும் நொறுங்கியது" என்று பொத்தாம் பொதுவாகச் சொல்லியுள்ளது. நிருபர்கள் காவல்துறையால் தாக்கப்பட்டார்கள் என்ற உண்மையை மூடிமறைத்துள்ளது. அதேவேளையில், உண்ணாவிரத மேடையில் இருந்து குண்டுக்கட்டாகத் தூக்கிச் செல்லப்பட்ட உதயகுமார் படகில் புறப்பட்டதைப் படம்பிடித்தபோது சுற்றியிருந்த போராட்டக்குழுவினர் பத்திரிக்கையாளர்களுக்கு கொலைமிரட்டல் விடுத்தார்கள் என்கிறது. Deccan Chronicle இதழும் '3 பத்திரிக்கையாளர்கள் இந்தக் கலவரத்தில் காயமடைந்தனர்' எனப் பொதுவாகத்தான் சொல்லியுள்ளது.

இந்தக் கார்ப்பரேட் ஊடகங்களின் செய்திகளைத் தொகுத்துப் பார்க்கும்போது, அணு உலை ஆதரவு அல்லது அரசிற்கு ஆதரவு என்னும் நிலைப்பாட்டிலேயே இவை செயல்பட்டுள்ளது வெளிப்படையாகிறது. எனினும் ஒரே ஒரு இதழைத் தவிர (தினமலர்) பிற இதழ்கள் அனைத்தும் ஊடக நெறி, ஊடக நேர்மை என்னும் அறங்களைக் குறைந்தபட்சமேனும் பின்பற்றி, மாற்றுக்கருத்துடையவர்கள் பற்றிய செய்திகளைப் பண்புடன் வெளியிட்டுள்ளன. ஆனால் இந்த ஊடக அறங்களை எல்லாம் துச்சமெனக்கருதி மாற்றுக்கருத்து உடையவர்கள் குறித்து உண்மைக்குப் புறம்பான செய்திகளைத் திட்டமிட்டுக் கட்டமைப்பதையும் தரக்குறைவான வார்த்தைகளால் வசைபாடுவதையும் முதன்மைக் கடமையாகச் செய்துள்ளது "தினமலர்". கடந்த ஓராண்டுகாலமாக அறவழியில் போராடிவரும் கூடங்குளம் மக்கள் மீது, அரசையும் காவல்துறையையும் கூட மிஞ்சும் வகையில் "தினமலர்" அவதூறு செய்து வருவதை நாம் அறிவோம். போராட்டக்குழுவினரை 'அமெரிக்கக் கைக்கூலிகள்' என்றும் 'கிறிஸ்துவ தேவாலயப் பின்னணி' கொண்டவர்கள் என்றும் வெளிநாட்டில் இருந்து காசு பெறுபவர்கள் என்றும் அவதூறு

செய்து வந்ததோடு போராட்டத்தில் பெண்களின் பங்கெடுப்பையும் தொடர்ந்து இழிவுபடுத்திவந்தது. போராளிகளை 'உ.குமார் கும்பல்' என்று சொல்லாடி காழ்ப்பை வெளிப்படையாகக் கக்கியது.

மொத்தத்தில் உண்மை, நேர்மை, நடுநிலைமை என்னும் ஊடக அறங்களைக் கூடங்குளம் போராட்டச் செய்திகளில் ஒட்டுமொத்தமாய்க் கைவிட்ட 'தினமலர்' கடந்த இரண்டு நாட்களிலும் நடைபெற்ற கலவரம் குறித்த செய்திகளில் மேலும் தரம் தாழ்ந்துபோய் தன்னை அம்மணமாக்கிக் கொண்டுள்ளது.

12.9.2012 அன்று வெளியான வேலூர் மாவட்டப் பதிப்பில் "போலீசைத் தாக்க வெடிகுண்டுகள் தயார்" என்னும் துணைத் தலைப்பில் பின்வரும் அவதூறுச் செய்தியை 'தினமலர்' வெளியிட்டுள்ளது: "ஏற்கனவே உண்ணாவிரதப் பந்தலில் உ.குமார் பேசிய பேச்சு அடிப்படையில் தற்காப்புக்காக ஆயுதங்களை இடிந்தகரை மக்கள் தயார் செய்து வைத்திருந்த தகவல் வெளியாகியுள்ளது. இதுகுறித்து இடிந்தகரைப் பகுதியைச் சேர்ந்த ஆனால், போராட்டத்தில் பங்கேற்காத சிலர் கூறும்போது, 'ஏற்கனவே இந்தப் பகுதியில் உள்ள போராட்டக்காரர்கள் பலர் நாட்டுவெடிகுண்டு உட்பட பல பயங்கர ஆயுதங்களைத் தயார் செய்து, இருப்பு வைத்துள்ளனர். முற்றுகைப் போராட்டத்துக்குச் சென்றவர்கள் தாங்கள் தயார் செய்துவைத்திருந்த வெடிகுண்டுகளைக் கையோடு எடுத்துச் சென்றிருந்தால், பாதுகாப்புப் பணிக்கு வந்த போலீசாரில் ஒருவர் கூட உயிரோடு சென்றிருக்க முடியாது. அதேநேரத்தில், உ.குமார் உத்தரவிட்டால் இடிந்தகரை மக்கள் ஆயுதங்களுடன் போராடக்களம் இறங்குவார்கள். அந்தளவுக்கு அவர்களை உ.குமார் மூளைச்சலவை செய்துவைத்துள்ளார் என்றனர்."

12.9.2012 அன்று வெளியான சென்னைப் பதிப்பில், "உதயகுமாரிடம் காசுவாங்கிக் கொண்ட பெண்கள், பொதுமக்கள் அணு உலைக்கு எதிரான போராட்டத்தை இடிந்தகரையில் வழக்கம்போலத் தொடர்ந்தனர்" என்று 'செய்தி' வெளியிட்டது.

இன்றைய (13.9.2012) வேலூர்ப் பதிப்பில், "போராட்டத்தைத் தூண்டிவிடும் உ.குமாரை அப்பகுதி மக்கள் சரணடையவிடாமல் தடுத்து நிறுத்தி எங்கோ அழைத்துச்சென்று தனிமையில் தங்கவைத்துள்ளனர். போராட்டத்தை முன்னின்று நடத்தியவர்

தலைமறைவாகிவிட்டதால் வன்முறைச் சம்பவங்கள் தானாகத் தணிந்தன” என்று சொல்லியிருக்கிறது.

காவல்துறை கூடச் சொல்லக்கூசும் பொய்களை ‘தினமலர்’ தனது ஊடகத் திமிரைப் பயன்படுத்தி வெளியிட்டுவருகிறது. மக்கள் போராட்டங்களை இப்படித் தனது விருப்பு வெறுப்புகளின் அடிப்படையிலும் ‘கண்டுபிடிப்புகளின்’ அடிப்படையிலும் வரையறுத்து, ‘செய்தி’ என்கிற பெயரில் கக்கும் ‘தினமலரின்’ இச்செயல்பாடு வன்மையாகக் கண்டிக்கத்தக்கது. ‘தினமலர்’ தன் இழிநிலையை திருத்திக்கொள்ள முயற்சிக்க வேண்டும்.

உதயகுமாரைக் குறிக்கும் இடத்திலெல்லாம் “உ.குமார்” எனக் குறிப்பிடுவதும் கவனிக்கத்தக்கது. ‘உதய’ என முழுதாக எழுதினால் ‘த, ய’ என்னும் இரண்டு எழுத்துக்கள் மட்டுமே கூடுதலாகிறது. ‘உ’ வுக்குப் பக்கத்தில் வைக்கப்பட்டுள்ள புள்ளியையும் கணக்கிட்டால் இப்படிச் சுருக்குவதால் ஒரு எழுத்து மட்டுமே குறைகிறது. ஆக, சுருக்குதல் என்பது தினமலரின் நோக்கமல்ல. வேறு எந்தப் பெயரையும் அது இப்படிச் சுருக்கி வெளியிடுவதுமில்லை. பெயர் நீளமாக உள்ளதோ என யோசித்துப் பார்த்தால், ராமசுப்பையர் என்கிற பெயரைவிடவா உதயகுமார் என்கிற பெயர் நீளமாக உள்ளது? எனும் கேள்வி எழுகிறது. ஆக, உதயகுமாரைக் கேலி செய்யும் நோக்குடனேயே தினமலர் இப்படி எழுதுகிறது. தனக்குக் கீழ் உள்ள சாதியினர் எத்தனை அழகாகப் பெயர்கள் வைத்துக் கொண்டாலும் அதைச் சிதைத்துக் கூப்பிடும் உயர் சாதித் திமிரையே இது வெளிப்படுத்துகிறது.

கூடங்குளம் போராட்டம் மற்றும் காவல்துறையின் அத்துமீறல்களைப் பொருத்தமட்டில், நம்பகமான ஒரு உண்மை அறியும் குழு நேரில் சென்று ஆய்வு செய்து பார்த்த பின்பே துல்லியமாக உண்மைகளை அறிந்துகொள்ள முடியும் என்ற நிலை இருக்கிறது. சனநாயகத்தின் தூண்களாக இருக்கவேண்டிய ஊடகங்கள் உண்மைகளை இருட்டடிப்பு செய்து, மக்கள் போராட்டங்களுக்குத் தோள்கொடுக்காமல் அரச அதிகாரங்களுக்குத் துணை போவது வருத்ததிற்கும் கண்டனத்திற்கும் உரியது. ஊடகங்கள் ஒரு சுயவிமர்சனத்திற்குத் தயாராக வேண்டும்.

■ கவனிக்கிறோம், செப்டம்பர் 2012

நக்சலைட்டுகள் கைது:
நடுநிலை தவறும் ஊடகங்கள்

கடந்த இரண்டு நாட்களாகத் (7.10.2012, 8.10.2012) தமிழக நாளேடுகளால் பரபரப்பாக்கப்பட்ட ஒரு செய்தி "சென்னையில் 13 நக்சலைட்டுகள் கைது" என்பது தான். தமிழ், ஆங்கில நாளேடுகள் பலவும் இந்தச் செய்தியை இரண்டாம், மூன்றாம் பக்கங்களில் முக்கியத்துவப்படுத்தி வெளியிட்டிருந்தன. இவற்றை விஞ்சிய தினகரன் (8.10.2012), முதற்பக்கத்திலேயே "நள்ளிரவில் போலீஸ் சுற்றிவளைப்பு - சென்னையில் மூன்று நக்சலைட்டுகள் கைது" என்று கொட்டை எழுத்தில் அச்சிட்டு பீதி கிளப்பியது.

இச்செய்திகள் முன்னிறுத்தும் நிகழ்வைக் குறித்து நாம் இப்படியாகத்தான் அறிகிறோம்:

"மக்கள் சனநாயகக் குடியரசுக் கட்சி" என்கிற - சனநாயக, பாராளுமன்றப் பாதையைத் தேர்ந்தெடுத்த - மா-லெ குழுவின் முக்கிய பொறுப்பாளர்களும் உறுப்பினர்களுமான 13 பேர் ஒன்றுகூடி தமது கட்சியின் கொள்கை நிலைப்பாடுகள் குறித்து, சென்னையை அடுத்த குன்றத்தூரில் உள்ள தனியார் பள்ளியொன்றில் விவாதித்துள்ளனர். கட்சியில் முக்கிய பொறுப்பு வகிப்பவர்களுள் ஒருவரான பழனி, தனது குழந்தைகள் படிக்கும் பள்ளி என்ற வகையில் பள்ளித் தலைமை ஆசிரியர் வெற்றிச்செழியனைச் சந்தித்து அனுமதி பெற்றுள்ளார். சென்னை குன்றத்தூரில் உள்ள "பாவேந்தர் மழலையர் தொடக்கப்பள்ளி" ஒரு தமிழ் வழிக் கல்விச்சாலை என்பதும் தனித்தமிழ் ஆர்வலரான வெற்றிச்செழியன், கடும் நிதிநெருக்கடியில் கூட தனிவகுப்புகளை (Tution) மாணவர்களுக்கு இலவசமாக நடத்திக் கல்விச்சேவை புரிந்துவருகிறார் என்பதும் குறிப்பிடத்தக்கது.

சனிக்கிழமை காலையில் துவங்கிய குடியரசுக் கட்சியின் கூட்டம் மாலை 5 மணியளவில் - முடிவடையும் தருவாயில் கியூ பிரிவு போலீசார் அறைக்குள் நுழைந்துள்ளனர். 13 பேரிடமும் விசாரணை மேற்கொண்ட பின் அனைவரையும் குன்றத்தூர் காவல் நிலையத்தில் ஒப்படைத்துள்ளனர். அங்கே போலீசாரால் இப்படியாக வழக்குப்பதிவு செய்யப்பட்டுள்ளது: "கைது செய்யப்பட்ட அனைவரும் தடை செய்யப்பட்ட மாவோயிஸ்ட் அமைப்பைச் சேர்ந்தவர்கள். மாலை 7 மணியளவில் பள்ளியின் அறையைப் பூட்டிக்கொண்டு இருட்டில் ரகசியக்கூட்டம் நடத்தியதால் கைது செய்யப்பட்டு வழக்குப் பதிவு செய்யப்பட்டுள்ளது". பின்னர், கைது செய்யப்பட்டவர்கள் ஞாயிற்றுக்கிழமை காலை 5 மணியளவில் ஸ்ரீபெரும்புதூர் நீதிபதியின் இல்லத்திற்குக் கொண்டு செல்லப்பட்டு ரிமான்ட் செய்து வேலூர் மத்திய சிறையில் அடைக்கப்பட்டுள்ளனர்.

கியூ பிரிவு மற்றும் போலிசாரின் முக்கிய குற்றச்சாட்டுகள் இவைதான்:

1. இவர்களில் மூன்றுபேர் (துரைசிங்க வேலு, பழனி, பாஸ்கர்) 2002 ஆம் ஆண்டு 'பொடா' சட்டத்தில் கைது செய்யப்பட்டு பிணையில் வெளிவந்தவர்கள். நக்சலைட் அமைப்பைச் சேர்ந்தவர்கள். மற்ற அனைவரும் நக்சலைட் ஆதரவாளர்கள்.

2. கைது செய்யப்பட்ட 13 பேரும் தடை செய்யப்பட்ட அமைப்பின் உறுப்பினர்கள்.

3. அனைவரும் ஒன்றுகூடி சதித்திட்டம் தீட்டியிருக்கலாம் என அஞ்சப்படுகிறது.

கியூ பிரிவு போலீஸ் ஏகப்பட்ட முரண்களுடன் முன்வைத்த இந்தச் செய்திகளைத்தான் எந்தக் கேள்விகளும் இன்றி தமிழக அச்சு ஊடகங்கள் பலவும் திரும்பத் திரும்ப ஒப்பித்துக்கொண்டிருந்தன. இந்தக் குற்றச்சாட்டுகளுக்கு அப்பாற்பட்ட சில உண்மைகள்:

1. 'பொடா' சட்டத்தின் கீழ் கைதுச்செய்யப்பட்ட துரைசிங்க வேலு, பழனி, பாஸ்கர் ஆகிய மூவரும் மாவோயிஸ்ட் கட்சியோடு தொடர்புடைய நக்சலைட்டுகள் அல்லர். உண்மையில் மாவோயிஸ்ட் கட்சியின் கொள்கைகளோடு முரண்பட்டு அதிலிருந்து வெளியேறியவர்கள். தற்போது "மக்கள் சனநாயகக் குடியரசுக் கட்சி" எனும் அமைப்பைத் தொடங்கி இயங்கி வருகிறார்கள். கட்சியில் இருந்து வெளியேறிய வகையில்

மாவோயிஸ்ட் அமைப்பினரால் இவர்கள் புறக்கணிக்கப்படுவதும் தாங்கள் பங்கேற்கும் கூட்டமைப்புகளில் இவர்கள் பங்கேற்கக் கூடாது என மாவோயிஸ்ட் அமைப்பினர் ஆட்சேபிப்பதும் பலரும் அறிந்த செய்தி. இப்படி இருக்கையில் தடை செய்யப்பட்ட மாவோயிஸ்ட் கட்சியின் தமிழ் மாநிலச் செயலாளர் விவேக் கடந்த மே மாதம் கியூ பிரிவு போலீசாரால் கைது செய்யப்பட்டதையும் அவர் மனைவி பத்மா தலைமறைவாக இருப்பதையும் இந்த 13 பேரின் கைது நடவடிக்கையோடு இணைத்து முடிச்சுப்போடும் செயலைக் கியூ பிரிவு திட்டமிட்டுச் செய்கிறது. இது குறித்தெல்லாம் கவலைப்படாத 'தினமணி' 'Times of India' நாளிதழ்கள் மாவோயிஸ்டின் கைதையும் அவர்களிலிருந்து பிரிந்தவர்களின் கைதையும் இணைத்து முடிச்சுப்போட்டு செய்தி வெளியிடுகின்றன. தினமணி நாளிதழ் பத்மாவும் கைது செய்யப்பட்டுவிட்டதாகச் சொல்கிறது. அவர் கைது செய்யப்படவில்லை. தலைமறைவாகத்தான் இருக்கிறார். 'தினகரன்' இதனைக் கட்டச் செய்தியாக முக்கியப்படுத்தி, "அப்போது அவர், இப்போது இவர்கள்" என்கிற ரீதியில் குதூகலிக்கிறது.

2. கைது செய்யப்பட்ட 13 பேரும் தடைசெய்யப்பட்ட எந்த ஒரு அமைப்பின் உறுப்பினர்களும் அல்லர். இவர்கள் அனைவரும் 'மக்கள் சனநாயகக் குடியரசுக் கட்சியைச் சேர்ந்தவர்கள். இது தடை செய்யப்பட்ட அமைப்பு அன்று. சமூக வலைத் தளமான முகப் புத்தகத்தில் 'மக்கள் சனநாயகக் குடியரசுக் கட்சி' என்ற பெயரில் ஒரு பக்கம் துவக்கப்பட்டிருப்பதும் அவர்களது கட்சி நடவடிக்கைகள் அவ்வப்போது அதில் வெளியிடப்படுவதும் குறிப்பிடத்தக்கது.

3. பதின்மூன்று பேரும் கூடினார்கள், சதித்திட்டம் தீட்டினார்கள், நக்சலைட் பயிற்சி கொடுத்தார்கள் என்றெல்லாம் மிகைப்படுத்தப்படும் செய்திகள் அடிப்படை ஆதாரம் அற்றவை. தங்களது கட்சியின் கொள்கைகள் குறித்து உரையாடுவதற்காகத்தான் அவர்கள் கூடியிருக்கிறார்கள். (டெக்கான் கிரானிகல் இதழ் மட்டும் இதைக் குறிப்பிட்டிருந்தது) பொடா வழக்கில் கைதானவர்கள் தவிர வேறு யார்மீதும் குற்றவழக்குகள் நிலுவையில் இல்லை. பொடாவில் கைதாகி பிணையில் விடுதலையாகிய (2006) மூவரும் கூட இன்றுவரை சட்டபூர்வமாக தமது வழக்குகளை எதிர்கொண்டு வருகிறார்கள்.

4. துரைசிங்க வேலு, பழனி, பாஸ்கர், செந்தில், புவியரசன், முகிலன் உள்ளிட்ட பலரும் பொது வெளிகளில் வெளிப்படையாக இயங்கிவந்தவர்கள். சமூக மற்றும் இலக்கியப் பணிகளில் ஆர்வத்துடன் பங்கேற்று வருபவர்கள். தலைமறைவாகவோ, இரகசியமாகவோ இருந்தவர்கள் அல்லர்.

5. போலீசாரால் சுற்றிவளைக்கப்பட்டு "கையும் களவுமாகப்" பிடிக்கப்பட்ட போதும் கைதானவர்களிடமிருந்து எந்த ஆயுதமோ, சதித்திட்டம் தீட்டியதற்கான ஆதாரமோ கிடைத்ததாக எந்தத் தகவலும் இல்லை. அப்படியிருக்கக், குடியிருப்புகள் சூழ்ந்த ஒரு பொது இடமான பள்ளிக் கட்டிடத்தில் கூடியவர்களை ஏதோ எவரெஸ்டின் உச்சிக்கே போய் ரகசிய திட்டம் தீட்டியதைப் போல் கியூ பிரிவு முன்வைக்கும் செய்திகள் மீது ஒரு சிறிய ஐயத்தை கூட எழுப்பாத ஊடகங்கள், கியூ பிரிவின் வார்த்தைகளை அப்படியே வழித்தெடுத்துச் செய்திகளாக வார்த்துள்ளன. கியூ பிரிவு சொன்னவற்றைக் காட்டிலும் ஊடகங்கள் அதை ஊதிப் பெருக்கியதுதான் அச்சமூட்டுவதாக உள்ளது. அவற்றில் சில:

1. தினகரன்:

"நள்ளிரவில் ரகசியக்கூட்டம் நடத்திக் கொண்டிருந்த 3 நக்சலைட்டுகள் உட்பட 13 பேரை போலீஸ் அதிரடியாக சுற்றி வளைத்து" என்று செய்தி வெளியிட்டு உள்ளது (08.10.2012). போலீசார் மாலை 5 மணியளவில் பள்ளி வளாகத்திற்குள் நுழைந்துள்ளனர். நீண்ட விசாரணைக்குப் பின் குன்றத்தூர் போலீசில் ஒப்படைக்கப்பட்ட அவர்கள் அங்கு இடப்பற்றாக்குறை காரணமாக மாங்காடு காவல் நிலையத்திற்கு அழைத்துச் செல்லப்பட்டு இரவு அங்கேயே தங்கவைக்கப்பட்டுள்ளனர். உண்மை இப்படி இருக்க, 'நள்ளிரவில் கைது' என்று பச்சைப் பொய்யை கூசாமல் உதிர்க்கிறது தினகரன்.

'கும்பலின் தலைவன் யார்?' என்ற தலைப்பில் வெளியிட்டுள்ள பெட்டிச் செய்தியில் கைது செய்யப்பட்ட துரைசிங்க வேலு கூட்டத்திற்கு மூளையாக செயல்பட்டுள்ளார் என்றும் 12 வயதில் அவர் வீட்டை விட்டு ஓட்டம் பிடித்தார் என்றும் எழுதியுள்ளது. 'கும்பல்', 'மூளை', 'ஓட்டம்பிடித்தல்' போன்ற சொல்லாடல்கள் மூலம் கட்சியினர் மீது எதிர்மறை பிம்பத்தை உற்பவிப்பதும், கைதுசெய்யப்பட்டு அழைத்துச் செல்லும்போது முழக்கமிடுபவர்களை ஏதோ அடிதடிக்குக்

களமிறங்குபவர்களைப்போல் படமாக்கி வெளியிட்டிருப்பதும் கவனிக்கத்தக்கது. அ.தி.மு.க ஆட்சிகாலத்தில் பயங்கரவாதம், நக்சலைட் தீவிரவாதம் எல்லாம் கட்டவிழ்ந்து கிடப்பதாக ஒரு பிம்பத்தை கட்டமைக்க வேண்டிய கடமை தினகரனுக்கு ஏற்பட்டிருப்பதை நம்மால் புரிந்துகொள்ளமுடிகிறது.

2. தினமலர் (08.10.2012):

'நக்சலைட் இயக்கத்திற்கு ஆள் சேர்ப்பு - ரகசிய கூட்டத்தின் பகீர் பின்னணி' என்ற தலைப்பில் பதற்றத்தை கிளப்பிய தினமலர், "தமிழகத்தில் நக்சல் இயக்கத்திற்கு ஆள் சேர்ப்பதற்க்காக அவ்வப்போது இவர்கள் ரகசிய கூட்டம் நடத்துவதாகவும் தெரியவந்தது" என்று கூறியது. ஆனால் இந்த "பகீர் பின்னணி" என்பது வழக்கம்போல கியூ பிரிவு போலிஸ் கூறிய செய்தியாகத்தான் இருந்தது.

3. காலைக்கதிர்:

கியூ பிரிவு போலிசார் கூறியதாக வெளியிட்டுள்ள செய்தி: "கைதான 13 பேரும் 2002 ஆம் ஆண்டு கிருஷ்ணகிரி மாவட்ட மலைப் பகுதிகளில், பல இளைஞர்களுக்கு ஆயுதப்பயிற்சி அளித்தனர். அப்போது கியூ பிரிவு போலிசார், ஊத்தங்கரை மலைப் பகுதியில் தீவிர தேடுதல் வேட்டை நடத்தி துரைசிங்கவேல், பழனிமாணிக்கம் உள்ளிட்ட பலரை கைது செய்தனர்."

13 பேரும் ஆயுதப்பயிற்சி அளித்தனர் என்று கியூ பிரிவு கூறிய செய்தியை 'காலைக்கதிர் அப்படியே பதிவாக்கியிருக்கிறது. தினமலரிலும் கூட கியூபிரிவு கூறியதாக இதே செய்தி வெளியாகியிருந்தது. உண்மையில் இந்தப் 13 பேரில் ஊத்தங்கரையில் கைதானவர்கள் மூவர் மட்டுமே.

4. தினத்தந்தி

கியூ பிரிவு போலிசாரின் செய்தியையே தினத்தந்தியும் வெளியிட்டிருந்த போதும், மற்ற நாளிதழ்களால் பொருட்படுத்தாது விடப்பட்ட கைது செய்யப்பட்டவர்களின் குரலை அது வெளிக் கொணர்ந்தது குறிப்பிடத்தக்கது. "நாங்கள் மக்கள் விரோத, அரசுக்கு எதிரான செயல் எதிலும் ஈடுபடவில்லை. பாராளுமன்றத் தேர்தலில் எங்கள் கட்சி சார்பில் சுயேச்சையாக போட்டியிட முடிவு செய்தோம். எங்கள் மீது ஏற்கனவே போடப்பட்ட வழக்கைக் கோர்ட்டில் சட்டரீதியாகச் சந்திக்கிறோம். நாங்கள் நக்சலைட்டுகள் அல்ல"

என்று துரைசிங்கவேலு வாக்குமூலம் அளித்ததாகப் போலீசார் கூறிய செய்தியை தினத்தந்தி மட்டுமே வெளியிட்டிருந்தது.

5. மாலைமலர் (8.10.2012)

"சென்னையில் நக்சலைட் இயக்கத்தினர் ஆதரவாளர்களை திரட்டி கூட்டம் நடத்தி இருப்பது போலீசாரை அதிர்ச்சியில் ஆழ்த்தியுள்ளது. மக்கள் ஜனநாயகக் குடியரசு கட்சி என்ற பெயரில் இயங்கி வரும் இவர்கள் சென்னையில் வலுவாகக் காலூன்ற திட்டமிட்டது முளையிலேயே கிள்ளி எறியப்பட்டுள்ளது. பாராளுமன்றத் தேர்தலில் போட்டியிடும் நோக்கத்தில் நக்சலைட் ஆதரவாளர்கள் காய் நகர்த்தி வந்துள்ளனர். இவர்களது கட்சியின் சார்பில் தொழிற்சங்கங்கள் உள்ளிட்ட கிளை இயக்கங்களை தொடங்கவும் முடிவு செய்து, அதற்கான வேலைகளிலும் ஈடுபட்டு வந்துள்ளனர்.

இதையெல்லாம் பார்க்கும்போது சென்னை மற்றும் புறநகரில் நக்சலைட் இயக்கத்தினர், இளைஞர்களை மூளைச்சலவை செய்து ரகசியமாக ஆட்களை திரட்டி இருக்கலாம் என்ற சந்தேகமும் ஏற்பட்டுள்ளது. இதுபற்றி போலீசார் தீவிர விசாரணை நடத்தி வருகிறார்கள். குன்றத்தூரில் நடந்த கூட்டத்தில் சேலம், தர்மபுரி, திருவண்ணாமலை மாவட்டங்களை சேர்ந்த நக்சலைட் ஆதரவாளர்களும் பங்கேற்றதால், இந்த மாவட்டங்களிலும் போலீசார் உஷார் படுத்தப்பட்டுள்ளனர். குன்றத்தூர் மற்றும் அதனை சுற்றியுள்ள பகுதிகளில் நேற்று இரவு நக்சலைட் ஆதரவாளர்களை பிடிக்க விடிய விடிய வாகன சோதனை நடத்தப்பட்டது. இதில் சந்தேகத்துக்கிடமாக சிக்கியவர்களிடம் தீவிரமாக விசாரணை நடத்தப்பட்டு வருகிறது"

என மாலைமலர் செய்தி வெளியிட்டது. பாராளுமன்றத் தேர்தலில் போட்டியிடுவது, தொழிற்சங்கக் கிளைகளை அமைப்பது முதலிய செயற்பாடுகள் போலீசாரை ஏன் அதிர்ச்சியில் ஆழ்த்தியது? என மாலைமலர் கேட்கவில்லை. நக்சலைட் அமைப்புக்கள் ஆயுதப் பாதையை கைவிட்டு பாராளுமன்றப் பாதைக்குத் திரும்ப வேண்டும் என்பதுதானே அரசு மற்றும் காவல்துறையின் நோக்கம்? அது நிறைவேறும் தருவாயில் ஏன் கைது நடவடிக்கை என்று பொறுப்புமிக்க ஊடகம் கேள்வி எழுப்பியிருக்க வேண்டும் அல்லவா?

7. ***Times of India***

13 பேரிடமும் நடத்திய விசாரணையில் தடைசெய்யப்பட்ட பல்வேறு அமைப்பினருக்கு மாவோயிஸ்டுகள் பயிற்சி அளிப்பதும் நகர்ப்பகுதியில் தமக்கான தளத்தை அமைக்கத் திட்டமிட்டிருப்பதும் தெரியவந்ததாக T.o.I கூறியது. எந்த ஆதாரத்தின் அடிப்படையில் போலீஸ் இதைச் சொல்கிறது, கைதானவர்கள் எல்லோரும் பிறருக்குப் பயிற்சி அளிக்கும் அளவிற்கு Hard Core Naxaliteகளா? என்கிற கேள்வியை T.o.I எழுப்பத் தயாராக இல்லை.

8. ***New Indian Express***

நக்சலைட்டுகளின் இந்த ரகசியக் கூட்டத்தில் 2014 ஆம் ஆண்டு பாராளுமன்றத் தேர்தலில் போட்டியிடுவதற்கான திட்டங்கள் வகுக்கப்பட்டதாகப் போலீஸ் தரப்பு கூறிய செய்தியை வெளியிட்டிருந்தது. இதில் உங்களுக்கு என்ன பிரச்சினை என எக்ஸ்பிரசும் போலீசிடம் கேட்கவில்லை.

9. The Hindu

சாந்தி என்கிற தமது கட்சி உறுப்பினரை கட்சியில் இருந்து நீக்குவதற்காக இந்தக் கூட்டம் ஒருங்கிணைக்கப்பட்டதாக மூத்த அதிகாரி ஒருவர் கூறிய செய்தியை இந்து நாளிதழ் வெளியிட்டிருந்தது. இந்தச் சாந்தி குறித்து அதற்குப் பின் வேறெந்தச் செய்தியும் இல்லை. தடை செய்யப்படாத ஒரு இயக்கம் அதன் உறுப்பினர் ஒருவர் மீது நடவடிக்கை எடுப்பதற்காகக் கூட்டம் போடக்கூடாதா எனக் கேட்கத்தான் நமது ஊடகத்தினருக்கு மனமில்லை.

10. Deccan Chronicle

ஆயுதப் பயிற்சி, ஆள் சேர்ப்பு, நக்சலைட் பரவல் என்றெல்லாம் ஊடகங்கள் பூதாகரப்படுத்திய சூழலில், அந்தப் பள்ளியில் நடைபெற்ற சம்பவம் குறித்து வேறெந்த நாளேடும் வெளியிடாத ஒரு செய்தியை D.C வெளியிட்டிருந்தது. சென்னைப் பள்ளியில் ஆயுதப்பயிற்சி எதுவும் நடைபெறவில்லை என்றும் போலீசார் உள்ளே நுழைந்தபோது அங்கு கொள்கை விளக்க வகுப்பு (idealogical orientation class) மட்டுமே நடந்துகொண்டு இருந்ததாகவும் அங்கிருந்த 8 ஆண்கள் அதைக் குறிப்பெடுத்துக் கொண்டிருந்ததாகவும் காவல்துறை அதிகாரி ஒருவர் கூறிய செய்தியை அது பதிவாக்கியிருந்தது.

முன்னுக்குப் பின் முரண்பட்ட தகவல்கள்

நாளேடுகளில் வெளியான செய்திகள் ஒன்றுக்கொன்று முரண்பட்டிருப்பது மட்டுமின்றி தனக்குள்ளேயே முரண் பட்டிருப்பதும் குறிப்பிடத்தக்கது. மக்கள் சனநாயகக் குடியரசுக் கட்சியினரின் சந்திப்பு குறித்து போலீசார் தகவல் அறிந்ததையும் அவர்கள் கைது செய்த சூழலையும் குறித்து ஒவ்வொன்றும் ஒருவொரு கதையைச் சொல்லியுள்ளன.

அவற்றைத் தொகுத்துப் பார்க்கையில்...

i. கூடிப் பேசியது குறித்த இரகசியத் தகவல்கள் கிடைத்துக் கண்காணித்துக் கைது செய்தோம்.

ii. இரகசியக் கூட்டம் நடப்பது குறித்து அருகிலுள்ள ஒரு வீட்டுக்காரர் சொன்ன தகவலின் அடிப்படையில் வந்து கைது செய்தோம்.

iii. மூன்று பேருக்கு அனுமதி கேட்டுப் பதின்மூன்று பேர் வந்ததால் கலக்கமுற்று பள்ளித் தலைமை ஆசிரியரே புகாரளித்ததால் வந்து கைது செய்தோம்.

iv. பல ஆண்டுகளாகத் தலைமறைவாக உள்ள பாரதி என்பவரைத் தேடி வந்து இவர்களைக் கைது செய்தோம்.

என முன்னுக்குப் பின் முரணான செய்திகளைக் காவல்துறையினர் கூறியுள்ளனர். இது குறித்து எந்தக் கேள்வியையும் எழுப்பாமல் ஊடகங்கள் முரண்களை அப்படியே வெளிப்படுத்தியுள்ளன. ஒரே இதழ் முதல் நாள் ஒரு மாதிரியாகவும் மறுநாள் வேறு மாதிரியாகவும் செய்தி வெளியிடுவதற்கும் தயங்கவில்லை. தலைமை ஆசிரியர் தான் அனுமதி அளித்தே கூட்டம் நடந்ததாகவும், தான் புகார் ஏதும் செய்யவில்லை எனவும் சொன்னதாக ஒரு தகவல் முகநூலில் பதிவாகியுள்ளதும் இங்கே குறிப்பிடத்தக்கது.

ஊடகங்களின் ஒருசார்புத்தன்மை

கியூ பிரிவு போலிஸாரின் செய்திகளை ஐயத்திற்கிடமின்றி வெளியிடும் ஊடகங்கள் கைது செய்யப்பட்டவர்கள் தரப்பு உண்மைகளை வெளிக்கொணர்வதில் ஒருசிறிதும் அக்கறை செலுத்தவில்லை. தேர்ந்து, தெளிந்து ஆராய்ந்த உண்மைகளை மட்டுமே ஊடகங்கள் செய்திகளாக வெளியிடவேண்டும் என்று

வலியுறுத்தவில்லை. அது உடனடிச் சாத்தியம் இல்லை என்பதையும் நாம் உணர்கிறோம். ஆனால் ஒரு நிகழ்வைக் குறித்த இருவேறு தரப்பினரின் கருத்துகளையும் நடுநிலை நின்று நேர்மையோடு வெளிப்படுத்த வேண்டியது ஊடகங்களின் இன்றியமையாத கடமை. அதேபோல ஒன்றுக்கொன்று முரணான செய்திகளைப் போலீசார் கூறும்போது அதைச் சுட்டிக்காட்டி விளக்கம் கேட்டு வெளியிடுவதும் ஊடகங்களின் கடமை. இந்தக் கடமையிலிருந்து தவறும் போது ஊடக அறம் என்பது கேலிக்கூத்தாகிறது.

"நக்சலைட் இயக்கத்திற்கு ஆள் சேர்ப்பு" "நக்சலைடுகள் பள்ளிக்கூடத்தில் பயிற்சி" "நகர்ப்புறங்களில் தளம் அமைக்க நக்சலைட்டுகள் திட்டம்" என்றெல்லாம் காவல்துறைச் செய்திகளை அப்படியே வெளியிட்ட ஊடகங்கள் அதேவேளையில், கியூ பிரிவு மற்றும் போலீசாரின் கூற்றுகளில் உள்ள முரண்களைச் சுட்டிக்காட்டி, கைது செய்யப்பட்டவர் தரப்பு உண்மைகளை எடுத்துரைத்து, உடனடியாக அவர்களை விடுதலை செய்யக்கோரி, மனித உரிமை அமைப்பு சார்பில் அ. மார்க்ஸ், கோ. சுகுமாரன், எஸ்.வி. ராஜதுரை. பிரபா. கல்விமணி ஆகியோர் கையெழுத்திட்டு வெளியிட்ட அறிக்கையை முற்றாக ஒதுக்கித்தள்ளின. 'தினமணி', 'Deccan Chronicle' நாளிதழ்கள் மட்டுமே இந்த அறிக்கையை வெளியிட்டிருந்தன. தினமணி அறிக்கையை முழுமையாக வெளியிட்டிருந்த போதும் அமைப்புக்களின் பெயரைக் குறிப்பிடாமல் 'மனித உரிமை ஆர்வலர்கள் கண்டனம்' என்று பொத்தாம் பொதுவாகச் சொல்லி இருந்தது.

மொத்தத்தில், இந்த ஊடகச் செய்திகளை ஒப்பிட்டு நோக்கும் போது பெரும்பாலான ஊடகங்கள், உண்மைகளுக்கு முக்கியத்துவம் அளிப்பதைவிடவும் போலீஸ்தரப்புச் செய்திகளுக்கே முக்கியத்துவம் அளித்துவருவதை அறியமுடிகிறது. ஊடகங்கள் தமது அறங்களை கைவிடும் இந்தப்போக்கு ஆபத்தானது. ஊடகவியலாளர்கள் சிந்திக்கவேண்டும்.

■ கவனிக்கிறோம், அக்டோபர் 2012

அப்சல்குரு: இரண்டாவது முறை தூக்கிலிட்ட நாளிதழ்கள்

நாடாளுமன்றத் தாக்குதல் வழக்கில் குற்றம் சாட்டப்பட்ட முகமது அப்சல் குருவின் கருணை மனு நிராகரிக்கப்பட்டதைத் தொடர்ந்து 9.2.2013 அன்று காலை 8 மணியளவில் திகார் சிறையில் ரகசியமாக அவர் தூக்கிலிடப்பட்டார். பரவலான ஊடக கவனத்தைப் பெற்ற இந்நிகழ்வு, அனைத்து நாளிதழ்களிலும் (10.2.2013) முதன்மைச் செய்தியாக வெளிவந்தது.

அப்சல் குருவின் மரணத்தையொட்டி இருவேறு தளங்களில் ஒன்றுக்கொன்று முரண்பட்ட விவாதங்கள் நடைபெற்றுக் கொண்டிருந்தன. ஒருபுறம் அருந்ததிராய், நந்திதா ஹக்சர் உள்ளிட்ட மனித உரிமைச் செயற்பாட்டாளர்கள் அப்சல் குருவிற்கு இழைக்கப்பட்ட சட்டப்பூர்வமான அநீதியைக் கண்டித்துக் குரலெழுப்பியதோடு, இறுதிவரை விசாரணைக்கு உட்படுத்தாமல் மூடிமறைக்கப்பட்ட பல்வேறு ஐயங்கள் பற்றியும் அவை அனைத்தும் அப்சல்குருவின் குற்றமற்ற தன்மைக்கு சாட்சியங்களாக இருந்தது பற்றியும் விரிவாகப் பேசினர். இன்னொருபுறம், பா.ஜ.க., இந்து முன்னணி, பஜ்ரங்தள் உள்ளிட்ட இந்துத்துவக் கட்சிகள் பட்டாசு வெடித்தும் லட்டுகளைச் சுவைத்தும் அப்சல் குருவின் படத்தைத் தீ வைத்து எரித்தும் மரண தண்டனையைக் கொண்டாடினர். பகுஜன் சமாஜ், சமாஜ்வாதி, சி.பி.எம் (சீதாராம் யெச்சூரி) ஆகிய கட்சியினர் காங்கிரஸின் ரகசியத் திட்டத்தை ஆதரித்து இந்துத்துவவாதிகளோடு கைகோர்த்தனர்.

பொதுவெளியில் நிகழ்ந்த இந்த இருவேறு விவாதங்களைத் தனது அரசியல் சார்புகளைக் கடந்து நடுநிலையோடு முன்வைத்து, அனைத்து தரப்புக் கருத்துக்களையும் மக்களிடம் கொண்டு சேர்க்க வேண்டியது ஊடகங்களின் இன்றியமையாத கடமை. ஆனால், தூக்கு தண்டனை நிறைவேற்றப்பட்டதை அடுத்துத் தமிழகத்தின்

முக்கிய நாளிதழ்களில் வெளியாகிய செய்திகள் பலவும் நடுநிலைத் தன்மைகளைக் கைவிட்டு முழுக்க முழுக்க அரசுத் தரப்பு மற்றும் இந்துத்துவ அமைப்புகளின் சார்பாக நின்று அப்சல் குருவின் மரணத்தைக் குதூகலித்துக் கொண்டாடின.

அப்சல் குருவின் குடும்பத்தினருக்குக் கூட அறிவிக்காமல் ரகசியமாகத் தூக்கிலேற்றியது, காஷ்மீரில் கைப்பேசி, இணையதள, செய்தித்தாள் சேவைகளை முடக்கியது, டில்லி பத்திரிக்கையாளர் இப்திகார் கிலானியை சட்டவிரோதமாக வீட்டுக்காவலில் வைத்தது உள்ளிட்ட மக்கள் விரோதச் செயல்களைக் குறைந்தபட்சம் ஓரிரு வரிகளில்கூடக் கண்டிக்காமல் அரசுத்தரப்பின் அறிக்கைகளை அப்படியே செய்திகளாக வெளியிட்டிருந்தன.

அப்சல் குருவிற்கு மரண தண்டனை உறுதி செய்யப்பட்ட நாளிலிருந்தே, ‘அப்சலைத் தூக்கிலிடாதே’ என்னும் முழக்கத்தை மனித உரிமை ஆர்வலர்கள் முன்வைத்தது மட்டுமின்றி, இந்த வழக்கில் அப்சல் மிகக்கொடூரமான சித்திரவதைகளுக்கு ஆளாக்கப்பட்டு குற்றத்தை ஒப்புக்கொள்ள வைக்கப்பட்டார் என்பதையும் அவருக்கென நியமிக்கப்பட்ட வழக்குரைஞர் அப்சலை ஒருமுறை கூட நேரில் சந்திக்காமல் நீதி முறைகளை குழிதோண்டிப்புதைத்தார் என்பதையும் அரசு, காவல்துறை, நீதிமன்றங்கள், இந்துத்துவப் பாசிசம் எல்லாமாகச் சேர்ந்து திட்டமிட்டு அப்சல் மீது இந்த அபாண்டப் பழியைச் சுமத்தின என்பதையும் தெளிவாக ஆதாரங்களோடு முன்வைத்தனர். ஆனால், இவற்றையெல்லாம் ஒரு பொருட்டாகவே கருதாத ஊடகங்கள், தமது ஒரு தலைபட்சக் கருத்துக்களையே செய்திகளாக வெளியிட்டுள்ளன. அப்சல் பாகிஸ்தானிலிருந்து திரும்பிவந்து காஷ்மீர் சிறப்பு காவல் படையினரிடம் சரணடைந்து அதற்கான சான்றிதழையும் பெற்றிருந்தவர் என்பதை வாய்தவறிக் கூடச் சொல்லிவிடாமல், அப்சலைப் பாகிஸ்தான் தீவிரவாதி என்றே கட்டமைத்தன.

மிகவும் அரிதாக ஒரே ஒரு நாளிதழ் மட்டுமே இவற்றைக் கேள்விக்குள்ளாக்கும் பல்வேறு கோணங்களைக் கொண்ட கட்டுரைகளை வெளியிட்டதோடு தனக்குரிய ஊடகப் பொறுப்பின் அடிப்படையில் இந்த ரகசிய தூக்கு தண்டனை மற்றும் மக்கள் விரோதச் செயல்களைக் கண்டித்து தலையங்களையும் எழுதியிருந்தது. *10.2.2013, 11.2.2013, 12.2.2013* ஆகிய மூன்று

நாட்களில் தமிழகத்தின் முக்கிய நாளிதழ்களில் வெளியான அந்தச் செய்திகளின் தொகுப்பு இங்கே:

தினமணி

"அப்சல் குரு தூக்கிலிடப்பட்டார்" என்று தலைப்புச் செய்தி வெளியிட்ட தினமணி, அப்சல் குருவை 'ஜெய்ஷ்-இ-முகமது பயங்கரவாதி' என்று முத்திரை குத்தியது. அவரின் வாழ்க்கைப் பாதையைக் குறித்து தினமணி விளக்கிய கதை, சிறப்பு அதிரடிப் படையினரின் அறிக்கைகளையும் மிஞ்சும் வகையில் இட்டுக் கட்டப்பட்டிருந்தது.

அதிக அளவு பணம் அளிப்பதாக பயங்கரவாதிகள் உறுதியளித்ததால், எல்லையைத் தாண்டி ஜெய்ஷ்-இ-முகமது பயங்கரவாதிகளுடன் அப்சல் இணைந்ததாகவும் அங்கு துப்பாக்கி, வெடிகுண்டுகள் உள்ளிட்ட ஆயுதங்களைக் கையாள்வதற்கு அவருக்குப் பயிற்சி அளிக்கப்பட்டதாகவும் பின்னர் பயங்கரவாதிகளின் ஒரு குழுவிற்குத் தலைமையேற்று காஷ்மீருக்குத் திரும்பிய அப்சல், அங்கு பழங்களை வாங்கி விற்கும் கமிஷன் ஏஜெண்டாகத் தொழில் செய்து கொண்டே மறைமுகமாக பயங்கரவாதத்தின் ஏஜெண்டாக செயல்பட்டார் என்றும் இதற்காக தில்லிக்குப் பலமுறை பயணம் மேற்கொண்டார் என்றும் அந்தக் கதை தொடங்கியது.

மேலும், அப்சல் குருவின் மீது வைக்கப்பட்டுள்ள குற்றச்சாட்டுகளெல்லாம் பலவேறு முறை அவரே ஒப்புக்கொண்ட உண்மைகள் தான், அப்சலின் குற்றம் சந்தேகமின்றி நிரூபிக்கப்பட்ட ஒன்று, இந்தக் கூட்டுச் சதியில் அவர் முக்கிய பங்காற்றினார் என்றெல்லாம் ஒரு அரசுத் தரப்பு வழக்கறிஞராகவே நின்று விளக்கமளித்தது. நாடாளுமன்ற தாக்குதல் வழக்கில் கைது செய்யப்பட்டு, பின்னர் குற்றமற்றவர் என நிரூபிக்கப்பட்டதால், டில்லி உயர்நீதிமன்றத்தால் விடுதலை செய்யப்பட்ட (உச்சநீதிமன்றம் என தினமணி தவறுதலாகக் குறிப்பிட்டிருந்தது) பேராசிரியர் கிலானியைப் பற்றிச் சொல்லும்போது, அவர் விடுவிக்கப்பட்டதற்குக் காரணம், அவரது குற்றத்தை நிரூபிக்க போதிய ஆதாரம் இல்லாதது தான் - அதாவது அவர் குற்றவாளி தான் என்னும் பொருளில் - கொஞ்சமும் நா கூசாமல் எழுதியது. குற்றம் சுமத்தப்பட்ட யாரொருவரை விடுதலை செய்யும்போதும் குற்றம் உறுதியாக நிறுவப்படவில்லை என்று சொல்லித்தான் விடுதலை செய்வார்கள். இதன் பொருள், அவர் மீது ஆதாரம் இல்லை என்பதன்று; அவர்

குற்றவாளியே இல்லை என்பதுதான். ஆனால், தினமணி குற்றத்தை நிரூபிக்க ஆதாரம் இல்லை என்று சொல்லி அதன்மீது வேறொரு அர்த்தத்தைத் திட்டமிட்டுக் கட்டமைத்தது.

11.2.2013 அன்று, "இதில் என்ன சர்ச்சை" என்ற தலைப்பில் ஒரு தலையங்கம் வெளியிட்டது. "பத்து ஆண்டுகள் தள்ளிப் போடப்பட்ட தண்டனையை திடீரென்று ஏன் நிறைவேற்ற வேண்டும் என்று கேள்வி எழுப்புவதும் தூக்கு தண்டனை மனிதாபிமானமற்ற செயல் என்று வாதம் செய்வதும் உடலை உறவினர்களிடம் தராமல் சிறை வளாகத்திலேலேயே அடக்கம் செய்திருக்கக்கூடாது என்று எதிர்ப்புத் தெரிவிப்பதும் தேவையற்றவை என்பது நமது கருத்து" என்று கூறிய அத்தலையங்கம், அப்சல் குரு போன்ற தீவிரவாதிகளின் குற்றத்திற்கு வலுவான ஆதாரம் கிடைப்பது அரிது, கிடைப்பதை வைத்துக்கொண்டு தான் தண்டனை நிறைவேற்ற வேண்டும் என்று சொல்லியதோடு இறுதியாக, "ரகசியமாக அப்சல் குருவைத் தூக்கில் போடுவானேன் என்பதை சர்ச்சையாக்கி ஒரு தீவிரவாதியைத் தியாகியாக்கிவிட வேண்டாம். அது தேசத் துரோகம் என்பதை அப்சல் குருவுக்கு ஆதரவு தெரிவிப்பவர்கள் உணர்ந்தால் நல்லது. தீர்ப்பு நிறைவேற்றப்பட்டிருக்கிறது. அத்துடன் நிறுத்திக் கொள்வோம்" என்று சொல்லி, இந்த வழக்கின் மீதான விமர்சனங்களை மனிதாபிமான நோக்கில் நின்று விவாதிப்பதையே "தேசத்துரோகம்" என்பதாகப் பீதியைக் கிளப்பி அடக்க முயற்சித்தது.

தீவிரவாதத்தை உரிய ஆதாரங்களுடன் நிரூபிக்க முடியா விட்டாலும், கிடைப்பவற்றை வைத்து அவர்களை ஒழித்துக்கட்டி தேசத்தைக் காப்பாற்றியே தீர வேண்டும் என்று தனது "தேச பக்தியை" வெளிக்காட்டும் இதே தினமணி, கொஞ்ச நாட்களுக்கு முன்பு, உள்துறை அமைச்சர் சுஷில்குமார் ஷிண்டே தனக்குக் கிடைத்த ஆதாரங்களின் அடிப்படையில் பா.ஜ.க.வும் ஆர்.எஸ். எஸ் அமைப்பும் இந்து தீவிரவாதத்தைப் பரப்புகின்றன எனக் குற்றம் சாட்டியபோது, "நாட்டின் உள்துறை அமைச்சரான ஷிண்டே இவ்வாறு பேசியிருப்பது மிகப்பெரும் தவறு. பாரதிய ஜனதா கட்சியும், ஆர்.எஸ்.எஸ் இயக்கமும் ஹிந்துத் தீவிரவாதிகளை உருவாக்கும் அமைப்புகள் என்றால், தக்க ஆதாரங்களைக் காட்டி, அதனை முறைப்படி நிரூபித்து, மத்திய அரசு தகுந்த நடவடிக்கை எடுப்பதை யாரும் குறை சொல்ல மாட்டார்கள். ஆனால் வாய் புளித்ததோ மாங்காய் புளித்ததோ என்கின்ற பேச்சாக மட்டுமே இருக்குமானால், ஷிண்டே இனியும் உள்துறை அமைச்சர் பதவியில்

நீடிக்கத் தகுதியற்றவர்" என்று சொல்லி கொதித்தெழுந்தது நினைவிற்குரியது.

தினத்தந்தி

"பாராளுமன்ற தாக்குதல் தீவிரவாதி அப்சல் குரு தூக்கில் போடப்பட்டார்" என்று தலைப்புச் செய்தியிலேயே அப்சலைத் தீவிரவாதியாய் அறிவித்த தினத்தந்தி, "யார் இந்த அப்சல் குரு" என்ற தலைப்பில் வெளியிட்ட முதல் பக்கக் கட்டச் செய்தியில் அப்சலின் வாழ்க்கைக் குறிப்பை இப்படிச் சித்தரித்தது: (புனிதப்போரில் பங்கெடுப்பதற்காகவும் பணத்திற்காகவும்) அப்சல் குரு, ஜம்மு - காஷ்மீர் விடுதலை முன்னணியில் சேர்ந்தார். எல்லை தாண்டிச் சென்று தீவிரவாதப் பயிற்சி பெற்றார். ஜெய்ஷ்-இ-முகமது, லஷ்கர்-இ-தொய்பா ஆகிய இரு தீவிரவாத இயக்கங்களும் இணைந்து நடத்திய பாராளுமன்ற தாக்குதல் சதித்திட்டத்தில் முக்கிய பங்காற்றினார். அதன் பலன்தான் மரண தண்டனை"

12.2.2013 அன்று, "நீதியின் நீண்ட பயணம்" என்ற தலைப்பில் வெளியிட்ட தலையங்கத்தில், 2001 ஆம் ஆண்டில் இருந்து 2013 ஆம் ஆண்டு வரை நீதிக்கான ஒரு நெடும் பயணத்தை நடத்திய இந்த வழக்கில் தற்போது தண்டனை அளிக்கப்பட்டதன் மூலம் நீதி கிடைத்திருப்பதாகவும் இந்த தண்டனையை ஒட்டி நாடு முழுவதும் தூக்கு தண்டனை வேண்டுமா? வேண்டாமா? என்ற சர்ச்சை கிளம்பி இருப்பதாகவும் கூறிய தினத்தந்தி, "தூக்கு தண்டனை வேண்டுமா? வேண்டாமா? என்பது பாராளுமன்றம் முடிவு செய்யவேண்டிய காரியமாகும். ஆகவே, இதற்கு உரிய விவாதத்தைப் பாராளுமன்றம் தான் மேற்கொள்ள வேண்டுமே தவிர காவல்துறையோ, நீதிமன்றமோ, ஏன் ஜனாதிபதியோ இதில் எதுவும் செய்ய முடியாத நிலைமை இருக்கிறது" என்று முடித்திருந்தது. 'சனநாயகத்தின் நான்காவது தூண்' என்று வர்ணிக்கப்படும் ஊடகங்கள், தமது அரசியல் சார்புகளுக்காக, 'இதில் என்ன சர்ச்சை' 'இதன் மீது என்ன விவாதம்' 'பாராளுமன்றம் பார்த்துக் கொள்ளும்' என்று சொல்லி மக்களின் வாயை அடைக்கும் அளவிற்கு அறமிழந்து போவதை என்னவென்று சொல்வது?

தினமலர்

"தூக்குல போட்டாச்சு" என்று தலைப்புச் செய்தியிலேயே நிம்மதிப் பெருமூச்சு விட்ட தினமலர், அரசுத் தரப்புச் செய்திகளை எந்த விமர்சனத்திற்கும் இடமில்லாமல் அச்சிட்டிருந்தது. இந்தத்

தண்டனை இவ்வளவு தாமதமாய் நிறைவேற்றப்பட்டது என்பதற்கு அப்பால் தினமலர் இதழுக்கு இருந்த இன்னுமொரு பெரிய சோகம் அப்சலைக் கைது செய்த காவல் படை அதிகாரிகள் ராஜ்பீர் சிங்கும் மோகன்சந்த் சர்மாவும் இந்த மரண தண்டனையைப் பார்த்து புளகாங்கிதப்பட முடியவில்லை என்பதுதான். "2008 ஆம் ஆண்டு குர்காவ் நகரில் ஒரு ரியல் எஸ்டேட் அதிபர் சுட்டதில் ராஜ்பீர் சிங் இறந்தார். அதே ஆண்டு நடந்த டில்லி பத்லா ஹவுஸ் என்கவுண்டரில் இன்ஸ்பெக்டர் மோகன்சந்த் பலியானார்" என்பதைக் குறிப்பிட்டு, "அப்சலைக் கைது செய்த போலிஸ் அதிகாரிகள், தூக்கு பார்க்க முடியாத சோகம்" என்ற தலைப்பில் அரைப்பக்க அளவிற்கு செய்தி வெளியிட்டது. அதில்,

42 பேரை என்கவுன்டரில் சுட்டுத்தள்ளியுள்ள ராஜ்பீர் சிங்கிற்கு "என்கவுன்டர் கிங்" என்று பட்டமளித்தும் (10 ஆண்டுகளில்) 35 பேரை என்கவுன்டரில் போட்டுத்தள்ளிய மோகன்சந்த் சர்மாவை "புலனாய்வு நிபுணர்" என்று பெருமைப்படுத்தியும் அழகுபார்த்தது தினமலர். மேலும் இச்செய்திக்குறிப்பில் தாக்குதல் வழக்கு குறித்து விவரிக்கப்பட்ட 'த்ரில்லிங்' ஸ்டோரியானது, 'தினமலர்னா சும்மாவா?' என்கிற ரீதியில் தினமணி, தினத்தந்தியின் கதைகளை எல்லாம் தூக்கிச் சாப்பிட்டது.

"தாக்குதல் நடத்துவதற்கு நோட்டம் பார்ப்பதற்காக ஒரு கறுப்பு பைக்கை 20 ஆயிரம் கொடுத்து அப்சல் வாங்கினான். அந்த பைக்கில் அப்சலும் சவுகத்தும் சென்று பார்லிமென்டை பலமுறை சுற்றி வந்து நோட்டம் விட்டனர். பின்னர் தீவிரவாதிகளுக்காக மொபைல் ஃபோன்கள், சிம்கார்டுகள், கார்கோ டிரவுசர்கள், டி-ஷர்ட்டுகள், ஷூக்கள்... வாங்கினர்... 3 போலீஸ் சீருடைகளையும் வாங்கினர்... வெள்ளை அம்பாசிடர் கார் வாங்கினர்... 2001 டிசம்பர் 13 ஆம் தேதி காலை அப்சல், கிலானி, சவுகத் தீவிரவாதிகள் 5 பேர் ஆகிய 8 பேரும் சந்தித்துப் பேசினர். அப்போது அப்சலிடம் 10 இலட்சம் பணத்தையும் லேப்டாப்பையும் தீவிரவாதிகளின் தலைவன் முகமது கொடுத்தான். பணத்தை அப்சல் வைத்துக்கொள்ளலாம் என்றும் லேப்டாப்பைக் காசி பாபாவிடம் ஒப்படைக்க வேண்டும் என்றும் முகமது கூறினான்..." என்று மனம் போன போக்கில் - முறையாக விசாரிக்கப்பட்டு நிரூபிக்கப்படாத போலீஸ் தரப்பு குற்றச்சாட்டுகளை - உண்மைச் செய்திகள் என்ற போர்வையில் வெளியிட்டது. கிலானி நிரபராதி என்ற அடிப்படையில் தான் விடுதலை செய்யப்பட்டார். ஆனால் அவரும் தீவிரவாதிகளோடு சதித்திட்டத்தில் பங்கெடுத்தார் என்று செய்தி வெளியிடுகிறது

தினமலர். இதன்மூலம், ஒரு குற்றவாளி தவறுதலாக விடுதலை செய்யப்பட்டார் என்கிற பிம்பத்தை பொதுமக்களிடம் மிகத் தெளிவாகக் கட்டமைக்கிறது. நந்திதா ஹக்சர் உள்ளிட்ட கிலானியின் வழக்கறிஞர்கள், பல்வேறு எதிர்ப்புகளுக்கும் மிரட்டல்களுக்கும் அப்பால் உயிரைப் பணயம் வைத்து நிரூபித்த உண்மையை, மயிரளவும் பொருட்படுத்தாமல், கைக்கு வந்ததை எல்லாம் செய்தியாக்கி வெளியிடும் இந்த இதழியல் அராஜகம் வன்மையாகக் கண்டிக்கத்தக்கது.

போலிஸ் அதிகாரிகள் ராஜ்பீர் சிங்கும் மோகன் சந்த் சர்மாவும் அப்சலின் மரணத்தைப் பார்க்க உயிரோடு இல்லை என்பதை, மிகப்பெரிய அனுதாபத்தோடு வெளியிட்டிருக்கிற தினமலர் அவர்கள் இருவரையும் ஏதோ தேசத்தைக் காப்பாற்றிய தியாகிகளைப் போல முன்னிறுத்தியிருக்கிறது. ராஜ்பீர் சிங், மோகன்சந்த் சர்மா இருவரும் நாடாளுமன்ற வழக்கிற்காக காஷ்மீரில் வைத்து அப்சலைக் கைது செய்தவர்கள். 'என்கவுன்டர் கிங்'காகிய ராஜ்பீர் சிங், பணத்திற்காக யாரையும் என்கவுன்டரில் போட்டுத் தள்ளுபவன். அதன்மூலம் வரும் வருமானத்தை ரியல் எஸ்டேட்டில் முதலீடு செய்தான். வியாபாரத்தில் ஏற்பட்ட பிரச்சினை காரணமாக, ஒரு ரியல் எஸ்டேட் அதிபர் சுட்டதில் செத்துப்போனான்.

'பத்லா ஹவுஸ்' என்கவுன்டர் என்பது, கைகளில் ஆயுதங்கள் ஏதுமில்லாத இரண்டு நிராயுதபாணியான இளைஞர்கள் மீது நடத்தப்பட்ட போலி என்கவுன்டர். இதில் மோகன்சந்த் சர்மா பலியானான் என்று சொல்வது அபத்தமானது. இன்னமும் விடையறியப்படாத அந்த வழக்கில், மோகன்சந்த் உள்முரண்பாடுகள் காரணமாக, சக காவல் துறையினராலேயே சுட்டுக் கொல்லப்பட்டிருக்கலாம் என்ற ஐயமும் இருக்கிறது.

காவல்துறையின் இந்த மறுபக்கங்களை எல்லாம் மூடிமறைத்து, நீதி விசாரணைகளின் ஒருபக்கச் சார்புகள் மீது எந்தக் கேள்விகளையும் எழுப்பாமல், தமது இந்துத்துவ அரசியலை ஊடகங்கள் இப்படி வெளிப்படையாகக் கக்கும் போக்கு ஆபத்தானது.

The New Indian Express

'13/12 முதன்மைக் குற்றவாளி அப்சல் குரு தூக்கிலிடப்பட்டான்' என்று தலைப்புச் செய்தி வெளியிட்ட எக்ஸ்பிரஸ், அப்சலை ஜெய்ஷ்-இ-முகமது தீவிரவாதியாக முன்னிறுத்தியது. தாக்குதலில் நேரடியாகப் பங்கேற்காதபோதும் அப்சலுக்குத் மரண தண்டனை

விதிக்கப்பட்டதற்கான நியாயமான காரணங்களாகப் போலீஸ் தரப்பு சொல்லிய செய்திகளை அப்படியே ஒப்பித்திருந்தது. அந்த நியாயமான காரணங்களுள் ஒன்று, தீவிரவாதிகளுடனும் மற்ற குற்றவாளிகளான கிலானி, சவுகத் ஹுசைன், அப்சான் குரு ஆகியோருடனும் அப்சல் மட்டுமே தொடர்பில் இருந்தார் என்பது. கிலானியை மீண்டும் குற்றவாளிக் கூண்டில் ஏற்றும் விஷமத்தனத்தில் இவர்கள் அனைவரும் ஒன்றிணைவது கவனிக்கத்தக்கது.

11 ஆம் தேதி எழுதப்பட்ட, "தீவிரவாதம் எந்த நிறத்தில் இருந்தாலும் சமரசம் வேண்டாம்" (No Compromise on terror of any colour) என்ற தலையங்கத்தில், தேவையற்ற நீண்டகாலத் தாமதத்திற்குப் பிறகு நிறைவேற்றப்பட்ட இந்த தண்டனையை, இந்த தேசமும் அரசியல் ரீதியாக வேறுபட்டிருப்பவர்களும் ஒன்றிணைந்து ஒரே குரலில் ஆதரிக்க வேண்டும் என்று வேண்டுகோள் விடுத்தது. மனித உரிமைகள் என்கிற பெயரில் முதலைக்கண்ணீர் வடிப்பவர்கள், தீவிரவாதிகளால் கொலை செய்யப்பட்ட மற்றும் காயமடைந்த அப்பாவி குடிமக்களின் உரிமைகளைப் பற்றி வசதியாக மறந்துவிடுகிறார்கள் என்று அங்கலாய்த்தது.

இறுதியாக, தீவிரவாதத்திற்கு இன்னும் வலிமையான செய்தியை அரசு சொல்ல விரும்பினால், தற்போது தூக்குத் தண்டனைக்காகக் காத்திருக்கும் மற்ற தீவிரவாதிகள் மீது எந்தவித பரிவோ, அச்சமோ இல்லாமல் உடனடியாக நடவடிக்கை எடுக்கவேண்டும் - அதாவது தாமதப்படுத்தாமல் தூக்கிலிடவேண்டும் என்று அடுத்து முழக்கங்களுக்குத் தூபம் போட்டது.

தலைமை ஆசிரியர் பிரபு சாவ்லா எழுதிய "Noose You Can Use: Shinde Takes On Opposition, One Hanging at a Time" என்னும் கட்டுரை, ஷிண்டேவின் பராக்கிரமங்களை எல்லாம் விதந்துரைத்து, அவரைப் புகழ்ந்து தள்ளியது. ஒரே ஒரு கையெழுத்தின் மூலம் பா.ஜ.க.வை நிராயுதபாணியாக்கிவிட்டார் என்றும் ஜெய்ப்பூர் மாநாட்டில் வாய்தவறி உளறிவிட்ட போதிலும் அப்சலைத் தூக்கிற்கு அனுப்பியதன் மூலம் ஒரு நடுநிலைத்தன்மையை நிலைநாட்டிவிட்டார் என்றும் மெச்சிக்கொண்டது.

அப்சலின் வழக்கு பற்றிப் பேச வரும்போது, அவருடைய வழக்கு மட்டும்தான் ஆறு வருடங்களுக்கு மேலாக இழுத்தடிக்கப்பட்டு வந்தது என்று பச்சைப் பொய்யை பிரபு சாவ்லா உதிர்த்திருக்கிறார். சென்ற ஆண்டு குடியரசுத் தலைவராய் இருந்த பிரதிபா பாட்டீல் 35

மரண தண்டனைக் கைதிகளுக்கு கருணை அளித்தார். அதில் 23 பேர் கருணை கோரிய ஆண்டு 1981. அப்சலுக்கு முன்னதாக - ராஜீவ்காந்தி வழக்கில் மரண தண்டனை விதிக்கப்பட்டவர்கள் உட்பட - பலரது மனுக்கள் பல ஆண்டுகளாகக் கிடப்பில் போடப்பட்டிருக்கும் போது, ஏதோ அப்சல் குருவின் வழக்கு மட்டும் தான் இழுத்தடிக்கப்பட்டுக் கொண்டிருந்தது என்பதாக ஒரு முன்னணிப் பத்திரிக்கையின் மூத்த ஆசிரியர் ஒருவரே எழுதுவது, பத்திரிகை அறம் எத்தனை கேலிக்கூத்தாக இருக்கிறது என்பதைத்தான் காட்டுகிறது.

இதற்கும் மேலாக அக்கட்டுரையின் இறுதியில் இப்படிச் சொன்னார்: "கிடைத்திருக்கும் தகவல்களின்படி, ஷிண்டேவின் அடுத்த இலக்கு பல்வந்த் சிங் ரஜோனா (பஞ்சாப் முன்னாள் முதல்வர் பீண்ட் சிங்கைக் கொலை செய்ததற்காக மரண தண்டனை விதிக்கப்பட்டவர்). அதேபோல, ராஜீவ்காந்தி வழக்கில் மரண தண்டனை விதிக்கப்பட்டவர்களுக்குத் தூக்கு தண்டனை வழங்குவதற்கான அரசியல் கருத்தொருமிப்பையும் அவர் உருவாக்கிவிட்டார். இவற்றில் அவர் வெற்றியை அடைந்தால், ஒரு உள்துறை அமைச்சராக மதம், சாதி, மாநிலம் என்கிற அடையாளங்களுக்கு அப்பால் பயங்கரவாதத்திற்கு எதிராக இயங்கியர் என்ற நம்பகத்தன்மையை நிறுவுவார்."

அப்சலின் மரணத்தைக் கொண்டாடிய இதழ்களெல்லாம் குறைந்தபட்சம் வரவேற்பதோடு நிறுத்திக்கொண்டன. ஆனால் இதோடு திருப்தியுராத எக்ஸ்பிரஸ், அடுத்தகட்ட மரணச் சுவைக்காக நாவூறக் காத்திருப்பதும் அதை சாதி, மதம் கடந்த 'நடுநிலைத்தன்மை' எனப் பூரிப்பதும் அதன் வன்மத்தை வெளிப்படையாகக் காட்டுகிறது.

Times of India

"தீவிரவாதி அப்சல் குருவின் தூக்கு ஒரு அத்தியாயத்தை முடித்தது" என்ற தலைப்பில் செய்தி வெளியிட்ட டைம்ஸ் இதழ், பிற நாளிதழ்களைப் போலவே காவல்துறைத் தரப்புச் செய்திகளையே கொட்டியிருந்தது. அப்சலின் புகைப்படத்தின் கீழ் "தீவிரவாதத்தின் முகம்" (Face of terror) என்றும் அவரது வழக்கு விவரத்தின் தொகுப்பிற்கு "தீவிரவாதக் காலக்கோடு" (terror timeline) என்றும் தலைப்பிட்டு தனது பங்கைத் தீர்த்துக்கொண்டது.

11 ஆம் தேதி எழுதப்பட்ட, "தயவுசெய்து அரசியலாக்க வேண்டாம்" (No Politics Please) என்ற தலையங்கத்தில், அப்சல்

குருவின் வழக்கு "அரிதினும் அரிதான" வகையைச் சார்ந்தது என்றும் இறுதிவரை முறையான நீதிவிசாரணை நடத்தப்பட்டது என்றும் சொல்லியதோடு, குடியரசுத் தலைவர் நிராகரித்த பின்பு, மரண தண்டனையை நிறைவேற்றுவதைத் தவிர அரசாங்கத்திடம் வேறெந்த வாய்ப்பும் இல்லை என்றும் பவ்யம் காட்டியது.

Deccan Chronicle

"அப்சல் தூக்கிலிடப்பட்டான், உடல் திகார் சிறையில் புதைக்கப்பட்டது" என்ற தலைப்பில் முதன்மைச் செய்தி வெளியிட்ட டெக்கன் இதழ், "Afsal's Hanging brings closure" என்று தலையங்கம் தீட்டியிருந்தது. அதில், இப்படியான குற்றத்திற்கு இந்த உச்சபட்ச தண்டனைதான் அளிக்கவேண்டும் என்பதில் மாற்றுக்கருத்து இருக்கமுடியாது. இதைஒட்டி காஷ்மீரிலோ அல்லது நாட்டின் வேறுபகுதிகளிலோ வன்முறைகள் நடைபெறலாம் ஆனால், அதை அரசாங்கம் பொருட்படுத்த வேண்டியதில்லை. இந்தியாவின் சனநாயகக் குறியீடான நாடாளுமன்றம் தாக்கப்பட்ட வழக்கில் சட்டத்திற்கு உட்பட்டு இந்த தண்டனையை வழங்குவதைத் தவிர இந்தியாவிடம் வேறு எந்த வாய்ப்பும் இல்லை என்று சொல்லி இந்தத் தூக்கை நியாயப்படுத்தியது.

மொத்தத்தில் இதுவரை பார்த்த செய்திகளில் இருந்து, அப்சல் குரு போன்ற ஒரு காஷ்மீரியின் வாழ்க்கைப் பயணம் எத்தனை துயரம் நிறைந்தது என்பதையும் இந்திய சனநாயகம் அவருக்கு இழைத்த துரோகத்தையும் பின்னுக்குத் தள்ளி அவர் மீது ஒரு முழுமையான தீவிரவாத பிம்பத்தைக் கட்டமைக்க வேண்டும் என்பதே இந்த இதழ்களின் நோக்கமாக இருப்பதை வெளிப்படையாக அறிய முடிகிறது. இதழ்களின் தலையங்கம் என்பது அவைகளின் அரசியலைச் சார்ந்திருப்பது தவிர்க்க முடியாதது. ஆனால், செய்திக் குறிப்புகள் அப்படியானவை அல்ல. அவை நடந்த நிகழ்வுகளின் உண்மைகளை அடிப்படையாகக் கொண்டவை. நடுநிலையோடு வெளிப்படவேண்டியவை. ஆனால், மேலே கண்டவற்றில் தலையங்கத்திற்கும் செய்திக் குறிப்புகளுக்கும் பெரிய வேறுபாடுகள் இல்லாமல், இரண்டுமே அந்தந்த இதழ்களின் அரசியல் சார்பைப் பொறுத்தே அமைந்துள்ளன. அப்சல் தரப்பு நியாயங்களாக மனித உரிமை அமைப்பினர் சொல்வதை அப்படியே ஊடகங்கள் ஏற்றுக்கொள்ள வேண்டும் எனச் சொல்லவில்லை. ஆனால் மாற்றுக் கருத்துக்களை முற்றிலுமாக மறைத்துவிட்டு புலனாய்வுத்

துறையினரின் கருத்துக்களை மட்டுமே 'நடந்த உண்மைகளாக' எழுதுவதைத்தான் ஊடக அறமில்லை என்கிறோம்.

மேலும் தலையங்களில் உண்மைக்குப் புறம்பான செய்திகளும் இடம்பெற்றுள்ளன. மரண தண்டனையை வரவேற்பதாகவே இருந்தாலும், குறைந்தபட்ச மனித அறம் அல்லது பத்திரிக்கை அறத்தோடு, அப்சலின் குடும்பத்தினருக்குக் கூட ஏன் தகவல் அளிக்கவில்லை? இறுதியாகச் சந்திக்கக் கூட ஏன் வாய்ப்பளிக்கவில்லை? என்பன போன்ற கேள்விகளைக் கூட இந்த இதழ்கள் எழுப்பவில்லை. ஆனால் இப்படியான சூழலில், இந்த ஆபத்தான போக்கிற்கு நடுவே, "தி இந்து" நாளிதழ் மட்டுமே நடுநிலையோடும், ஊடக அறம் மற்றும் பொறுப்புணர்ச்சியோடும் செய்திகளை வெளியிட்டிருந்தது. (இதைத் தனியே சற்று விரிவாகப் பார்ப்போம்)

அந்நாளிதழைத் தவிர்த்து, மற்ற செய்தி இதழ்கள் இந்துத்துவப் பார்வையில், நடுநிலை தவறி வெளியிட்ட காழ்ப்புகளை 'கவனிக்கிறோம்' சார்பில் வன்மையாகக் கண்டிக்கிறோம். ஊடக நடுநிலைமை குறித்த அறிதலையும் விழிப்புணர்வையும் மேற்கூறிய தமிழக நாளிதழ்கள் பெறுவதற்கு முயற்சிக்க வேண்டும்.

■ கவனிக்கிறோம், பிப்ரவரி 2013

அப்சல் குருவின் தூக்கு தண்டனையும் 'இந்து' நாளிதழின் அணுகல்முறையும்

அப்சல் குருவிற்கு மரணதண்டனை நிறைவேற்றப்பட்டதை ஒட்டித் தமிழகத்தின் முக்கிய நாளிதழ்களில் வெளியான செய்திகளுள் பெரும்பாலானவை நடுநிலை தவறியும் குறைந்தபட்ச மனிதநேயத்தைக் கூடக் கைவிட்டும் எவ்வாறு இந்துத்துவ அதிகாரத்தை உமிழ்ந்திருந்தன என்பதை முன்னர்க் கண்டோம். அந்த மதவாதச் சார்பிலிருந்து முற்றிலும் மாறுபட்டு, அப்சலின் வழக்கில் மூடிமறைக்கப்பட்ட சட்டச்சிக்கல்களையும் அத்துமீறப்பட்ட மனித உரிமைகளையும் பழியுணர்ச்சியைத் தூண்டும் மரண தண்டனைகளையும் கண்டித்து அவற்றின் மீது ஒரு முக்கிய கவன ஈர்ப்பை மட்டுமின்றி, கிட்டத்தட்ட ஒரு விழிப்புணர்வையே ஏற்படுத்தியிருந்தது 'தி இந்து' நாளிதழ்.

"அப்சல்குரு ரகசியமாகத் தூக்கிலிடப்பட்டார்" *(Afsal Guru Hanged in Secrecy)* என்ற தலைப்பில் முதல்பக்கச் செய்தியை வெளியிட்டிருந்த 'இந்து' நாளிதழ் மட்டும் தான் அப்சல் குருவிற்கு 'தீவிரவாதி' 'பயங்கரவாதி' என்ற பட்டங்களை அள்ளிக்கொடுக்காமல் அவர் சரணடைந்ததைக் கணக்கிலெடுத்துச் சகமனிதராக அவரை அடையாளம் கண்டது. வழக்கு குறித்து அரசுதரப்பு சொல்லிய செய்திகளை வெளியிட்டிருந்தாலும், 'தாமதமாகவேனும் தண்டனை நிறைவேற்றப்பட்டிருக்கிறது அதோடு வாயை மூடிக்கொள்ளுங்கள்' என்று நமக்கு அறிவுரை கூறாமல், இதற்கு மேல் பேசினால் நீங்களெல்லாம் 'தேசத்துரோகிகள்' என்று நம்மை எச்சரிக்காமல், இந்தத் தளத்தை மிக விரிவாக விவாதித்திருந்தது. அவற்றின் முக்கிய அம்சங்களை இங்கு பார்ப்போம். *(10.2.2013., 11.2.2013, 12.2.2013 ஆகிய மூன்றுநாள் இதழ்கள் இங்கு கவனிக்கப்பட்டுள்ளன)*

"இந்நாளில் விடையளிக்கப்படாமல் எஞ்சி இருக்கும் கேள்விகள்" *(Unanswered Questions are the Remains of the Day)* என்ற

தலைப்பில் அஞ்சலி மோடி எழுதிய கட்டுரை, அப்சல் குருவின் வழக்கு எப்படி ஒரு முறையற்ற நீதிவிசாரணையாக நடத்தப்பட்டது என்பதைக் குறித்து விவாதித்தது. அஞ்சலி மோடி, நாடாளுமன்ற வழக்கு விசாரணையின் செய்தியாளராக (2002) இந்து நாளிதழில் பணியாற்றியவர் என்பது குறிப்பிடத்தக்கது.

"விசாரணையின் போது காவல்துறையினர் முன்வைத்த ஆதாரங்கள் ஒன்றுக்கொன்று முரண்பட்டவையாக இருந்தன. அப்சல் குருவைக் கைது செய்யுமாறு டெல்லி போலீஸ் ஸ்ரீநகர் போலீசாருக்கு அறிவுறுத்தியதாகச் சொல்லப்பட்டது. ஆனால், டெல்லி போலீசார் அறிவுறுத்திய நேரத்திற்கு முன்பாகவே அப்சல் ஸ்ரீநகர் போலீசால் கைது செய்யப்பட்டிருந்ததை ஆவணங்கள் எடுத்துக்காட்டின. இதுகுறித்து நீதிமன்றத்திற்கு வெளியே கருத்துக்கூறிய அரசு வழக்கறிஞர், மத்திய புலனாய்வுத்துறை ஸ்ரீநகர் போலீசுக்கு முன்கூட்டியே தகவல் சொல்லியிருந்தார்கள் என்றார். ஆனால், ஏன் நீதிமன்றத்திற்குள் இது விவாதிக்கப்படவில்லை? இந்த விஷயத்தில் அரசு வழக்கறிஞர் பொய் சொல்கிறாரா? அல்லது அரசு உண்மைகளை மூடிமறைக்கிறதா?" எனப் பல்வேறு கேள்விகளை எழுப்பினார்.

"கல்லறையில் தொழுகை நடத்த குடும்பத்தினர் அனுமதி கோரினர்" (family sought permission for prayers in jail) என்ற தலைப்பில் வெளிவந்த செய்தி, நந்திதா ஹக்சர் கூறிய உண்மைகளை வெளிச்சமிட்டுக்காட்டியது. "இது ஒரு துயர் மிகுந்த நாள். அப்சலுக்கு மிக அதிக அநீதி இழைக்கப்பட்டிருக்கிறது. அவர் ஒரு அடிப்படைவாதியோ ஜமாதியோ அல்லர். அவர் பாகிஸ்தானின் பிரிவினைவாதக் கொள்கைகளில் இருந்து விடுபட்டுத் திரும்பிவந்தவர். ஆனால் ஒருவரும் இதைக்கேட்கத் தயாராக இல்லை." என்று வருந்திய ஹக்சர், அப்சலின் மரணத்தைக் கொண்டாடுவதன் பின்னுள்ள முரணை மிகச்சரியாக அடையாளம் காட்டினார்: "காஷ்மீர் இந்தியாவின் பிரிக்க இயலாத அங்கம் என்று சொல்லிக்கொள்ளும் "வலதுசாரிகள்" இன்னொருபக்கம், காஷ்மீர் மக்கள் எந்த துக்கத்திற்காக அழுதுகொண்டிருக்கிறார்களோ அந்த சோகத்தை கொண்டாடுவதற்கு அழைப்புவிடுக்கிறார்கள்" என்றார். இதன்மூலம், அகண்ட பாரதக் கூப்பாட்டில் உள்ள முரணை அவர் சுட்டிக்காட்டுவது கவனிக்கத்தக்கது. மேலும், இந்த தூக்கு தண்டனை அப்சலின் மகனிடமும் காஷ்மீர் மக்களிடமும் ஒரு தாக்கத்தை ஏற்படுத்தும் என்றும் கூறினார்.

கல்பனா கண்ணபிரான் எழுதிய "UPA Strays off Sonia's Course" என்ற கட்டுரை, மரண தண்டனை நீதிக்கு உட்பட்டதாக அல்லாமல் அரசியலுக்கு உட்பட்டதாய் இயங்குகிறது என்பதை விளக்கியதோடு, ராஜீவ்காந்தி படுகொலையில் தூக்கு விதிக்கப்பட்டவர்களுக்காக அன்று சோனியாகாந்தி எப்படித் தனது சொந்த துக்கத்தையும் கோபத்தையும் ஒதுக்கிவிட்டு, அன்றைய குடியரசுத் தலைவர் கே.ஆர். நாராயணனிடம் கருணை அளிக்கக் கோரி அறம் சார்ந்த அரசியலை முதன்மைப்படுத்தினாரோ அதே கொள்கையை இன்று பின்பற்ற வேண்டும் என்று வலியுறுத்தினார்.

'பழிவாங்கல் நீதி வழங்கலாகாது' (Vengeance isn't Justice) என்ற தலையங்கம், மரண தண்டனை என்பது ஒரே சீரான சட்டவரையறைகளுக்கு உட்பட்டதாக இல்லாமல் எப்படி நீதிபதிகளின் தனிப்பட்ட கருத்தியலைப் பொறுத்து அமைகிறது என்பதைச் சமீபத்திய நிகழ்வுகளினூடே கீழ்வருமாறு விளக்கியது.

சென்ற மாதம் நீதிமன்ற வழக்கு ஒன்றில் நீதிபதிகள் சதாசிவம் மற்றும் ஃபக்கீர் கலிஃபுல்லா ஆகியோர் மொஹிந்தர் சிங் என்ற குற்றவாளியின் தூக்கு தண்டனையைக் குறைத்தார்கள். மொஹிந்தர், ஒரு சிறுமியைப் பாலியல் பலாத்காரம் செய்துவிட்டு சிறைத்தண்டனையில் இருந்தபோது பரோலில் வெளியே சென்று தனது சொந்த மகளையும் மனைவியையும் கொன்றவன். அவனது தண்டனைக் குறைப்பிற்கு நீதிபதிகள் சொன்ன காரணம், சமூக அமைதிக்கும் சமாதான வாழ்விற்கும் குந்தகம் விளைவிப்பவர்களுக்குத் தான் இந்தத் தண்டனை வழங்கப்படவேண்டும் என்பதே. ஒருவாரத்திற்குப் பின்பு, நீதிபதிகள் சதாசிவம் மற்றும் கேஹர் சிங் ஆகியோர் சுந்தர்ராஜன் என்பவருக்குத் தூக்கு தண்டனை வழங்கினர். அவன் மீதான குற்றம் ஏழு வயதுச் சிறுவனைக் கடத்திச் சென்று கொலை செய்தான் என்பதுதான். இந்தக் குற்றத்திற்கு மரண தண்டனை வழங்கிய நீதிபதிகள் அதற்கெனச் சொல்லிய காரணம், பரம்பரையை நிலைநிறுத்தக் கூடிய ஒரு ஆண்மகனை இழந்து வாடும் அந்தக் குடும்பத்தினரின் வருத்தத்தைக் கணக்கில் கொள்ள வேண்டும் என்பதுதான். இதிலிருக்கும் ஆணாதிக்கப் பார்வை என்பது ஒருபுறமிக்க, மரண தண்டனை என்பது எவ்வாறு வரையறுக்கப்படாத சட்டவிதிகளின் கீழ், நீதிபதிகளின் சொந்தக் கருத்தியலை வைத்து வழங்கப்படுகிறது என்பதை இந்து நாளிதழ் தெளிவாக எடுத்துக்காட்டியது.

"மக்களாட்சிக்கு ஓர் உயரிய நாள்" (A Perfect Day for Democracy) என்ற தலைப்பில் வெளியான அருந்ததிராயின் கட்டுரை, அப்சல் வழக்கில் இருந்த தில்லுமுல்லுகளை எல்லாம் நாடறிய அம்பலப்படுத்தியது.

நீதிமன்றம் கிலானியை விடுதலை செய்துவிட்டு அப்சலுக்கு மட்டும் தண்டனையைக் கொடுத்தது என்பதிலிருந்தே இவ்வழக்கு நடுநிலையாக நடைபெற்றிருக்கிறது என்பது புரியவில்லையா? என்று வாதிடும் 'நடுநிலைவாதிகளின்' முன் அருந்ததி மீண்டும் முக்கிய கேள்விகளை எழுப்பியிருந்தார். அந்த வழக்கிலுள்ள ஏராளமான குளறுபடிகளில் சிலவற்றைக் கோடிட்டுக் காட்டியிருந்தார்.

காவல்துறை கிலானியிடம் பெற்ற தகவல்களின் அடிப்படையிலேயே அப்சலைப் பற்றிக் கண்டுபிடிக்க முடிந்ததாகக் கூறியது. ஆனால், நீதிமன்ற ஆவணங்கள் கிலானியைக் கைது செய்வதற்கு முன்பே, அப்சலைக் கைது செய்வதற்கான உத்தரவு வழங்கப்பட்டதாகக் கூறுகின்றன. நீதிமன்றம் இதை ஆவண முரண்பாடு என்று கூறியது. ஆனால், எதுவும் நடவடிக்கை எடுக்கவில்லை. அப்சல் கைது செய்யப்பட்டபோது அவரிடமிருந்து கைப்பேசியும் மடிக்கணிணியும் கைப்பற்றப்பட்டன. இப்படிப் பறிக்கப்பட்ட பின்பு அவரது மடிக்கணிணியை யாரோ பயன்படுத்தியிருப்பது விசாரணையில் தெரியவந்தது. அதேபோல, அப்சல் குருவிற்கு விற்கப்பட்ட - தீவிரவாதிகளுடன் தொடர்பு கொள்வதற்காகப் பயன்படுத்தியதாகக் குற்றம் சாட்டப்பட்ட - சிம்கார்டு, அவருக்கு விற்கப்பட்ட நாளுக்கு முன்பிலிருந்தே பயன்பாட்டில் இருந்ததும் விசாரணையில் தெரியவந்தது. நீதிமன்றம் இவை அனைத்தையும் கவனித்தது. ஆனால், காவல்துறையை இலேசாகக் கடிந்து கொண்டதோடு விட்டுவிட்டது என்று சொல்லி இந்த வழக்கின் முறையற்ற விசாரணைகளை விளக்கிய அருந்ததி, இறுதியாக இப்படிச் சொன்னார்:

வழக்கமாக காஷ்மீரில் சரணடையும் போராளிகளைப் போலவே அப்சலும் இரையாகி விட்டார். அவர் சித்திரவதை செய்யப்பட்டார், மிரட்டப்பட்டார், மோசமாகத் துன்புறுத்தப்பட்டார். நடந்த சதித்திட்டங்களின் முன் அவர் ஒன்றுமே இல்லை. பாராளுமன்றத் தாக்குதலில் உண்மையை வெளிக்கொணர விரும்பும் யாரொருவருக்கும் ஏராளமான ஆதாரங்கள் இருந்தன. ஆனால் யாருமே உண்மையைக் கண்டறிய விரும்பவில்லை. இந்தச் சதித்திட்டத்தின் உண்மைக் குற்றவாளிகள் கண்டறியப்படவில்லை; விசாரிக்கப்படவில்லை. ஆனால், அப்சல் தூக்கிலிடப்பட்டுவிட்டார்.

இப்போது நமது கூட்டுமனசாட்சி திருப்தி அடைந்திருக்கும் என்று நினைக்கிறேன் அல்லது நமது கோப்பையில் பாதி இரத்தம் தான் நிரம்பியிருக்கிறதா?

அருந்ததிராயின் இந்தக் கட்டுரைக்கு எதிர்வினையாற்றிய, பத்தி எழுத்தாளர் ப்ரவீண்சாமியின் கட்டுரையையும் 'இந்து' நாளிதழ் வெளியிட்டிருந்தது. அருந்ததி ராயின் கருத்திற்கு மறுப்பாக எழுதப்பட்ட அக்கட்டுரை, ஆதாரமே இல்லாமல் மொண்ணையாக வார்த்தைகளைக் கொட்டியது.அருந்ததியின் குற்றச்சாட்டுகள் எல்லாம் விசாரிக்கப்படாதவை அல்ல. நீதிமன்றத்தால் "கவனத்தில் கொள்ளப்பட்டவை தான்" என்கிற மழுப்பலைத் தவிர வேறெந்த ஆதாரப்பூர்வ விவாதமும் அவரது கட்டுரையில் இல்லை.

வழக்கமாக 'விவாதம்' எனத் தலைப்பிட்டு முதற் கட்டுரையாளரின் பதிலைப் பெற்று வெளியிடும் இந்து நாளிதழ் ப்ரவீண்சாமியின் கட்டுரைக்கு அருந்ததியிடமிருந்து பதில் எதையும் பெற்று வெளியிடவில்லை. ஒருவேளை இந்தச் சத்தற்ற கட்டுரைக்குப் பதில் ஏதும் தேவையில்லை என அருந்ததி பதில் எழுத மறுத்துவிட்டாரோ என்னவோ!. ப்ரவீனின் கட்டுரையில் ஒரே ஒரு ஆறுதல் என்னவென்றால் நம்ம ஊர் ஜெயமோகனைப்போல அருந்ததிராயைக் 'குருவி மண்டை' என்றெல்லாம் சகட்டுமேனிக்கு எழுதவில்லை என்பதுதான்.

11.2.2012 அன்று வெளியான, "In tihar, officials feel 'tingle of sorrow" என்ற கட்டுரை, அனைத்து நாளிதழ்களும் அப்சலை ஒரு தீவிரவாதியாக மட்டுமே அடையாளப்படுத்திய நிலையில் அவரது மறைக்கப்பட்ட முகத்தைத் துணிச்சலுடன் வெளிக்கொணர்ந்தது.

ஒரு பெயர் சொல்ல விரும்பாத சிறைச் சாலை ஊழியர் சொன்னதன் அடிப்படையில் அந்தச் செய்தி இப்படிப் பதிவு செய்யப்பட்டிருந்தது:

> இந்தியாவில் உள்ள வெகுமக்கள், இந்துத்துவ ஆதரவாளர்கள் அப்சல் குருவின் தூக்கை வெடிவைத்து கொண்டாடினாலும், சிறைச்சாலை வளாகம் அமைதியாகவே காணப்பட்டது. சிறை ஊழியர்கள் பலரும் வருத்ததுடன் காணப்பட்டனர். காரணம் அப்சல் குருவை தூக்கு மேடைக்கு அழைத்துச் செல்லும்போது அவர் எல்லோரையும் பெயரைச் சொல்லி அழைத்துத் தான் விடைபெறுவதை அறிவித்தபடி நகர்ந்தார்.

அவர் உண்மையாக தனது மார்க்கத்தை நேசிப்பவர். மிகவும் கண்ணியமாக நடந்து கொள்பவர்... பலரும் நினைப்பது போல் அப்சல் குருவின் தூக்கு தண்டனை நிறைவேற்றம் குறித்து அவருக்கு ஒரு நாள் முன்பு தெரிவிக்கப்படவில்லை. தண்டனை வழங்கப்பட்ட அன்று காலையில்தான் தெரிவிக்கப்பட்டது.

அன்று காலையில் அப்சல் குரு தேநீர் மட்டுமே அருந்தினார். அவருக்கு உணவு வழங்கப்படவில்லை. குளித்துவிட்டு வெள்ளை ஆடை உடுத்தித் தொழுகை நடத்தினார்... இது வரை திகார் சிறைச்சாலை 25க்கும் மேற்பட்ட தூக்கு தண்டனைகளை நிறைவேற்றியுள்ளது. எங்கள் அனுபவத்தில் 10 நபர்களுக்கு தூக்கு தண்டனை நிறைவேற்றியுள்ளோம். ஆனால் நாங்கள் அப்சல் குருவைப் போல், மரணம் தனக்கு வருவதை அறிந்தும் இவ்வளவு அமைதியும் அடக்கத்தையும் கட்டிக்காத்த மனிதரைப் பார்த்ததில்லை.

கடைசி இரண்டு மணி நேரத்தில் அப்சல் குரு சிறைத்துறை அதிகாரிகளுடன் பேசிக் கொண்டிருந்தார். வாழ்வும் மரணமும் பற்றி அவருடைய கருத்துகளை முன்வைத்தார். உலக சகோதரத்துவம், ஒருமைப்பாடு, மனித நேயம் குறித்து பேசினார். எந்த மனிதனும் தீயவன் அல்ல, எல்லா உயிர்களும் ஆண்டவனால் படைக்கப்படுகிறது. நாம் உண்மையின் பாதையை தேர்ந்தெடுத்துச் செல்லவேண்டும். அதுதான் உண்மையான சாதனை என்றார். ஒரு புத்தகத்தில் அவரது சிந்தனையை எழுதி தேதி குறிப்பிட்டு கையெழுத்தும் இட்டார்" என்று விளக்கியதோடு, "இப்படி ஒரு மனிதரை இனி திகார் சிறை பார்ப்பது அரிதுதான்" என்றும் கண்கள் பனித்தது அந்தக் கட்டுரை.

"ஒரு இரகசியத் தூக்கின் ரகசியங்களை வெளிக்கொணர்தல்" (Unlocking the Secret's of a Secret Execution) என்ற நித்யா ராமகிருஷ்ணனின் கட்டுரை, உச்சநீதிமன்றம் முன்னிறுத்திய "கூட்டு மனசாட்சி" என்பதன் மீது ஒரு விவாதத்தை முன்னெடுத்ததோடு காஷ்மீரிகள் இந்திய அமைப்புகளின் மீது நம்பிக்கை இழந்துகொண்டு வருவதையும் சுட்டிக்காட்டியது. மேலும், தீவிரவாதத் தாக்குதலில் இருந்து நாட்டின் இறையாண்மையைக் காப்பாற்றி விட்டதாக மார்தட்டிக் கொள்ளும் அரசியலமைப்புகளை நோக்கி இந்தக் கேள்வியையும் எழுப்பியது: "ஒரு தூக்குத் தண்டனைக்கைதி தனது குடும்பத்தைச் சந்திப்பதன் மூலமாகவும் அந்தக் குடும்பம்

இறுதிச் சடங்கைச் செய்வதன் மூலமாகவும் தனது வலிமை தேய்ந்துவிடும் என்று அரசாங்கம் கருதினால், தீவிரவாதிகளிடம் இருந்து நாடாளுமன்றத்தைக் காப்பாற்றிவிட்டதற்காக அது எப்படி பெருமைப்பட்டுக் கொள்ளமுடியும்?"

12.2.2013 அன்று வெளியான "இரகசியத் தூக்கிலிடுதலின் அநாகரிகம்" (The Indecency of a Secret Execution) என்ற தலையங்கம், 24 வருடங்களுக்கு முன்பு இந்திராகாந்தி படுகொலையில் தூக்கிலிடப்பட்ட சத்வந்த் சிங், கேஹார் சிங் ஆகியோரது மரண தண்டனைச் செயல்முறையை நினைவுகூர்ந்தது. அன்றைய காங்கிரஸ் அரசால் கருணை மனு நிராகரிப்பட்ட போது, அது எப்படி வெளிப்படையாக அறிவிக்கப்பட்டது என்பதையும், குற்றவாளிகளுக்கு மேல்முறையீட்டிற்கான இறுதிவாய்ப்பும் மறுக்காமல் அளிக்கப்பட்டது என்பதையும் இருவரின் குடும்பத்தாரும் (முப்பத்து மூன்று பேர்) கைதிகளை இறுதியாக சந்திக்க அனுமதிக்கப்பட்டதையும் சுட்டிக்காட்டி, இன்று நிறைவேற்றப்பட்டுள்ள இரகசியத் தூக்கின் மூலம், இந்த 24 வருட இடைவெளியில் இந்தியாவின் கூட்டு அறம் வீழ்ந்துபோயிருப்பதை அறிவுறுத்தியது.

"சட்ட ஒழுங்கு மீறல்" (lawlessness and disorder) என்ற தலைப்பில் வெளியான இன்னொரு தலையங்கம் குறிப்பிடத்தக்கது. காஷ்மீர் பிரிவினைவாதத் தலைவர் சையது அலி ஷா அவர்களின் மகளும், மருமகனும் பத்திரிக்கையாளருமான இப்திகார் கிலானியும் அவர்களது இரண்டு குழந்தைகளும் - அப்சலைத் தூக்கிலிட்ட உடனேயே - எந்தக் காரணங்களும் சொல்லப்படாமல் சில மணிநேரம் வீட்டுக்காவலில் அடைத்து வைக்கப்பட்டனர். இந்த காவல்துறை அராஜகத்தை எதிர்த்துப் பிரஸ் கவுன்சில் தலைவர் மார்க்கண்டேய கட்சு அறிக்கை ஒன்றை வெளியிட்டார். அந்தக் காவல்துறையினர் மீது உடனடியாக நடவடிக்கை எடுக்க வேண்டும் என்று கோரிக்கை விடுத்தார். ஒரு பத்திரிக்கையாளரின் மீதான இந்த சட்டமீறலைக் கூடப் பெரும்பாலான நாளிதழ்கள் கண்டுகொள்ளாத நிலையில், கட்சுவின் அறிக்கையை முன்வைத்து, இந்த சட்ட ஒழுங்கு மீறலைக் கண்டித்து 'இந்து' நாளிதழ் மேற்கூறிய தலையங்கத்தை எழுதியிருந்தது.

மார்க்கண்டேய கட்சுவின் இதே அறிக்கையை முன்வைத்து 'காக்கியும் ஈரமும்' என்ற தலைப்பில் தலையங்கம் தீட்டிய தினமணி, ஏதோ இப்திகார் கிலானிக்கு ஆதரவாகக் குரல் கொடுப்பதாகக்

காட்டிக்கொண்டு, பிறகு இது கிலானிக்கு மட்டும் ஏற்படுவதல்ல, இங்கே எல்லாருக்குமே அப்படித்தான் நடந்துகொண்டிருக்கிறது என்பதாக எழுதி இப்திகார் மீதான காவல்துறை அராஜகத்தை நீர்த்துப் போகச் செய்தது.

"அண்மையில் சென்னை மயிலாப்பூரில் ஒரு சிறுமியிடம் பாலியல் வன்முறையில் ஈடுபட்டு தப்பியோடிய இளைஞருக்காக, அவருடைய தம்பியரை காவல்நிலையத்திற்கு அழைத்து வந்துவிட்டனர். இவர்களின் தாய் கஸ்தூரி என்பவர் காவல்நிலையத்துக்குபோய், குற்றம் செய்யாத தனது குழந்தைகளை விட்டுவிடுங்கள் என்று கேட்டுள்ளார். காவல்துறை வழக்கமான மிரட்டல், அசிங்கமான வார்த்தையோடு, உன் மகன் வந்தால்தான் இந்தச் சிறுவர்களை அனுப்புவோம் என்று கூறியதால் மனம்வெறுத்த அந்தத் தாய், வீடுவந்து தூக்கில் தொங்கி இறந்தார். இப்திகார் கிலானிக்கு குரல் கொடுக்க பத்திரிகைகள் இருந்தன. ஆனால், பாவம் கஸ்தூரிக்காக பரிதாபப்படக்கூட யாருமில்லை."

என்று உச்சுக்கொட்டி, மொட்டைத் தலைக்கும் முழங்காலுக்கும் முடிச்சுப்போட்டு முஸ்லிம்கள் மீதான தன் வன்மத்தைத் தீர்த்துக் கொண்டது. அந்த மயிலாப்பூர் இளைஞன் குற்றமிழைத்தவன். ஆனால் இப்திகார் கிலானி எந்தக் குற்றமும் செய்யாதவர். இந்த வேறுபாட்டைப் போகிறபோக்கில் மூடிமறைத்தது.

மொத்தமாக தொகுத்துப் பார்க்கையில், பெரும்பாலான செய்தி இதழ்கள் எல்லாம், 'தண்டனை நிறைவேற்றப்பட்டது' 'இதோடு நிறுத்திக் கொள்ளலாம்' 'இதை விமர்சனமாக்காதீர்கள்' 'இதை அரசியலாக்காதீர்கள்' என்று சிந்தனையை முடக்கிய வேளையில் 'இந்து' நாளிதழ், இது பற்றிய பலதரப்புக் கேள்விகளை முன்னிறுத்தி வெகுமக்களிடம் ஒரு அரசியல் விவாதத்தைத் தூண்டியிருப்பதை அறியமுடிகிறது. 'இந்து' நாளிதழின் இந்த பொறுப்புமிக்க அணுகல்முறையும் அறமும் பாராட்டத்தக்கது.

■ கவனிக்கிறோம், பிப்ரவரி, 2013

குமுதம் ரிப்போர்ட்டரின் பழிதீர்க்கும் படலம்

'குமுதம் ரிப்போர்ட்டர்' 21.2.2013 நாளிட்ட வார இதழில், "இன்னொரு மணியம்மை" என்ற தலைப்பில் ஒரு அவதூறுக் கட்டுரை வெளியிடப்பட்டிருந்தது. தி.மு.க தலைவர் கருணாநிதியையும் அக்கட்சியைச் சேர்ந்த நடிகை குஷ்புவையும் பாலியல் ரீதியாக இணைத்துக் கொச்சைப்படுத்தப்பட்ட அக்கட்டுரையில், 'பெரியார்' திரைப்படத்தில் மணியம்மையாக நடித்த குஷ்புவின் புகைப்படமும் கருப்புச்சட்டை அணிந்துகொண்டிருக்கும் கருணாநிதியின் புகைப்படமும் கிராஃபிக்ஸில் இணைத்து அருகருகில் இருக்கும்படி வெளியிடப்பட்டிருந்தது. இந்த கிராஃபிக்ஸ் படமும் கட்டுரைத் தலைப்பும் அன்றைய இதழின் முன் அட்டையிலேயே அச்சிடப்பட்டு முக்கியத்துவமளிக்கப்பட்டது.

கட்டுரை இப்படித் தொடங்குகிறது:

"தி.மு.க.வில் நடக்கும் வாரிசுப் போரில் திடீர் திருப்பம் ஏற்பட்டுள்ளது. 'குஷ்பு மீது தாக்குதல் நடத்தியவர்கள் மேல் நடவடிக்கை எடுக்கும் வரையில் அறிவாலயம் வரமாட்டேன்' என்று கருணாநிதி பிடிவாதம் காட்ட, 'இன்னொரு மணியம்மை'யாக குஷ்பு உருவாகிவிடுவாரோ என்ற அச்சம் கருணாநிதி குடும்பத்தினருக்கு எழுந்துள்ளது. இதையடுத்து, அவரின் குடும்ப உறவுகள் கொந்தளித்துப் போயுள்ளனர்"

இந்த ஆறேழு வரிகளை பிரச்சாரப்படுத்த, மூன்று பக்கங்களுக்கு நீட்டி முழக்கப்பட்டிருந்த அக்கட்டுரை, இரண்டு தனிநபர்களின் சொந்த விஷயத்தை இரண்டு தனிப்பட்ட குடும்பங்களின் விஷயத்தை முழுக்க முழுக்க ஊகத்தின் அடிப்படையிலும் புறம் பேசியவர்களின் கூற்றின் அடிப்படையிலும் மட்டுமே கட்டியமைத்திருந்தது. இந்த இதழிற்கு முந்தைய இதழிலேயே

(17.2.2013) இதற்கான தூபம் போடப்பட்டிருந்தது. "குடும்பத்தைப் பிரிக்கும் சூனியக்காரி" என்று அட்டைப்படத் தலைப்பாகவே வெளியிடப்பட்ட அந்தச் செய்தியில், குஷ்புவிற்கு முக்கியத்துவம் அளிக்காத தனது குடும்பப் பெண்களை, "குடும்பத்தைப் பிரிக்கவந்த சூனியக்காரி, கோயில், பூஜைன்னு அலையுறா, மந்திரவாதிகளோடு பேசிக்கிட்டு இருக்கிறா?" என்று ஏக வசனத்தில் கருணாநிதி பேசியதாகவும் இதை பெரிதுபடுத்தினால் "குஷ்பு தான் எனது அரசியல் வாரிசு" என அறிவித்துவிடப் போகிறார் என்று குடும்பப் பெண்கள் வருத்தப்படுவதாகவும் செய்தி வெளியிட்டு, "குஷ்பு மீது அவ்வளவு பாசமோ" என்று நக்கலடித்திருந்தது.

இதன் தொடர்ச்சியாகவே 'இன்னொரு மணியம்மை' கட்டுரை வெளிவந்துள்ளது. இது கருணாநிதியையும் குஷ்புவையும் மட்டுமன்றி, சந்தடி சாக்கில் பெரியார் - மணியம்மை உறவைக் கொச்சைப்படுத்துவதாகவும் உள்ளது.

கருணாநிதியின் தி.மு.க அரசியலையும் குஷ்புவின் அரசியல் செயல்பாடுகளையும் நேரடியாக விமர்சிப்பது ஏற்றுக் கொள்ளத்தக்கது. ஆனால் இவர்களின் தனிப்பட்ட வாழ்வை, அவர்களின் குடும்பப் பிரச்சினைகளை ஏதோ தமிழகத்தின் அதிமுக்கிய பிரச்சினையைப் போல உளவுப் பிரிவை அமைத்துக் கண்டுபிடித்து வெளியிட்டிருப்பதன் நோக்கம் தி.மு.க.வின் தலைவரை இழிவுபடுத்த வேண்டும் என்பது மட்டும் தான். ஜெயலலிதா அரசின் மக்கள் விரோதப் போக்குகள் குறித்துப் பெரிதாக அலட்டிக் கொள்ளாத 'ரிப்போர்ட்டர்' இதழ், தி.மு.க.வையும் கலைஞரையும் தொடர்ந்து அவதூறு செய்வதும் கடுமையாக விமர்சிப்பதும் ஏன் என்ற பின்புலம் குறித்து யோசித்துப் பார்த்தால் இது ரிப்போர்ட்டரின் பழிதீர்க்கும் படலம் என்பதை விளங்கிக் கொள்ளலாம்.

குமுதம் இதழின் நிறுவனர் எஸ்.ஏ.பி. அண்ணாமலை அவர்களின் மரணத்திற்குப் பிறகு அவரது மகன் ஜவஹர் பழனியப்பனுக்கும் குமுதத்தில் முக்கிய பொறுப்பு வகித்திருந்த பி.வி. பார்த்தசாரதி மகன் பா. வரதராஜனுக்கும் இடையே ஏற்பட்ட குமுதம் இதழ் மீதான உரிமைப் போட்டி, அரசாங்கம் தலையிடும் அளவிற்குப் பெரிதானது. தனது நிறுவனத்தில் பல லட்சம் ரூபாய் வரை வரதராஜன் மோசடி செய்துவிட்டதாக ஜவஹர் பழனியப்பன் காவல்துறையில் புகார் கொடுத்தார். இந்த விஷயத்தில் தலையிட்ட அன்றைய முதலமைச்சர் கருணாநிதி, ஜவஹர் பழனியப்பனுக்குச்

சாதகமாய் இருந்து, வரதராஜனை கைது செய்ய உத்தரவிட்டார். கைது நடவடிக்கையின் போது, இந்து ராம், விகடன் சீனிவாசன் எனப் பல ஊடகத்துறையினரும் கமிஷனர் அலுவலகத்திற்கே வந்து வரதராஜனை மீட்டுச் சென்றனர்.

அதன் பின்னர், ஊடகத்துறையில் வெளிநாடுவாழ் நபர்கள் (ஜவஹர் பழனியப்பன் அமெரிக்கா வாழ் இந்தியர்) 41 சதவிதத்திற்கு மேல் பங்கு வைத்திருக்கக் கூடாது என்ற அரசியல் விதிகளை எல்லாம் பயன்படுத்தி குமுதத்தைத் தனக்கே உரித்தாக்கினார் வரதராஜன். அவர் நிர்வாகப் பொறுப்பு ஏற்றதில் இருந்து தனது பழைய பகைக்கு வஞ்சம் தீர்க்கும் வகையில், 'ரிப்போர்ட்டர்' தி.மு.க. வை படுமோசமாக விமர்சித்து வருகிறது. அதன் உச்சமாக, 'இன்னொரு மணியம்மை' கட்டுரையை வெளியிட்டு தனது ஊடக பலத்தை எவ்வளவு தரம் தாழ்ந்து வேண்டுமானாலும் பயன்படுத்திக் கொள்ள முடியும் என்று நிறுவியிருக்கிறது.

மக்களுக்கு உண்மைச் செய்திகளை நடுநிலையோடு அளிக்க வேண்டிய ஊடகம் இப்படி நான்கு சுவர்களை மோப்பம் பிடித்துச் செய்தி வெளியிடுவதும் தனது பகையைத் தீர்த்துக் கொள்ள தனது ஊடக பலத்தைப் பயன்படுத்துவதும் வன்மையாகக் கண்டிக்கத்தக்கது. 'குமுதம் ரிப்போர்ட்டர்' இனிவரும் காலங்களிலாவது திருந்தவேண்டும்.

■ கவனிக்கிறோம், பிப்ரவரி, 2013